கலிங்கத்துப்பரணி

தெளிவுரை

புலியூர்க் கேசிகன்

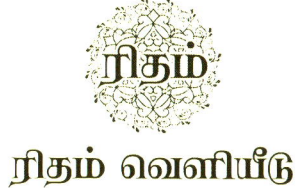

ரிதம்

ரிதம் வெளியீடு

கலிங்கத்துப்பரணி - தெளிவுரை
புலியூர்க் கேசிகன் ©

Kalingathuparani - Thelivurai
Puliyur Kesigan ©

1st Edition: Dec 2022
2nd Edition: Dec 2024
Pages: 248   Price: Rs. 250
ISBN: 978-93-93724-34-2

Published by:
Rhythm Veliyeedu
New No.58, Old No.26/1, 1st Floor,
Alandur Road, Saidapet,
Chennai - 600 015, Tamil Nadu, INDIA
Ph : (044) 2381 0888, 84285 12481
E-mail : senthil@rhythmbooks.in
Web : www.rhythmbooksonline.com

Book Layout & Cover Design
Visual Vinodh - 9500149822

பரணி பாடுவோம்!

அந்த நாளிலே, எட்டுத் திக்கிலும் வெற்றிக்கொடி நாட்டி, வீறுடைய தமிழ் மறவர்கள் பவனி வந்தனர். அந்த வண்ணத்தைக் கவிதைக் காட்சிகளாக்கித் தந்த **கவிச்சக்கரவர்த்தி சயங்கொண்** டாரின் ஒப்பற்ற கலிங்கத்துப் பரணியைத் தமிழ் அன்பர்கட்கு மக்கள் பதிப்பாக வழங்கும்போது, என் உள்ளம் பெரிதும் உவகையுற்றுப் பூரிப்படைகின்றது.

கற்பனையோடு கருத்துச் செறிவும், வரலாற்றோடு வளஞ் செழித்த தமிழ்நலமும் வற்றாத இன்பச்சுரங்கமாகத் திகழ்வது இந்தக் கலிங்கத்துப் பரணி. படிப்பவரையெல்லாம் வீறுடைய தமிழினத்தார் என விரைந்தெழ உயர்ந்தும் அரிய சக்திவாய்ந்தது இப் பரணி. இந்த இலக்கியவெள்ளம் தமிழ் இல்லந்தோறும் சென்று பரவவேண்டும் என்பதே என் ஆசை. என் ஆசை வீண்போகவில்லை. முதல் எட்டுப் பதிப்புகளின் பல்லாயிரம் பிரதிகளையும், தமிழன்பர்கள் வாங்கியிருக் கின்றனர்.

முதற்கண் இப் பரணியின் மூலபாடத்தைச் செப்பனிட்டு அச்சேற்றிய **பண்டித கோபாலையர்** அவர்களுக்கும், அடுத்து விரிவான விளக்கவுரை வகுத்து வழங்கிய பண்டித ஆ.வீ. கன்னைய நாயுடு அவர்களுக்கும் நான் மிகப் பெரிதும் கடமைப்பட்டுள்ளேன். இத்தெளிவுரை அமைப்பிற்குப் பேரளவு துணை செய்த செழுந்தமிழ்ப் புலவர் **தா. சிங்கார வேலனார்** அவர்கட்கும் என் நன்றி உரியது. பரணியின் பெமையைத் தரணியெங்கும் பரப்பிவந்த, பரப்பிவரும் தமிழ்ச் சான்றோர் பலருக்கும் என் அன்பைக் காணிக்கையாகச் செலுத்தி, இத் தெளிவுரை அமைப்பைத் தமிழகத்திற்குத் தருகிறேன். தமிழ்வீறும் பண்பும் எங்கணும் தழைத்து நிலைபெற்றிடத் தமிழகம் ஓங்குமாக! பரணி பாடித் தமிழ் மறவர் எங்கணும் வெற்றிச் சிறப்போடு வலம் வருவாராக!

வாழ்க தமிழ்! வளர்க தமிழ் நெஞ்சம்!!

– புலியூர்க் கேசிகன்

பரணி போற்றுவோம்!

தமிழ்மொழி தமிழினம் தரணியில் தமக்கோர்
ஒளியுடன் ஒளிருமோர் உயர்தனி மாண்பின!
நின்றே நிலைத்திடும் நெடும்புகழ் பெற்றன!
வென்றே பகையெலாம் வீறுடன் வாழ்வன!

சங்கத் தமிழர்தம் சால்பெலாம் சாற்றிற்
பொங்கிடும் உளமெலாம்! பூரிக்கும் தோள்கள்!

அறத்தினில் சிறந்தும் அறிவினில் தெளிந்தும்
மறத்தினில் மாண்பார் மாப்புகழ் விளைத்தும்
திறத்தினில் செம்மையில் சீர்சால் நெஞ்சின்
உரத்தினில் உயர்ந்தும் உயிர்நலம் பேணவில்
தனியொரு தகைமை தமக்கெனக் கொண்டும்
மனிதருள் மணிகளாய் விளங்கினர் தமிழரே!

அவர்தம்,
வீரத்தின் சிறப்பெலாம் விரித்தெடுத் துரைக்கும்
சாரத்தின் தகையெலாம் புற நா னூற்றுள்
கண்டுளம் விம்மக் கதிர்த்தெழு பெருமிதம்
மண்டிட மட்டிலா மறவுணர்வு ஓங்கும்!

எத்தனை எத்தனை மறக்குல மாந்தர்!
எத்தனை எத்தனை மறக்குல மகளிர்!
எத்தனை எத்தனை மறக்குலச் சேய்கள்!

நாட்டுப் பற்றால் நயத்தகு நல்லுயிர்
வீட்டுக் களத்தில் வெற்றி விளைத்தனர்!
புகழில் ஓங்கிப் போற்றுகல் வாயினர்!
திகழும் தெய்வ நிலைபெற் றோங்கினர்!
தமிழர் நெஞ்செலாம் தமிழ்ப்பற் றூட்டித்
தமிழன் தமிழரின் தமிழகம் தன்னின்
நலனே நம்நலன் நயப்பீர் யாண்டும்
வலனே விளைப்பீர் வான்புகழ் வாருவீர்
அணியணி யாகவே பரணி பாடிடத்
துணிந்தெழு வீரெனத் தூண்டுவர் ஆயினர்!
தமிழர்தம்

வெற்றி வரலாற் றேடுகள் தம்முள்
கொற்றம் காட்டிக் குலோத்துங்க தேவனின்
நற்படைத் தலைவன் நற்சிங்க வேறாம்
பொற்புடைக் கருணா கரனெனும் போற்றற்கு
உரியோன் கலிங்கம் உவப்புடன் சென்றே
அரிதாப் போரினில் ஆண்மைகள் காட்டிக்
கலிங்கம் வென்று கனித்தமிழ்ச் சீரினை
விளங்கச் செய்ததன் வீறுடைக் கதையெலாம்
பரணி என்னும் பாவினத்து யாத்தே
தரணி போற்றத் தந்தனர் மாப்புகழ்
சயங்கொண் டாரெனும் தனிப்பெரும் புலவரே!

அதன்றன்
சொல்லும் பொருளும் சொல்லிடும் பாங்கும்
வெல்லும் காலங்கள்! விளக்கிடும் தமிழ் மறம்!

என்றும் நிலைத்து இடக்கர்தம் நெஞ்சில்
இன்றே பணிந்துயிர் இரப்பிர் என்று ஏவும்!
காதல் உளங்களின் கனிவைக் காட்டியும்
வெல்போர்க் களத்தின் வெம்மைகள் காட்டியும்
தனிவிருந் தென்னத் தகையால் விளங்கிடும்
உண்ணத் தெவிட்டா உவமைவே றில்லாக்
கன்னலும் கனியும் கலந்தசொற் சுவையொடு
போர்க்களத் தமிவும் புரிந்திடக் காட்டிப்
போர்க்களத் தழிவும் புரிந்திடக் காட்டிப்
பன்னலம் செறியப் பைந்தமிழ் சிறக்கத்
தந்தனர் தனிப்புகழ்ச் சயங்கொண் டாரே!

போர்க்கதி தேவதை என்றிடும் காளி
கொற்றவை இந்தக் குவலயம் காக்கும்
சக்திமா தேவியின் சந்திதி தன்னில்
சக்தியா மவள்தனைச் சார்ந்துவாழ் பேயினம்
பசியாற் புலம்பலும் பசித்துயர் தீரப்
போர்வரும் என்றோர் பேய்தான் புகறலும்
கலிங்கம் வெல்லக் கருணா கரன்றான்
கலிங்கம் சென்றுபோர்க் களத்தே பகையை
முடித்திட வாற்றிய மூள்போர்ச் செயலும்
துடித்திடும் நெஞ்சுடன் தோற்றவர் ஓடி
ஒளிந்ததன் கீழ்மையும் உவந்தே கூறிக்

குலோத்துங்க தேவன் குடிப்புகழ் சாற்றியும்
குலோத்துங்கன் கொண்ட வெற்றிகள் கூறியும்
களக்கூழ் சமைத்துக் களிப்புடன் உண்டுதாம்
களித்தே ஆடியும் பாடியும் உள்ளம்
திளைத்தன எனவெலாம் சிறந்தகற் பனையால்
இழைத்தனர் கலிங்கத்துப் பரணிஇந் நூலே!

இதன் நயம்..............
அறிந்து மகிழ்ந்து அகமெலாம் தமிழ்மறம்
செறிந்து சிறந்து செந்தமிழ் நாட்டின்
ஊக்கமும் உணர்வும் உளத்தெழத் தமிழின்
ஆக்கமே தேடுதற் காம்பணி செய்யுமோர்
எண்ணம் முகிழ்த்திட எழுந்ததித் தெளிவுரை!

இதனைப்
பதித்து வழங்கிப் பாரிசெல் லப்பர்
வேண்டுவ செய்தனர்;விருப்புடன் என்றும்
போற்றுவன் அவர்தம் பொன்னுளச் செயலே!

ஆண்டறம் வளர்த்த அனைத்தமிழ் நாட்டில்
ஈண்டுள அன்பர்கள் யாவரும் இதனை
விருப்புடன் வாங்கி வெல்க தமிழெனப்
பொறுப்புடன் நெஞ்சில் புத்துயிர்ப் போடு
போற்றிக் கற்றுப் புவியெலாம் போற்றும்
வென்றி விளைந்தே வீறுடன் வாழ்கென
வேண்டி வாழ்த்தி விழைவுடன்
வழங்குவன்;வாழ்கநம் தமிழுயிர்த் தகவே!

- புலியூர்க் கேசிகன்

பொருளடக்கம்

கலிங்கத்துப் பரணி குறிப்புகள் 9
1. கடவுள் வாழ்த்து 12
2. கடை திறப்பு 19
3. காடு பாடியது 43
4. கோயில் பாடியது 51
5. தேவியைப் பாடியது 60
6. பேய்களைப் பாடியது 66
7. இந்திர காலம் 73
8. இராச பாரம்பரியம் 83
9. பேய் முறைப்பாடு 97
10. அவதாரம் 104
11. காளிக்குக் கூனி கூறியது 132
12. போர் பாடியது 166
13. களம் பாடியது 193
14. கூழ் அடுதல் 205

முதற் குலோத்துங்கனின் மெய்க் கீர்த்திகள் 237

கலிங்கத்துப் போரைக் குறித்து வேறு
சில செய்யுட்கள் 241

பாட்டு முதற்குறிப்பு அகரவரிசை 243

கலிங்கத்துப் பரணி - குறிப்புக்கள்

தமிழில் முதன்முதல் எழுந்த பரணி கலிங்கத்துப்பரணி ஆகும். ஏனைய பரணிகள் அனைத்துக்கும் இதுவே மேல்வரிச் சட்டமாகத் திகழ்ந்தும் வந்திருக்கிறது. இது தாழிசையால் பாடப்பெற்றது. 599 தாழிசைகளை உடையது. இரண்டாம் குலோத்துங்கனுடைய அவைக் களப் புலவரும் கவிவேந்தருமான ஒட்டக்கூத்தர், தாம் பாடிய தக்க யாகப் பரணியில், முதற் குலோத்துங்கனுடைய அவைக்களப் புலவரும் கவிவேந்தருள் ஆகிய சயங்கொண்டார் பாடிய இந்நூலைத், 'தென், தமிழ்த் தெய்வப் பரணி' என்று சிறப்பித்துள்ளார். இந்நூலில், சுருங்கச் சொல்லல் முதலிய அழகுகள் உண்டு. சொல் நயம், பொருள்நயம், நடைநயம் முதலியனவும் சிறந்து விளங்குகின்றன. இந்நூல் நெஞ்சை அள்ளும் இனிய சந்தங்களையும் கொண்டு இலங்குகின்றது. மேலும், இறைச்சிப் பொருள் களும், உள்ளுறை உவமைகளும் பல இடங்களில் அழகுற மிளர்கின்றன. சமயத்திற்கேற்ற சொற்கள், திகைக்கச் செய்யும் கற்பனைகள், வீரம், வெகுளி, அவலம், அச்சம், காமம் முதலிய சுவை கள் எல்லாம் சுவையொடு பாடப்பெற்றுள்ளன. இதில் உயரிய கருத் துக்களையும் எளிய சொல் முடிவுகளையும் நிரம்பக் காணலாம்.

பரணி என்பது, தமிழில் வழங்கும் தொண்ணூற்றாறுவகைப் பிரபந்தங்களுள் ஒன்று. போர்முனையில் ஆயிரம் யானைகளைக் கொன்று வெற்றிகொண்ட வீரரைப் புகழ்ந்து பாடுவதைப் 'பரணி' என்றனர். பெரும் போர் புரிந்து வெற்றியுற்ற வீரனைச் சிறப்பித்துப் பாடுவதையும் பரணி என வழங்குவது உண்டு. பரணியைக் கலித் தாழிசையால் பாடுவது வழக்கம். கடவுள் வாழ்த்து, கடை திறப்பு, காடு, காளி கோயில் முதலிய பலவகைச் சிறப்புக்களும் பொருந்தப்பரணி அமைக்கப் பெறும்.

'பரணி' என்ற நாள்மீன் காளியையும் யமனையும் தன் தெய்வமாகப் பெற்றது என்றும், அந் நாள்மீனால் வந்த பெயரே நூலுக் கும் பெயராக வந்தது என்றும், அவ்வாறு கொள்வதே ஏற்புடையது என்றும், தமிழ்த் தாத்தாவான டாக்டர் சாமிநாதய்யர் அவர்கள் கூறு கிறார்கள். பெயரமைந்த காரணம் இவ்வாறு இருவேறு வகையானும் வழங்கி வருகின்றது.

சயங்கொண்டார்

கவிகள் என்போர் உள்ளத்தைக் கொள்ளை கொள்ளும் கவிகளைச் சொல்பவர்கள் ஆவார்கள். அத்தகையவருள் சயங்கொண்டார் மிகவும் குறிப்பிடத் தகுந்தவர். இவர் முதற் குலோத்துங்க சோழனுடைய

அவைக்களப் புலவராகத் திகழ்ந்தவர். அவனுடைய புகழையும், அவனது தலைமைப் படைத்தலைவனான கருணாகரத் தொண்டை மானின் சிறப்பையும்,கலிங்கத்துப் பரணி என்னும் இந்நூலைப் பாடி நிலைநிறுத்தியவர்; கவிவேந்தர்; பொதுநோக்கு உடையவர்.

இவருடைய ஊர், இயற்பெயர், பிறப்பு, வளர்ப்பு வாழ்க்கை வரலாறு முதலிய செய்திகள் தெளிவாகத் தெரியவில்லை. தீபங்குடிப் பத்து என்னும் நூலில் உள்ள மூன்றாவது பாடலாலும், தமிழ் நாவலர் சரிதையின் 117 ஆவது பாடலாலும், இவருடைய ஊர் தீபங்குடி என அறிய முடிகிறது.சோழ நாட்டில் ஒன்றும், தொண்டை நாட்டில் ஒன்றும் ஆக இரண்டு தீபங்குடிகள் உள்ளன. இந்த இரண்டு தீபங்குடிகளுள், இவர் எந்தத் தீபங்குடியைச் சேர்ந்தவர் என உறுதியாகக் கூற இயல வில்லை. 'சோழநாட்டில் கொரடாச்சேரிக்கு அருகிலுள்ள தீபங்குடி என்ற ஊரினர் இவர்' என்று கொள்ளுதல் பொருந்தும் என்பர்.இவரது காலம் 11ஆம் நூற்றாண்டின் இறுதியாகவோ,12ஆம் நூற்றாண்டின் முற்பகுதியாகவோ (கி.பி1070-1118) இருத்தல் வேண்டும்.

இவரைப் பிற்காலத்துப் புலவரான பலபட்டடைச் சொக்கநாதர், 'பரணிக்கோர் சயங்கொண்டான்' எனச் சிறப்பித்துப் புகழ்ந்து பாடி யுள்ளார்.

இவர்,இக் கலிங்கத்துப் பரணியைத் தவிர, புகார் நகர வணிகர் பெருமக்களைச் சிறப்பித்து 'இசையாயிரம்' என்ற வேறொரு நூலும் பாடியுள்ளார். இதனைத் 'தமிழ் நாவலர் சரிதை' என்னும் நூலால் அறியலாம். 'விழுப்பரையர்' என்ற தலைவர் மீது, 'உலாமடல்' என்னும் பிறிதொரு நூலும் பாடியுள்ளார் என்பர். சிலப்பதிகார அரும்பத உரையாசிரியர் இவரே எனவும் சிலர் கருதுவர்.

முதற் குலோத்துங்கன்

முதற் குலோத்துங்க சோழன் சோழ நாட்டை ஆண்ட தலை சிறந்த மன்னர்களுள் குறிப்பிடத்தகுந்த பேரரசன் ஆவான். இவன் சாளுக்கியர் குலத்தில் பிறந்தவன். இவன் தந்தை: சாளுக்கிய குலத்து இராசராசன்; தாய்: கங்கை கொண்ட சோழனின் மகளான அம்மங்கை; பாட்டியார்: முதலாம் இராசேந்திரனின் பட்டத்தரசியார்: சிறிய தந்தை: விசயாதித்தன்.

இவன், கலை பல பயின்றவன்: போர்ப் பயிற்சிகளிலும் மிக்க திறம் படைத்துத் திகழ்ந்தவன். இராசேந்திரன், உபய குலோத்தமன். அபயன், சுங்கத் தவிர்த்த சோழன் என்ற பெயர்களும் இவனுக்கு உண்டு.

இவனுடைய தந்தையான இராசராசன் வேங்கி நாட்டில் கி.பி. 1062-ல் இறந்தான். பின்னர் விசயாதித்தன் வேங்கி நாட்டை

ஆண்டான். அவன் ஆளும் வரையும், முதற் குலோத்துங்க சோழன் தன் மாமனான வீரராசேந்திரனுக்குப் பிறகு அதிராசேந்திரன் என்பவன் சில திங்கள் வரை அரசாண்டு, கி.பி. 1070 ஆம் ஆண்டில் நோயுற்று இறந்தான். அப்பொழுது சோழன் மரபில் அரசகுமாரன் ஒருவனும் இல்லை. இந்த நிலையில் சோழநாடு மிகவும் சீர்குலைந்திருந்தது. இதனை வடபுலத்திற் போர் புரிந்திருந்த முதற் குலோத்துங்கன் அறிந்தான். உடனே, கங்கை கொண்ட சோழபுரத்திற்கு விரைந்து வந்தான். அங்கிருந்த அமைச்சர் படைத்தலைவர் முதலியவர்கள், சோழனுடைய மகள் வயிற்றுப் பேரன் என்ற உரிமை கருதி, இவனை அரசனாக ஏற்றுக்கொண்டனர்: அதன் அடையாளமாக முடிசூட்டியும் போற்றினர். அது முதல்தான் இவனுக்குக் குலோத்துங்கன் என்ற பெயர் வழங்கலாயிற்று. அதற்கு முன்னால் 'இராசேந்திரன்' என்ற பெயரே வழங்கி வந்தது.

இவன், தனது தலைமைப் படைத்தலைவனான கருணாகரத் தொண்டைமானைக் கொண்டு, கி.பி.1112- இல் வட கலிங்கத்தோடு போர் நிகழ்த்தி வெற்றி பெற்றான்.

இவனுடைய காலம் கி.பி. 1070 முதல் 1120 வரை ஆகும். இவன் ஏறத்தாழ ஐம்பது ஆண்டுகள் அரசாண்டவன்.

மதுராந்தகி என்பவள் இவனது பட்டத்தரசியும் முதல் மனைவியும் ஆவாள். இவளுக்குத் தீனசிந்தாமணி என்ற ஒரு பெயரும் உண்டு. இவள் இரண்டாம் இராசேந்திர சோழனது மகள். இவள் தவிர, தியாக வல்லி, ஏழிசை வல்லபி என்று வேறு இரு மனைவியர் இவனுக்கு இருந்தனர்.

மதுராந்தகிக்கு ஏழு மக்கள் இருந்தனர். அவர்களுள் முதலா மவன் **விக்கிரம சோழன்**, இரண்டாமவன் **இராசராசன்**, மூன்றாமவன் **வீர சோழன்**. அம்மங்கை ஆள்வார் என்பவளும் சுத்தமல்லி ஆள்வார் என்பவளும் பெண்மக்கள். ஏனையர் பற்றி இக்காலத்து ஒன்றும் புலப்படவில்லை.

இவன், மேலைச்சாளுக்கியருடன் இருமுறையும், நுளம்ப பாண்டி யர், பாண்டியர், சேரர், தென்கலிங்கர், வடகலிங்கர் ஆகியவர்களுடன் தனித்தனியாக ஒவ்வொரு முறையும் ஆக ஏழுமுறை போர் தொடுத்து வெற்றி பெற்றுள்ளான். இவற்றில், இறுதியாகச் செய்த போர் வட கலிங்கப் போரேயாகும். இது இவனது 42 ஆவது ஆட்சியாண்டில் - 1112 ஆம் ஆண்டிற்கு முன்னர்- வடகலிங்க வேந்தன் அனந்தவன்மன் என்பானோடு நடத்தி வெற்றி பெற்றதாகும்.

கி.பி. 1120 இல் முதற் குலோத்துங்கன் இறந்தான். பின்பு, இவனது மூத்த மகனான விக்கிரம சோழன் சோழநாட்டை அரசாளத் தொடங்கினான்.

கருணாகரத் தொண்டைமான்

பல்லவர் குலத்தில் தோன்றிய சிற்றரசர்களுள் பெருஞ் சிறப்புடையவன் **கருணாகரத் தொண்டைமான்** ஆவான். முதலில் இவன் குலோத்துங்கனது அரசியல் அதிகாரியாக நியமிக்கப் பெற்றான். பின்னர் படிப்படியாக உயர்ந்து இறுதியில் அமைச்சர் தலைவனாகவும், தலைமைப் படைத்தலைவனாகவும் திகழ்ந்தான். இவனே கி.பி. 1122 க்கு முன் வடகலிங்கம் சென்று போர்நிகழ்த்திக் கலிங்கத்தை அழித்து, அனந்தவன்மனைப் பிடித்துக் குலோத்துங்கனுக்கு வெற்றி தேடித் தந்தவனாவான். இவனது அரிய அரசியல் ஊழியத்தைப் பெரிதும் பாராட்டி ' **வேள், தொண்டைமான்**' என்ற பட்டங்களைக் குலோத்துங்கன் இவனுக்கு வழங்கியுள்ளான். இவனுடைய ஊர் வண்டை என்பதாம். இவ்வூர் சோழமண்டலத்தில் குலோத்துங்க சோழவள நாட்டைச் சார்ந்த திருநறையூர் நாட்டிலுள்ள வண்டாழஞ் சேரியாகும். இது, இப்போது, வண்டுவாஞ்சேரி என்ற பெயரோடு, தஞ்சை மாவட்டத்திலுள்ள குடந்தை வட்டத்தில், நாச்சியார் கோயிலிருந்து குடவாசலுக்குச் செல்லும் வழியில் இருக்கிறது. செங்கற்பட்டு மாவட்டத்திலுள்ள வண்டலூரே இந்த வண்டை என்றும் வேறு சிலர் கூறுவர். இவனைச் சயங்கொண்டார், கலிங்கத்துப் பரணியில், 'திருமாலின் சக்கரம் போன்றவன்' என்று உருவகம் செய்து உயர்த்துப் பாடியுள்ளார்.

1. கடவுள் வாழ்த்து

(கலிங்க வெற்றிக்கு உரியவன் முதற் குலோத்துங்க சோழன், நீண்ட நாள் அவன் வாழவேண்டி வாழ்த்துபவராக, கவிச்சக்கரவர்த்தி சயங்கொண்டார், கடவுளர்களைத் துதித்துப் பாடுகிறார். ஒவ்வொரு கடவுளரோடும் குலோத்துங்கனைத் தொடர்புபடுத்தியும் வேண்டிப் பாடுகின்றார்.

உமாதேவன் வணக்கம்

சிறந்த வேதங்களில் கூறப்பட்டுள்ள நல்லொழுக்கங்களை மக்களுக்குத் தெரிவிப்பதற்காக, உலகைக் காப்பாற்றும் நாடுகாவன் உரிமையினால் நாள்முகன் படைத்த நிலமகளைக் கைப்பிடித்தவன் **முதற் குலோத்துங்க சோழன்**, உலகில் இல்லறவாழ்வின் செயல் முறையை நிலைப்பெறச் செய்வதற்காகத் திருமால் தாரைநீர் வார்க்கவும், நான்முகன் மணச்சடங்குகளைச் செய்விக்கவும், மலையரசன் மகளாகிய உமையை மணம் புரிந்து கொண்டவன் சிவபிரான் 'சோழர் குலம், சாளுக்கியர் குலம் என்னும் இருவகைக் குலங்களிலும் சிறந்த சோழன் வாழ்க!' என்று அப்பெருமானை வேண்டித் துதிப்போமாக. (உலகில் இல்லறம் நிலைக்கச் சிவன் உமையை மணந்தது போல, நாட்டிலே நல்லொழுக்கம் நிலைக்க முதற் குலோத்துங்கன் நிலமகளை மணந்தான் என்றது இது.)

புயல்வண்ணன் புனல் வார்க்கப், பூமிசையோன்
தொழில் காட்டப் புவன வாழ்க்கைச்
செயல்வண்ணம் நிலைநிறுத்த, மலைமகளைப்
புணர்ந்தவனைச் சிந்தை செய்வாம், 1

'அருமறையின் நெறிகாட்ட, அயன்பயந்த
நிலமகளை, அண்டங் காக்கும்
உரிமையினில் கைப்பிடித்த உபயகுலோத்
தமன், அபயன், வாழ்க!'' என்றே.... 2

புயல்வண்ணன் - கார்மேக வண்ணன்: திருமால். புனல்- நீர். பூமிசையோன் - நான்முகன். தொழில் - மணச்சடங்கு. புவனம் - பூமி. செயல் வண்ணம் - செயல்முறை. மலைமகள் - உமை; இமயவனின் மகளாகிய பார்வதி. மறை - வேதம். நெறி - நல்லொழுக்கம். அயன் - நான்முகன். அண்டம்- உலகம். கைப்பிடித்தல்- மணத்தல். உபய குலம் - இருவேறு குலம்; சோழர் குலமும், சாளுக்கியர் குலமும். அபயன் - சோழன்.

திருமால் துதி

'உலகைக் காப்பாற்றும் திருமாலின் வயிற்றைப் போல, கருணை நிறைந்த முதற் குலோத்துங்கனுடைய ஒப்பற்ற கொற்றக் குடையானது, இந்த உலகத்தையும், இதில் உள்ள எல்லாப் பொருள்களையும் தன்னுள் அடக்கிக் கொண்டு காத்து இனிது வாழ்க!' என்று, எந்தத் தாய் வயிற்றிலும் வினைவசமாகப் பிறவாமல் தன் இச்சையாகவே தோன்றி உலகங்களையெல்லாம் அடக்கிக் காத்துக் கொண்டு இருக்கும் ஒப்பற்ற வயிற்றையுடைய, குழந்தைக் கண்ணனின் அழகிய பெயர்களைச் சொல்லித் துதிப்போமாக! (கண்ணன் உலகங்களை எல்லாம் தன் வயிற்றில் அடக்கிக் கொண்டு காட்டியது போல, குலோத்துங்கன் இந்நிலவுலகம் அனைத்தையும் தன் ஒரு குடைக்கீழ் அடக்கிக் கொண்டு, காத்தலைச் செய்து வாழ்வானாக!' என்பது கருத்து.)

ஒரு வயிற்றில் பிறவாது
பிறந்தருளி உலகு ஒடுக்கும்
திருவயிற்று ஒரு கழவி
திருநாமம் பரவுதுமே, 3
'அந் நெடுமால் உதரம் போல்,
அரும் அபயன் தனிக் கவிகை
இந்நெடுமா நிலம் அனைத்தும்
பொதிந்து இனிது வாழ்க!' என்றே- 4

ஒடுக்கும் - அடக்கிக் கொண்டு இருக்கும். திரு- அழகு. வயிற்று - வயிற்றையுடையது. உதரம்- வயிறு . கவிகை- குடை. பொலித்து- தன்னுள் அடக்கிக் கொண்டு.

நான்முகனைப் பரவுதல்

நான்கு வகை நிலங்களையும், நான்கு திக்குகளையும், ஒப்பற்ற பெரிய நான்கு கடல்களையும், நால்வகை மரபுகளையும் காப்பாற்றி அருள்புரியும் முதற் குலோத்துங்கன் வாழ்க!' என்று, நான்கு யுகங் களையும், நான்கு பொருள்களையும், ஒப்பற்ற நான்கு உபநிடதங் களையும், நான்கு தலைகளையும் படைத்திருக்கின்ற முதல்வனான நான்முகனை நாம் துதிப்போமாக! ('நான்முகன் உலகைப் படைத்து அதற்கு உடையவனானதைப் போல, குலோத்துங்கனும் நாட்டைப் பெற்று அதற்கு உரிமையடையவனாகிக் காப்பாற்றுகின்றான்' என்பது இது.)

உகம் நான்கும், பொருள் நான்கும்,
உபநிடதம் ஒரு நான்கும்
முகம் நான்கும் படைத்துடைய
முதல்வனை யாம் பாவதுமே, 5

நான்கு யுகம் - கிருத, திரேத, துலாபர, கலி. நான்கு பொருள்- அறம், பொருள், இன்பம், வீடு. ஒப்பற்ற நான்கு உபநிடதம் - பிரகதாரண்யம், சாந்தோக்கியம், ஐதரேயம் - கௌஷீதகம். முதல்வன் - நான்முகம், நான்கு நிலம் - குறிஞ்சி, முல்லை, மருதம், நெய்தல், நான்கு கடல் - கீழ்க் கடல், மேற்கடல், வடகடல், தென்கடல், நான்கு குலம் - அந்தணர், அரசர், வணிகர், வேளாளர், குலதீபன் - தன்னுடைய புகழினால் தான் பிறந்த குலத்தை விளங்கச் செய்பவன்: குலோத் துங்கன்.

கதிரவனை வேண்டல்

'குளிர்கடலால் சூழப்பட்ட உலக முழுவதும் பரவியுள்ள வறுமை யாகிய இருளைத் தன்னுடைய ஆணைச்சக்கரத்தால் போக்கும், இரவி யாக விளங்கும் முதற்குலோத்துங்கன் வாழ்க' என்று பெரிய கடலால் சூழப்பட்ட எல்லா உலகங்களும் விளங்கும்படியாக, ஒற்றைச் சக்க ரத்தையுடைய தன் தேரைச் செலுத்தி, ஒளியால் உலக இருளைப் போக்கும் ஞாயிற்றுத் தேவானை வணங்குவோமாக! (ஞாயிறு, ஒற்றைச் சக்கரத் தேரைச் செலுத்தி உலக இருளைப் போக்ககுவது போல, முதற் குலோத்துங்கள் தன் ஒப்பற்ற ஆட்சியினை ஒரு குடைக் கீழ் நடத்தி, நாட்டின் வறுமையும் அமைதியின்மையுமாகிய இருளைப் போக்கின்றான்' என்கிறார்.

பேர்ஆழி உலகு அனைத்தும்
பிரங்க, வளர் இருள்நீங்க
ஒர் ஆழி தனை நடத்தும்
ஒண்சுடரைப் பரவுதுமே
பனிஆழி உலகு அனைத்தும்
பரந்த கலி இருள் நீங்கத்

தனி ஆழி தனை நடத்தும்
சயதுங்கள் வாழ்க! என்றே - 8

பேர் - பெரிய. ஆழி- கடல். பிறங்க - விளங்க. ஓர் ஆழி - ஒற்றைச் சக்கரம். சுடர்- கதிரவன். பனி- குளிர்ந்த. கலி-துன்பம்: வறுமை. ஆழி - ஆணைச் சக்கரம். சயதுங்கன்- வெற்றியால் மேம்பட்டவன்; குலோத்துங்கன்.

ஐங்கரத்தானைப் பணிதல்

'எட்டுத் திக்கு யானைகளும் எட்டுத் தூண்களாக வெற்றித் தூண்கள் பலவற்றை நாட்டி, ஒப்பற்ற வானத்தைக் கூரையாகக் கொண்டு இருப்பதைப் போல, உலகங்களை எல்லாம் மூடிக்கொண் டிருக்கும் அருட்குடையை உடையவனும், வறுமைக்குப் பகைவனும் ஆகிய முதற்குலோத்துங்கன் வாழ்க!' என்று நான்கு வேதங்களாகிய கூடத்தில் பொருந்தியவனும், வினை பிறவி ஆகியவற்றின் தலையை அறுக்கும் யோகியர்தம் மனம் என்னம் ஒப்பற்ற தூணிலே (கணபதி யைக்) கட்டக் கட்டுண்டு நிற்பவனும், ஐந்து கைகளை யுடையவனு மாகிய ஒப்பற்ற யானைமுகனான விநாயகக் கடவுளிடத்து அன்பு செலுத்துவோமாக! விநாயகக் கடவுள் வேதமாகிய கூடத்தில் விளங்கி, அடியார் மனத்தூணில் சேர்ந்த நிற்பது போலக், குலோத்துங்கனின் குடை வானத்தைப் போல எல்லா உலகங்களையும் கவிந்து நிற்ப துடன், அதற்கு அன்பு செய்தார்க்கு அருள் கொண்டு உதவுவதாகவும் இருக்கின்றது' என்பது இது.)

காரண காரியங்களின் கட்டு அறுப்போர் யோகக்
கருத்து என்னும் தனித்தறியில் கட்டக், கட்டுண்டு
ஆரணமாம் நாற்கூடத்து அணைந்து நிற்கும்
ஐங்கரத்து ஒரு களிற்றுக்கு அன்பு செய்வாம், 9

' தனித்தனியே திசையானைத் தறிகள் ஆகச்,
சயத்தம்பம் பலநாட்டி, ஒரு கூத்தே
அனைத்துலகும் கவிந்ததெனக் கவிந்து நிற்கும்
அருட்கவிகைக் கலிப்பகைஞன் வாழ்க!' என்றே 10

காரணம்- வினை. காரியம்- பிறவி. கட்டு- தளை. கருத்து- மனம். தறி- தூண். ஆபரணம் - வேதம். கூடம்- இடம். சயம்-வெற்றி. தம்பம்- தண். கவிந்து- மூடி. அருள் கவிகை- கருணையாகிய கொற்றைக் குடை. கலிப்பகைஞன்- குடி மக்களின் வறுமைக்குப் பகைவன்; நாட்டிலே வளம் பெருமாறு நாடாண்டவன்

அறுமுகனைத் துதித்தல்

'ஒப்பற்ற இரு குலங்களும் நிலைபெற வந்து, ஒரு தனிக் குடைக்கீழ், நான்கு கடல்களையும் நான்கு திக்குகளையும் தனக்கே உரிமையாக பெற்றிருக்கின்ற, சூரிய குலத்திற் சிறந்தவனான முதற்

குலோத்துங்க சோழன் வாழ்க! ' என்று மேருமலையும் ஒப்பாகாதபடி நிறம் பொருந்திய பன்னிருகைகளையும், பன்னிரு கண்களையும் பெற்றிருப்பவனாகிய முருகனின் திருவடிகளை வணங்குவோமாக! முருகன் பன்னிரண்டு கண்களும் பெற்றிருப்பது போலக் குலோத்துங் கன் நான்கு கடல்களையும், நான்கு திக்குகளையும் தனக்கு உரிமை யாகப் பெற்றுள்ளான் என்பது கருத்து)

பொன் இரண்டு வரைதோற்கும் பொருஅரிய
நிறம்படைத்த புயமும் கண்ணும்
பன்னிரண்டும் ஆறிரண்டும் படைத்து டையான்
அடித் தலங்கள் பணிதல் செய்வாம், 11

ஓரிரண்டு திருக்குலமும் நிலைபெற வந்து,
ஒருகுடைக்கீழ்க் கடலும் திக்கும்
ஈரிரண்டு படைத்துடைய இரவிகுலோத்
தமன், அபயன் வாழ்க!' என்றே- 12

தோற்கும்- தோல்வி அடையம், பொரு- ஒப்பு. புயம்- தோள். அடித்தலம் - பாதம். இரவி- சூரியன்.

நாமகள்

''முதற் குலோத்துங்கன் பிற அரசர்களைக் காட்டிலும் பல மடங்கு சிறந்தவன். புகழாகிய பெண் 'அவனிடத்தில் இருத்தலே நன்று!' என்று கருதி அமர்ந்து இருப்பதைப் போலவே, நிலமகள் குலோத்துங்கனுடைய புகழாகிய வெள்ளாடையை உடுத்து அவனிடத் திலேயே இருக்கின்றாள். இவற்றால் களிப்படைந்த தலைவனும், சோழ நாட்டினர்க்கு அரசனுக்கு ஆகிய முதற் குலோத்துங்கன் வாழ்க!'' என்று, வெற்றியினால் மேம்பட்டு விளங்கும் குலோத்துங்கனின் தோள்களில் திருமகளும் வெற்றிமகளும் குடிகொண்டனர். 'அவ்விருவரினும் மேலான இடத்தில் இருக்கின்றாள்' என்று யாவரும் புகழும்படியாக, நாமகளும் கலைமகளும் என்று சொல்லும் சோழனின் நாவிலே வீற்றி ருக்கும் சரசுவதியின் புகழைச் சொல்லித் துதிப்போமாக' (இதனால், குலோத்துங்கனின் தோள்வலியும், புகழும், அறிவுச் சிறப்பும் கூறப் பட்டன.)

பூமாதும் சயமாதும் பொலிந்து வாழும்
புயத்துஇருப்ப,'மிக உயரத்து இருப்பள்'என்று
நாமாதும் கலைமாதும் என்னச் சென்னி
நாவகத்துள் இருப்பாளை நவிலுவாமே, 13

''எண்மடங்கு புகழ்மடந்தை, 'நல்லன் எங்கோ:
யான் அவன்பால் இருப்பது நன்று' என்பாள்போல
மண்மடந்தை,தன்சீர்த்தி வெள்ளை சாத்தி
மகிழ்ந்தபிரான், வளவர்பிரான்,வாழ்க'' என்றே. 14

பூமாது - திருமகள். சயமாது-வெற்றிமகள். பொலிந்து- சிறந்து. புயம் - தோள். சொன்னி - சோழன். நலிலுவாம் - சொல்லித் துதிப்போம். எண் மடங்கு - பலமடங்கு. சீர்த்தி - மிகு புகழ். வெள்ளை - வெண்மை யான ஆடை. சாத்தி-புனைந்து. வளவர்பிரான்-சோழர் தலைவர். 13ஆவது கண்ணியில் 'இருப்போம் என்று நாமாது கருதினவள் போல் நயந்து சென்னி' என்பது வேறு பாடம்.

கொற்றவை வணக்கம்

''பாண்டியன் குலோத்துங்கனைப் பகைத்தான். குலோத்துங் கன் வில் வளைத்துப் போரிட்டான்.பாண்டியன் எதிர் நிற்க முடியாமல் மலைகளில் ஏறிக் கால்கள் சிவக்க ஓடினான். குலோத்துங்கன் வென் றான். பாண்டியனை வென்றது மட்டுமன்று,தன்னை எதிர்த்த சேரனை யும் தோல்வியுறச் செய்தான்.தோற்ற சேரமன்னன் தன் முடியில் சூடி யிருந்த மலரைக் குலோத்துங்கனின் திருவடித் தாமரையிலே சூட்டி னான். அதனால், 'சோழனுக்கு அருள் புரியும், பாண்டிய நாட்டவர்க்குத் தலைவனாகிய முதற் குலோத்துங்க சோழன் இனிது வாழ்க!'' என்று, எல்லாத்தெய்வங்களுக்கும் முதற் கடவுள் சிவன்; அவர் சிறந்த அழகிய மேனியை உடையவர்; கரும்பு வில்லையுடைய மன்மதன் அவருடைய பாதி உடம்பு கருமையாகும்படி மலர்கணையைத் தொடுத் தான்; அவன் விடுத்த மலரம்பு உமையம்மையின் பாதத் தாமரையை யும் நெருங்கவில்லை. அந்த உமையம்மையாரின் மலர் போன்ற திருவடிகளை முடிமேல் வைத்து வணங்குவோம்! ('மன்மதன் மலரம்பு உமையவளின் திருவடியையும் அணுகவில்லை. ஆனால், சேரனின் முடிமலர் குலோத்துங்கனின் அடிமலரினை அணுகிற்று என்பது கருத்து.)

செய்யதிரு மேனிஒரு பாதி கரிது ஆகத்,
தெய்வமுதல் நாயகனை எய்த சிலை மாரன்
கையின்மலர் பாதமலர் மீதும் அணுகா நம்
கன்னிதன் மலர்க்கழல்கள் சென்னிமிசை வைப்பாம், 15

'கறுத்த செழியன் கழல்சிவப்ப வரை ஏறக்
கார்முகம் வளைத்து உதியர் கோமகன் முடிக்கண்
பொறுத்தமலர் பாதமலர் மீதுஅணிய நல்கும்
பூழியர் பிரான் அபயன் வாழ்க இனிது!'என்றே. 16

செய்ய - சிவந்த. நாயகன்-சிவன். சிலை-வில். மாரன் - மன்மதன். கன்னி - உமை. சென்னி- தலை. கழல்- திருவடி. கறுத்த - கோபித்துப் பகைத்த. செழியன் - பாண்டியன்.

சப்த மாதர்கள் துதி

''பன்றி, கலப்பை, மான், சிங்கம், வீணை, வில், கயல் என்று சொல்லப்பட்ட பலவகையான கொடிகள் தாழ்வடையவும், மேரு

மலையில் பறக்கவிட்ட சோழ மன்னனுடைய ஒப்பற்ற புலிக்கொடி செழிப்புறுக!' என்று, எருமை, அன்னப்பறவை, பேய், மயில், காளை, கழுகு, யானை என்னும் ஏழு கொடிகளையும் முறையே பெற்ற சாமுண்டி, அபிராமி, வராகி, கௌமாரி, மயேச்சுவரி, நாராயணி, இந்திராணி ஆகியவர்களின் பதினான்கு பாதங்களையும் தொழ நினைப் போமாக! (ஏழு கன்னியரும் ஏழு கொடிகளை உயர்த்திருப்பது போலக், குலோத்துங்கன், பகைவர் கொடிகளைத் தாழ்த்தி, மேருவில் தன் புலிக்கொடியை உயர்த்துள்ளான். கொடிகள் உயர்வது அவர்தம் வெற்றிச் சிறப்பையும், தாழ்வது அவர் தோற்றுவிட்டதையும் குறிக்கும்.)

மேதி, புள், அலகை, தோகை, ஏறு, உவணம்,
வேழம், என்ற கொடி ஏழுடைச்
சோதி மென் கொடிகள் ஏழின் ஏழ் இரு
துணைப்பதம் தொழ நினைத்துமே, 17

கேழல், மேழி, கலை, யாளி, வீணை, சிலை,
கெண்டை, என்று இனைய பல்கொடி
தாழ,மேருவில் உயர்த்த செம்பியர்
தனிப்புலிக் கொடி தழைக்கவே- 18

மேதி - எருமை; புள் - அன்னம்; அலகை - பேய். தோகை - மயில். ஏறு - காளை. உவணம் - கழுகு. வேழம் - யானை.

வளம் பொழிக! நிறைக!

நூல்களைக் கற்ற வேதியர் அவர் தொழிலைப் புரிக! மேகங்கள் மழை பொழிக! நாடெங்கும் வளப்பமாகிய பயிர் வகைகள் நிறைக! உயிர்களெல்லாம் நிலைபெற்று வாழ்க! உலகத்திற்கு முதன்மையாக இருக்கின்ற மனுநீதிச் சோழனின் நீதிமுறையும் மிகுக! முதற் குலோத் துங்கனின் வெண்கொற்றக்குடையும், வருபவர்க்குப் பொருள் சொரிந்து மேலும் சொரிவதற்குக் கவிந்திருக்கும் அவன் கைகளும் வளர்க!

விதி மறையவர் தொழில் விளைகவே
விளை தலின், முகில் மழை பொழியவே!
நிதி தரு பயிர் வளம் நிறைகவே!
நிறைதலின், உயிர் நிலைபெறுகவே! 19

தலம் முதல் உள மனு வளர்கவே!
சயதான் உயர் புலி வளர்கவே!
நிலவு உமிழ் கவிகையும் வளர்கவே!
நிதி பொழி கவிகையும் வளர்கவே! 20

விதிமறையவர்- நூல்களைக் கற்ற வேதியர். தொழில்- வேள்வித் தொழில். முகில்- மேகம். நிதி- செல்வம். தலம்- உலகம். முதல் உள - முதன்மையாக இருக்கின்ற. நிலவு உமிழ் - ஒளியை வீசும். கவிகை - வெண் கொற்றக் குடை; கவிகை - கீழ் நோக்கிக் கவிந்திருக்கும். கைகள்; கொடுத்துக் கொடுத்து மேலும் கொடுப்பதற்குக் கவிந்திருக் கும் கொடைக் கைகள்.

2. கடை திறப்பு

(கவிச்சக்கரவர்த்தியின் கற்பனை வளம் இனிக்கவினிக்க ஊறிச் சுரத்து களிப்பூட்டுகின்ற பகுதி இது. படையெடுத்துச் சென்றவர்கள் நாடு திரும்புகிறார்கள். அவர்களுடைய செயலாண்மையை நாடு முழுவதுமே வியந்து போற்றுகின்றது. வழிநெடுக, மக்கள் வீரர்களுக்கு வரவேற்பளித்து வாழ்த்துகின்றனர்; புலவர்கள் போற்றி பாடுகின்றனர்.

இந்த ஆரவாரமான உற்சாகத்தில் கலந்து கொள்ளாமல், அவ் வீரர்களின் காதலியர் மட்டும் ஊடிச் சினந்து ஒதுங்கி நிற்கிறனர். பிரி வென்னும் கொடிய வேதனைத் தீயிலே வெதும்பி வாடிய அவர்களின் உள்ளத்திலே, வரும் வீரமறவரை வரவேற்கும் தன்முனைப்பு ஏற்பட வில்லை; அவர்கள் தங்களைப் பிரிந்து வாடி நலனழிய விட்டுச் சென்ற கொடுமை நினைவே நிரம்பி நிற்கின்றது. தங்கள் வீட்டுக் கதவுகளை அடைத்துத் தாளிட்டுக் கொள்ளுகின்றனர் அவர்கள்.

ஆர்வம் அலைமோதுகின்ற உள்ளத்தோடு, ஆனால் புறத்தே சினத்தே வெளிப்படுத்தியவாறு நடிக்கும் அந்தப் பெண்களின் செயல், பெண்மையின் இயல்பான போக்கு, கவிஞரை மிகவும் கவர்கின்றது.

அவர்களின் ஊடலைத் தீர்க்கும்படியாக, தாமே அவர்களிடம், வேண்டிக் கேட்டுக் கொள்வது போலக் கற்பித்து, அடைத்த கதவு களைத் திறக்குமாறு வேண்டுகின்றதாக அமைந்த சுவையான பகுதி இது.)

உறுப்புக்களின் அழகு

சூதாடு கருவியின் அளவேயுடைய இளைய முலைகளையும், உடுக்கையின் அளவேயுடைய நுண்ணிய இடையினையும், காதை அளாவும் நீண்ட மதர்த்த விழிகளையும் கொண்டுள்ள, கடலில் தோன்றிய அமுதத்தைப் போல வாழ்வு அளிக்கக்கூடிய பெண்களே! கதவைத் திறவுங்கள்.

சூதளவு அளவெனும் இளமுலைத்,
துடியளவு அளவெனும் நுண்இடைக்
காதளவு அளவெனும் மதர்விழிக்
கடலமுது அனையவர்! திறமினோ!

சூது - சூதாடு கருவி. துடி- உடுக்கை. நுண் - நுண்ணிய. இடை- இடுப்பு! மதர்- செருக்கு விழி-கண். அமுது- அமிழ்தம். அனையவர்- ஒத்தவர்.

இளமுலை அழகு

இளைய முலைகள் பக்கம் திரண்டு வளருந்தோறும், ஆசை எழாது பொறுத்துக் கொள்ளும் மெய்யறிவு படைத்த யோகியரையும், தங்கள் உறுதி குலைந்து உங்கள் இடுப்புத் துவள்வதனால் படும் துன்பத்தைப் போலத் துன்புறும்படி செய்கின்ற அழகிய பெண்களே! உயர்ந்த வாயிலில் உள்ள தாளிட்ட கதவினைத் திறவுங்கள்.

புடைபட இளமுலை வளர்தொறும்
பொறை அறிவுடையரும் நிலை தளர்ந்து
இடை படுவது பட அருளுவீர்!
இடு கதவு உயர்கடை திறமினோ! 22

புடைபட- பக்கங்கள் திரள, பொறை- ஆசை எழாத மன அடக்கம்; இடை- இடுப்பு. இடைபடுதல்- துன்புறுதல்; துவள்தல். பட- பொருந்த, இடு-தாள் இட்ட, கடை- வாயில் கதவு

நடை அழகு

குளிர்ந்த இனிய சொற்களைப் பேசும் பெண்களே! நெளிவு களையுடைய கூந்தல் அசையவும், கால்களிலே அணிந்துள்ள கிண் கிணிகள் ஒலிக்கவும், தூங்கி எழுகின்ற மயில்களைப் போல நடந்து வந்து, வாயில் கதவுகளைத் திறவுங்கள்!

கரிகுழல் அசைவுற அசைவுறத்,
துயில்எழும் மயில் என மயில்எனப்,
பரிபுரம் ஒலிஎழ ஒலிஎழப்
பனிமொழியவர்! கடை திறமினோ! 23

சுரி - சுருண்ட. குழல் - கூந்தல். துயில் - தூக்கம். பரிபுரம் - கிண்கிணி. பனி - குளிர்ந்த; இனிய, மொழி - சொல்.

ஊடிய மகளிர்

முதற் குலோத்துங்க சோழன் வேண்டியவர்க்கு வேண்டிய வற்றைக் கொடுத்தலை உடையவன்; மனிதரிலே சிறந்தவன். அவன், இனிய கனவில் காதல் மனைவியராகிய உங்களிடம் வந்து சேர்ந்தான். அப்பொழுது நீங்கள் அவனைத் தழுவிக் கூடி மகிழவில்லை. மாறாக, நெஞ்சிலே பிணக்கம் கொண்டீர்கள். அப்படிப் பிணக்கம் கொண்ட உங்கள் நெஞ்சத்தோடு, விடிந்ததும், அதன் பிழைக்காக நீங்களே பிணக்கம் கொள்ளும் அவனுடைய காதற் கிழத்தியர்களே! உங்க ளுடைய அகன்ற வாயிலின் கதவுகளைத் திறவுங்கள்!

கூடிய இன்கனவு அதனிலே
கொடை நர துங்கனோடு அணைவுறாது,
ஊடிய நெஞ்சினோடு ஊடுவீர்?
உமது நெடுங்கடை திறமினோ! 24

கூடிய- வந்தடைந்த. நரதுங்கன் - மனிதரிலே சிறந்தவன்; குலோத்துங்கன். அணைவு உறாது - தழுவிப் புணராமல். ஊடிய- பிணங்கிய. நெடும் கடை- அகன்ற கதவு.

விடிமின்! பிடிமின்!

நீங்கள் ஊடல் கொண்டீர்கள். அப்பொழுது உங்களுடைய ஆடையைக் காதல் வேட்கையால் பற்றி இழுக்கவும், வெறுப்பில்லாத பொய்க் கோபமே உங்களிடம் உண்டாயிற்று. ''ஆடையை விட்டு விடுங்கள்! விட்டு விடுங்கள்' என்று அந்தப் பொய்க் கோபத்தோடு மழலைச் சொல்லால் குழறினீர்கள். அவ்வளவே தவிர, அந்த இடத்தை விட்டுச் சிறிதும் அகலவே இல்லை. அவ்வாறு அகலாது நிற்பது, ' ஆடையைப் பிடியுங்கள்! ஆடையைப் பிடியுங்கள்' என்ற உட்பொருள் தோன்றும்படியாக இருந்தது. 'அப்படிப்பட்டவர்களே! அன்னம் போன்ற பெண்களே! கதவைத் திறவுங்கள்!'

'விடுமின் எங்கள் துகில் விடுமின்!' என்றுமுனி
வெகுளி மென்குதலை, 'துகிலினைப்
பிடிமின்!' என்ற பொருள் விளைய நின்று அருள்செய்
பெடைநவீர்! கடைகள் திறமினோ! 25

துகில் - ஆடை. முனி. வெகுளி; ஊடலால் உண்டான கோபம். மென் - இனிய. குதலை- மழலைச் சொல். விளைய- தோன்ற. நின்று- அந்த இடத்தைவிட்டு அகலாமல் நின்று, பெடை- பெண் அன்னம். நவீர் - நல்லீர்; பெண்கள்.

நனவில் நகக்குறி தடவுதல்

'சோழர்களில் சிறந்தவன் முதற் குலோத்துங்கன். அவனுடைய அருள் முழுவதும் இனி என்னுடையதாகும் என்று இரவில் காணும் கனவிலே களிப்படைந்து முலைகளில் கைநகங்களால் நகக்குறிகள் உண்டானதென மயங்கி, அவற்றை நனவிலேயும் தடவித் தேடிப் பார்க்கும் பெண்களே! அவன் வருகின்றான்; வாயிற் கதவுகளைத் திறவுங்கள்;

'எனது, அடங்க இனி வளவ துங்கன் அருள்'
என மகிழ்ந்து, இரவு கனவிடைக்
தனதடங்கள் மிசை நகம் கடந்த குறி
தடவுவீர்! கடைகள் திறமினோ! 25

அடங்க - முழுமையும், வளவ துங்கன் - சோழரில் சிறந்த குலோத்துங்கன். தன தடம் - முலைத்தடம். மிசை - மேலே. இது சோழனின் காதலியர்பாற் பாடியது.

பிணக்கம் நீங்கிச் சேர்தல்

கணவர் மீது பிணக்குக் கொண்டு வெறுப்பவர்களில் உங்களுக்கு ஒப்பானவராக வேறு எவரும் இலர். அப்பிணக்கு நீங்கிப் புன்சிரிப்பு

எழுந்ததும், 'முல்லை அரும்பு போன்ற பற்களின் சிரிப்பை பெற்று விட்டோம்' என்று மகளிரின் கனிந்த பவளம் போன்ற வாயிதழினை நெருங்கி முத்தமிட்டுக் காதலர் அணைத்துக் கொள்ள வருவர். அப்பொழுது, இன்ப மிகுதியால் முத்துப் போன்ற நீர்த்துளிகளைச் சிந்தும், கெண்டை மீனைப் போன்ற இரண்டு கண்களையுடைய பெண்களே! கதவைத் திறவுங்கள்; திறவுங்கள். இது ஆனந்தக்கண்ணீர்.)

முனிபவர் ஒத்திலராய், முறுவல் கிளைத்தலுமே,
முகிழ்நகை பெற்றம்!' எனா மகிழ்நர் மணித் துவர்வாய்
கனி பவளத்து அருகே வருதலும், முத்து உதிரும்
கயல்கள், இரண்டு உடையீர்! கடை திறமின் திறமின் 27

முனிபவர் - ஒத்திலராய், முறுவல் - புன்னகை. கிளைத்தல்- புரிதல். முகிழ் - அரும்பு. நகை - சிரிப்பு, பெற்றதும் - அடைந்தோம். மகிழ்நர் - கணவர். மணி- அழகிய. துவர் - பவளம். முத்து - முத்துப் போன்ற மகிழ்ச்சிக் கண்ணீர். உதிரும் - சொரியும். கயல் - கெண்டை மீன். கடை - வாயில். திறமின்- திறந்து விடுங்கள்.

மகளிரின் பொய்த் தூக்கம்

இளமையுடைய காதலர்பால் ஊடல் கொண்டு, பொய்யாகக் கண்கள் மூடி உண்மையாகவே தூங்குபவர் போலப் படுத்திருப்பீர்கள். அந்தத் தூக்கம் உண்மையான தூக்கம் தான்' என்று நினைத்த காதலர், தாம் செய்யும் தொழில் மகளிரின் ஊடல் நோய்க்கு மருந்தளிக்கும் என்று மனத்தில் எண்ணித் தங்கள் கையை உங்கள் அடி வயிற்றின் கீழ் வைத்து மெல்லத் தடவுவர். அப்பொழுதும் நீங்கள் மிகுதியாகப் பொய்த்தூக்கம் தூங்கிக் கடைக்கண்களையும் திறவாதிருப்பீர்கள். அத்தகைய பெண்களே! வாயிலைத் திறந்துவிடுங்கள்.

இத்துயில் மெய்த் துயிலே' என்று குறித்து, இளைஞோர்
'இது புலவிக்கு மருந்து' என மனம் வைத்து, அடியில்
கைத்தலம் வைத்துலுமே, பொய்த்துயில் கூர் நயனக்
கடை திறவா மடவீர்! கடை திறமின் திறமின்! 28

துயில்- தூக்கம். மெய்- உண்மை. குறித்து- நினைத்து. புலவி- ஊடல்; பிணக்கு. மனம் வைத்து- மனத்தில் எண்ணி. அடியில் - அல்குலில்; அரசிலையில். கூர்-மிகுதி. நயனம் - கண். 'அடியில் கை வைத்தல்' புறத்தொழில் வகைகளுள் ஒன்று என்பர் காமநூலார். மீண்டும் பொய்யாகத் தூங்கியது, காதலரின் வேட்கைக்கு இசைந்த தால்.

கனவில் பெற முயல்தல்

முதற் குலோத்துங்க சோழன் பகை அரசர்களின் வலிமையை அழித்தான். அவ்வரசர்கள் அவனை வணங்கும்படியாகப் பகற் பொழுதில் வீதியில் உலாவந்தான். நீங்கள் அச்சம், நாணம், அடக்கம்

ஆகியவற்றை விடுத்து, அவன் பவனி வருவதையே பார்த்தீர்கள். பிறகு இரவும் வந்தது. அப்பொழுது விருப்பத்தோடு காணும் கனவிற், பகலிலே இழந்த குணங்களைப் பெற நினைத்தீர்கள். அங்கும் அவன் வரவே, அதுவும் முடியவில்லை. அதனால், சொற்கள் தடுமாறிப் பேசினீர்கள். அத்தன்மையுடைய பெண்களே! நீங்கள் உங்கள் வாயிலைத் திறந்து விடுங்கள்.

> இகல் இழந்து அரசர் தொழ வரும் பவனி
> இரவு உகந்து அருளும் கனவினில்
> பகல் இழந்த நிறை பெறமுயன்று, மொழி
> பதறுவீர்! கடை திறமினோ! 29

இகல் - வலி, பகை. தொழ - வணங்கும்படி. பவனி - உலா.

உகந்து - விரும்பி. நிறை - அடக்கம், மொழி நறுவீர்- வாய் குழறுவீர்.

முத்துமாலையும் பவளமாலையும்

பெண்களே; நீங்கள் வாயிலைத் திறப்பீர்களேயானால், உங்கள் கணவர் உங்களைக் கட்டித் தழுவுவார்கள். தாமரை மொட்டுப் போன்ற உங்கள் தனங்களின் மேல் இப்பொழுது முத்துமாலை சேர்ந்துள்ளது. இனிக்கணவர் உங்கள் தனங்களில் தங்களுடைய அழகிய சிவந்த உதடுகளாற் பவள மாலையையும் தவழ வைப்பார்கள். ஆதலால், இனியும் வாயிலை அடைத்திராமல் திறந்து விடுங்கள்! (முன் பெற்ற கூடலின்ப நினைவை எழுப்பி ஊடல் தீர்க்க முயல்வது இது. பவள மாலை என்பது கலவிக் காலத்திலே செய்யும் பற்குறி வகைகளுள் ஒன்றே.)

> முத்து வடம்சேர் மகிழ் முலைமேல்
> முயங்கும் கொழுநர் மணிச் செவ்வாய்
> வைத்த பவள வடம் புனைவீர்!
> மணிப்பொன் கபாடம் திறமினோ! 30

வடம் - மாலை. முகிழ் - கோங்கின் அரும்பு, தாமரை - மொட்டு. முயங்கும்- புணரும். கொழுநர் - கணவர். மணி- அழகு. புனைவீர் - அணிவீர். கபாடம் - கதவு. பவளம் - பவளமாலை என்னும் பற்குறி.

ஆத்தி மாலையின் மீது ஆசை

முதற் குலோத்துங்க சோழன் இரப்பவர்களுக்குக் கொடுக்கும் குணமுடையவன். அவன் மார்பிலே ஆத்தி மாலை சூடியுள்ளான். அம் மாலைமீது உங்களின் பார்வை விழுகின்றது. அம் மாலையின் அழகிலே ஈடுபட்டு, அவன் சென்ற வழியிலேயே கண்களைச் செலுத்தி, 'திரும்பவும் எப்பொழுது வருவான்' என்று தேடுவீர்கள். 'அத்தகைய பெண்களே! உங்கள் அழகிய பொன்னாலாகிய கதவைத் திறந்து விடுங்கள்!' என்கிறார்.

தண் கொடை மான தன் மார்பு போய்
தாதகி மாலையின் மேல் விழும்
கண் கொடு போம் வழி தேடுவீர்
கனக நெடு கடை திறமினோ! 31

தண் - குளிர்ச்சி. மானதன்- மானத்தைக் காப்பவன்; குலோத்துங்கன். தோய்- பொருந்திய, தாதகி - ஆத்தி. கனகம் - பொன். நெடும் கடை - உயர்வாகிய கதவு, இது சோழனின் காதலியர்பாற் பாடியது.

படைக்கும் கண்களுக்கும் ஒப்புமை

முதற் குலோத்துங்கன் படை

பகைவர் மீது படையெடுத்துச் செல்வதற்கு அடையாளமாகப் படையினர் வஞ்சி என்னும் பூமாலையைச் சூட்டிக் கொள்வர். வஞ்சி சூடிய முதற் குலோத்துங்க சோழன் மீன்கொடியை உடைய பாண்டியன் பயந்து ஓடும்படி படையெடுத்துச் சென்றான். மதுரைமா நகருக்குள் புகுந்து போர் புரிந்தான். பாண்டியனின் படைவகுப்பு இழிந்த சேற்றிலே ஓடிப்போய் விழும்படி நெருக்கினான். பாண்டியர் படையை வெட்டுதலால் வஞ்சி சூடிய முதற் குலோத்துங்கன் ஏவிய படை போல -

மகளிர் கண்கள்

மெல்லியலாரான உங்கள் கடைக்கண்கள், உங்கள் கணவர் களுடன், அவர்கள் கூடும் காலத்தில், கெண்டை மீன்கள் பயந்து தோற்று ஓடுவது போல, ஒன்றோடு ஒன்று பிறழ்ந்து போரிட்டு வெல்லும். அழகிய காதணிகளில் அவை மோதி விழும்படி ஒளி விசுவதால், வஞ்சிப் பூமாலையை அணிந்த முதற் குலோத்துங்கள் ஏவிய படையைப் போன்ற கொடிய கண்களையும், இளம் பருவத் தையும் உடைய அழகிய பெண்களே! தாளிட்ட அழகிய கதவைத் திறவுங்கள். (பாண்டியர் கொடியிலுள்ள மீனை, மகளிர்களின் கண்மீன் வென்றது என்றதன் உவமை நயம் காண்க.)

அஞ்சியே சுழல் கெடக் கூடலிற் பொருது சென்று
அணிகடைக் குழையிலே விழ அடர்த்து எறிதலால்
வஞ்சி மானதன் விடும் படையினிற் கொடிய கண்
மடநலீர்! இடுமணிக் கடை திறந்திடுமினோ! 32

கயல்- மீன்கொடி; கெண்டை மீன். கூடல் - மதுரை; பொருது - போர்செய்து; மோதி. அணி - படை வகுப்பு; அழகு. கடை - இழிவு; கடைக்கண். குழை - சேறு; காதணி. விழ - பாண்டியர். விழ: கண்விழ. எறிதலால் - வெட்டதலால். ஒளி வீசுதலால் படை - சேனை; வேல். அவன் படை எழுச்சியால் பாண்டியர் மீனக் கொடி கலங்குவதும், கூடலால் பெண்கள் கண் சிவப்பதும் கூறுவது இது. இடுமணிக்கடை சுடர்மணிக்கடை எனவும் பாடம்.

தோன்றும் நிகழ்ச்சி

பெண்களே! புணர்ச்சிக் காலத்திலே பரவசம் அடைவீர்கள்! உங்கள் உள்ளம் இளகினால், தூக்கம் பறந்து ஓடிவிடும்! பவளம் போன்ற உதடுகளிலே காணப்படும் அழகிய சிவப்பு நிறமும் வெண்மையாகிவிடும்! வெண்மையான கடைக்கண்கள் சிவப்பு நிறம் அடையும்! அடக்கமாகிய இதழ்க் காவல் நீங்கப் புன்னகை உண்டாகும்! அவற்றைக் கண்டு களிப்படையும் உங்கள் கணவரை நன்றாகப் புணருவீர்கள்! அத்தகையவர்களே, வாயிலைத் திறந்து விடுங்கள்!

அவசமுற்று உளம்நெகத் துயில் நெகப், பவள வாய்
அணசிவப்பு அற, விழிக்கடை சிவப்பு உற, நிறைக்
கவசம் அற்று இளநகை கனிவரக், களவரும்
கணவரைப் புணருவீர்! கடை திறந் திடுமினோ! 33

அவசரம்- பரவசம். உளம் நெக - மனம் உருக. துயில் - தூக்கம். நெக - அழிய. அற - போக, உற - அடைய. நிறை. அடக்கம். கவசம் - காவல். அற்று - அழிந்து. இளநகை - புன்சிரிப்பு.

நிலவை உடுப்பீர்

கலவியாகிய இன்பக் களியாட்டத்திற் களித்தலால் மன மயக்க முறுவீர்கள். உங்களுடைய இடையில் இருந்த ஆடையும் நெகிழ்ந்து போகும். இன்ப மயக்கத்தில் இருக்கும் நீங்கள் நிலவின் கலைக்கும் வெண்ணிறமாகிய உங்கள் மெல்லிய ஆடைக்கும் வேறுபாடு அறியாமல் மயங்கி, மதியின் கலையை ஆடையென நினைத்து எடுத்து உடுக்க முயலுவீர்கள். அத்தன்மையுடைய பெண்களே! அழகிய வேலைப்பாடு அமைந்த பெரிய கதவினைத் திறவுங்கள்!

கலவிக் களியின் மயக்கத்தால்
கலைபோய் அகலக் கலை மதியின்
நிலவைத் துகில் என்று எடுத்து உடுப்பீர்!
நீள்பொன் கபாடம் திறமினோ 34

கல்வி - புணர்ச்சி. களி- இன்பத்தரும் ஆட்டம் (கதகளி என்பது போல) கலை- கதிர்; ஆடை. மதி- நிலவு. நிலவு - ஒளி துகில்- ஆடை. நீள் - நீண்ட. பொன்- அழகு.

நனவும் கனவும்

முதற் குலோத்துங்க சோழன் போருக்குச் சென்றிருந்தபோது, தனித்திருந்த நீவீர், அவன் நினைவாகவே படுத்துறங்குவீர். கனவில் அவனைக் கட்டித் தழுவி இன்பம் எய்தும் சமயத்தில் கண்விழித்துப் பார்க்கவே ஏமாற்றும் அடைவீர். பிறகு, விழித்திருக்கும் காலத்தில், முதற் குலோத்துங்க சோழனே நேரில் வருவான். அவனோடு கலந்து இன்பம் எய்துவீர். விழிப்பில் நடந்த நிகழ்ச்சி அது என்று தெளிவடையாமல், அதனையும் முன்போற் கனவில் நிகழ்ந்த நிகழ்ச்சியாகவே எண்ணித் தோழியரிடம் சொல்லி நிற்பீர். கேட்ட தோழியர் விழுந்து

விழுந்து சிரிப்பார்கள். அதனை அறிந்த பிறகே தெளிவடைவீர். அத்தகைய தெளிவில்லாத பெண்களே! கதவைத் திறந்து அவனை உள்ளே விடுங்கள்!

நனவினில் சயதான் புணரவே பெறினும்,நீர்
நனவு எனத் தெளிவுறாது,அதனையும் பழைய அக்
கனவு எனக் கூறுவர்,தோழிமார் நகைமுகம்
கண்டபின் தேறுவீர்! கடை திறந்திடுமினோ! 35

நனவு - விழித்திருக்கும் காலம். சயதரன் - வெற்றியைத் தரித்தவன்; குலோத்துங்கன். நகை - கேலிச் சிரிப்பு. தேறுவீர் - தெளிவு அடைவீர்கள்.

பொய்த்துயில் கொள்வீர்

உங்களைக் கூடுங்காலத்தில், 'பெண் கொடியே! உன்னை ஒருபொழுதும் பிரியமாட்டேன்; பிரியின், சிறுபொழுதும் தரித்திருக்க மாட்டேன்' என்று கூறும் கணவரின் சொற்கள் பிழைபட, ஒரு பக்கத்தில் உண்மையாகவே அது உங்களை வருத்தும், மற்றொரு பக்கத்தில், கணவர்மேல் கொண்ட ஆசை உள்ளிருந்தே வருத்தும். இத் துன்ப நிலையினால். உறங்காமல், விடியும் வரையிலும் பொய்யாகவே கண்களைமூடிப் படுத்திருக்கும் இளம்பருவமுடைய அழகிய பெண்களே! அலங்கரிக்கப்பட்ட உங்கள் அழகிய கதவினைத் திறவுங்கள்!

மெய்யே கொழுநர் பிழை நலிய,
வேட்டை நலிய, விடியளவும்
பொய்யே உறங்கும் மட நல்லீர்
புனைபொற் கபாடம் திறமினோ! 36

மெய் - உண்மை. கொழுநர் - கணவர். நலிய - வருத்த. வேட்கை - கலவி விருப்பம். மடம் - இளமை. புனை - ஒப்பனை; அலங்காரம். பொய்யே உறங்கும் - பொய்த்துயில் கொள்ளும்.

மார்பில் தூங்குவீர்

நீவீர் படுக்கையில் கணவரைச் சேர்வீர்; கலவி இன்பக் களவிலே திளைப்பீர். அம் மயக்கத்தில் பொழுது விடிந்ததையும் அறியமாட்டீர். கணவரின் மார்பையே படுக்கையாகக் கொண்டு அயர்ந்து தூங்குவீர். அத்தகைய பெண்களே! அழகிய பொன்கதவுகளைத் திறந்துவிடுங்கள்!

போக அமளிக் களிமயக்கில்
புலர்ந்தது அறியாதே,கொழுநர்
ஆக அமளி மிசைத் துயில்வீர்
அம்பொற் கபாடம் திறமினோ! 37

போகம் - புணர்ச்சி இன்பம். அமளி - படுக்கை. களி - கள்ளுண்டு மகிழ்ந்தது போன்ற மயக்கம். புலர்ந்தது - விடிந்தது. கொழுநர் - கணவர். ஆகம் - மார்பு. கபாடம் - கதவு.

வருகை காணாது வருந்துவீர்

உங்களைத் தங்கள் அன்பால் ஆட்கொண்ட கணவரின் வருகையை எதிர்பார்த்திருப்பீர். அவர்கள் குறித்துச் சென்ற பருவம் வந்ததேயன்றி, அவர்கள் வரவில்லை. 'வருவார் வருவார்?' எனத் தெருவாசலில் வந்து கதவைத் திறந்து பார்ப்பதும், வாராரெனக் கதவைத் தாளிட்டு உள்ளே போதுவதுமாக இருந்தமையால், உங்களுடைய மெல்லிய பாதங்கள் சிவக்கும்; நடையும் தளரும்! குறித்த காலத்தில் கணவர் வராமையால் மனச்சோர்வும் வெறுப்பும் அடைவீர்கள். உடலும் உள்ளமும் தளர்ச்சியும் வெறுப்பும் அடையப் பெறுவீர்கள். அத்தகைய பெண்களே! கதவைத் திறவுங்கள்.

ஆளும் கொழுநர் வரவு பார்த்து
அவர்தம் வரவு காணாமல்,
தாளும் மனமும் புறம்பாகச்
சாத்தும் கபாடம் திறமினோ! 38

ஆளும் - அன்பினால் ஆட்கொள்ளும். கொழுநர்-கணவர். வரவு-வருகை. தாள் - பாதம். புறம்பு-வேறு. சாத்தும்-மூடும்.

ஒன்றிலே இரண்டு

கொப்பூழாகிய நீர்ச்சுழியிலிருந்து மேல்நோக்கி எழுந்த மயிர்க் காலான ஒழுங்குடைய பசுமையான ஒரு தண்டிலே, மாலைக் காலத்தில் காணப்படும் தாமரை மொட்டுப் போன்ற திரண்டு குவிந்த இரண்டு முலைகளைச் சுமந்து கொண்டு வரும் பெண்களே! அழகிய பொன்னாலாகிய கதவினைத் திறவுங்கள்!

உந்திச் சுழியின் முளைத்து எழுந்த
உரோமப் பசுந்தாள் ஒன்றில் இரண்டு
அந்திக் கமலம் கொடுவருவீர்
அம்பொன் கபாடம் திறமினோ! 39

உந்தி-கொப்பூழ். உரோமம்-மயிர். தாள்-தண்டு. அந்தி-மாலைக் காலம். கமலம்- தாமரை. அந்திக் கமலம் - மாலையிலே காணப்படும் தாமரை முகை.

சிறைபுகுந்த மகளிர் நிலை

மீன் உருவம் தீட்டப்பெற்ற கொடியை உடையவர் பாண்டியர். குலோத்துங்கனின்படைக்கு முன்நிற்க ஆற்றாத அவர்கள், கண்களில் நீர் பெருகும்படியாகத் தங்கள் நாட்டை விட்டுக் காட்டிற்குள் புகுந்தனர். அவர்களின் உரிமை மகளிரான நும்மை, முதற் குலோத்துங்க சோழன் கொணர்ந்து, தனி மாளிகையிலே சிறை வைத்தான். இவ்வாறு தனி மாளிகையில் தங்கியுள்ள இளம்பெண்களே! உங்கள் வாயிலைத்

திறவுங்கள்! (இவர் பாண்டியரிடமிருந்து கொணரப் பெற்ற உரிமை மகளிர் ஆவர்.)

மீனம் புகு கொடி மீனவர்
விழி அம்புஉக ஓடிக்
கானம் புக வேளம் புகு
மடவீர்! கடை திறமின்! 40

மீனம் - மீன். மீனவர்-பாண்டியர். அம்பு-அப்பு; நீர். உக - சொரிய. வேளம் - தனி மாளிகை.

கப்பப் பொருளாக வந்தீர்

அலைகள் எறிகின்ற காவிரிநீர் பாய்வதால் நீர்வளம் பொருந்திய சோழநாட்டைப் பிறருக்கு உரிமையின்றித் தனக்கே உரிமையாகப் பெற்றவன் முதற் குலோத்துங்க சோழன். ‘ஏவல் இளம்பெண்களைத் திறைப் பொருளாகச் செலுத்துதல்’ என்ற பண்டை வழக்கத்தின் முறைப்படி செலுத்தப்பட்ட பகுதிப் பொருளாகிய சேர நாட்டு மகளிரே! துளுவ நாட்டுப் பெண்களே! உங்கள் வீடுகளின் கதவுகளைத் திற வுங்கள்!

அலைநாடிய புனல் நாடுடை
அபயர்க்கு இடு திறையாம்
மலை நாடியர்! துளு நாடியர்!
மனையிற் கடை திறமின்! 41

நாடிய - வீசிய. புனல் நாடு - சோழ நாடு. திறை - கப்பம். மலைநாடு - சேரநாடு. துளு நாடு - துளுவ நாடு. மனை - வீடு மலை நாடும் துளுநாடும் சோழர்க்கு அடங்கிய சிற்றரசுகள் என்பது இது.

மயில்கள் போல வருவீர்!

இளம் பருவமுடைய அழகிய உங்கள் முலைகளின் மேல் விலை மதிக்க முடியாத பொன், முத்து, பவளம், இரத்தினம் முதலிய மாலைகள் அசைந்தாடும்; உங்கள் கண்கள் தாவிக் காதணிகளிற் சென்று தாக்கும்; நீங்கள் கணவருடைய தோளாகிய மலையைத் தழுவி, விருப்பத்தோடு அம் மலையிலே விளையாடிவரும் மயில்களைப் போல் வருவீர்கள்?’’ அத்தகையவர்களே! வாயிலைத் திறந்து விடுங்கள்!

விலை இலாத வடம் முலையில் ஆட,விழி
குழையில்ஆட,விழை கணவர் தோள்
மலையில் ஆடி வரும் மயில்கள் போல வரும்
மடநலீர்! கடைகள் திறமினோ! 42

வடம்-மாலை. குழை-காதணி. விழை-விருப்பும். ஆடி - தழுவிக் கலவியாடி.

கன்னடப் பெண்டிரே!

காதுகளுக்கு இனிமை உண்டாகும்படியாக, அழகிய மழலைச் சொற்களால் சில வடுகுச் சொற்களையும், சில தமிழ்ச் சொற்களையும் கலந்து தடுமாறிப் பேசும் கன்னட நாட்டு பெண்களே! உங்கள் வாசலை நெருங்கி அடைத்திருக்கின்ற கதவைத் திறவுங்கள்!

மழலைத் திரு மொழியில் சில
வடுகும் சில தமிழும்
குழறித் தரு கருநாடியர்!
குறுகிக் கடை திறமின்! 43

மழலை - குதலைப் பேச்சு. திரு - அழகிய. வடுகு - வடுகரின் மொழி;கன்னடம். குழறி-தடுமாறி. குறுகி-அணுகி. (இதனால் வடுகு நாட்டவரும் குலோத்துங்கனுக்குத் திறை செலுத்தியமை விளங்கும்.)

கை நழுவ மயங்குவீர்!

களவுப் புணர்ச்சியின்போது, கணவர் 'உம்மைப் பிரியேம்' என்று வஞ்சினம் மொழிந்தனர். பிறகு அவர், அதைப் பொய்யாக்கிவிட்டு போர்மேற் சென்றனர். அப்பொழுது, அவர் ஒரு காலத்தைக் குறித்து அதற்குள் வந்துவிடுவதாகவும் கூறினர். ஆனால், வரவில்லை. காலங் கடந்து திரும்பி வந்த கணவர் தம் மார்போடு கட்டித்தழுவி உங்களை அணைத்தனர். அப்பொழுது, கணவரின் குற்றம் மனத்தை வருத்தி யதால், 'எம்மை அணைக்க வேண்டாம்' என்று பிணங்கி, அவர் தம் கைப்பிடியினின்றும் நீங்குவீர். அவ்வாறு நீங்கிக் கணவருடைய கைகளின் அணைப்பிலிருந்து நழுவியதும், அப்போதே அந்தப் பிரிவைப் பொறுக்க மாட்டாதவராகி மயக்கம் அடையும் பெண்களே! அழகிய பொற்கதவினைத் திறந்துவிடுங்கள்!

தழுவும் கொழுநர் பிழைநலியத்
'தழுவேல'என்னத் தழுவிய கை
வழுவ,உடனே மயங்கிடுவீர்!
மணிப்பொன் கபாடம் திறமினோ! 44

தழுவும் - அணைக்கும். கொழுநர் - கணவர். நலிய - வருத்த. வழுவ - நழுவ. 'மயங்கிடுவீர்' - மனம் குழைவீர் என்பதும் பாடம்.

நகை செய்வீர்

பிரிந்து சென்ற கணவர் உங்களைக் கருதி மிகவும் விரைவாக வருவர். அதனால் அவர்கள் விழிகள் சிவக்கும். இவ்வாறு உங்க ளிடத்து விரைந்து வருவதைப் பார்த்துப் பரிகசிப்பதுபோல, நீங்கள் புன்சிரிப்புக் காட்டுவீர். அப்புன்னகை, ஆடவருடைய வருத்தத்தைப் போக்கி மகிழ்ச்சியை உண்டாக்கும். அத்தகைய பெண்களே! ஒப்பனை செய்யப்பட்ட உங்களுடைய அழகிய கதவினைத் திறந்து விடுங்கள்!

வேகம் விளைய வரும் கொழுநர்
விழிகள் சிவந்த படிநோக்கிப்
போகம் விளைய நகை செய்வீர்!
புனைபொன் கபாடம் திறமினோ! 45

வேகம்-விரைவு. கொழுநர்-கணவர். படி-தன்மை. போகம்-இன்பம். புனை- அலங்கரிக்கப்பட்ட. 'விழிகள்' மேனி எனவும் பாடம்.

உறக்கத்திலும் முக மலர்வீர்!

நீங்கள் படுத்துத் தூங்குவீர்கள். ஒரு கையின் கீழே காற்றால் அசையும் மெல்லிய ஆடையானது துவளும். மற்றொரு கையின் மேலே பூங்கொத்துக்களை முடிக்கும் கூந்தல் அசையும். இவ்வாறு, தூங்கும் சமயத்திலும் உங்களுடைய முகம் பொலிவோடு தோன்றும். அங்ஙன மாயின், நீங்கள் விழித்திருக்கும் காலத்தில் உங்களுடைய முகப் பொலிவைச் சொல்லவும் வேண்டுமோ! அவ்வளவு அழகுடைய பெண்களே! உங்கள் கதவைத் திறவுங்கள்!

சொருகு கொந்தளகம் ஒருகை மேல் அலைய,
ஒருகை கீழ் அலைசெய் துகிலொடே,
திரு அனந்தலிலும் முகம் மலர்ந்து வரு
தெரிவைமீர், கடைகள் திறமினோ! 46

கொத்து - பூங்கொத்து. அளகம்-கூந்தல். அலைசெய் - அசையும். துகில் - ஆடை. அனந்தல் - தூக்கம்; திருமாலின் திருவனந்தல் போல அறிதுயிலுமாம். திரு - அழகு. தெரிவை - பெண்.

நெஞ்சம் களிப்பீர்!

கலவி இன்பம் கொள்ளும் கணவர், உங்களின் முலைகளைக் குழையப் பிடிக்கும் சமயத்தில், அவர்களின் கைநகக்குறி பதிந்துவிடும். எவரும் வாராத ஒரு தனி இடத்தில் இருந்து கச்சினை அவிழ்த்து விட்டு,முலைகளில் ஏற்பட்ட அந்நகக் குறிகளைப் பார்த்துப் பார்த்து மனத்தில் மகிழ்ச்சி கொள்வீர்கள். முன்பு ஏதும் பொருள் இல்லாத ஏழைக்குச் செல்வக் குவியல் கிடைத்தால், அந்தச் செல்வத்தைப் பிறர் கண்ணில் படாதபடி மறைத்து வைத்திருந்து,மெல்ல மெல்லத் திறந்து பார்த்து பார்த்து மூடுவதைப் போன்று இருக்கும் உங்களின் செயல்! இந்நிலையினை உடைய பெண்களே! உங்களின் கதவினைத் திறவுங்கள்!

முலைமீது கொழுநர் கைந் நகம்மேவு குறியை,
முன்செல்வம் இல்லாத அவர்பெற்ற நிதிபோல்
கலை நீவி யாரேனும் இல்லாத இடத்தே
கண்ணுற்று,நெஞ்சம் களிப்பீர்கள்! திறமின்! 47

மேவி - பொருந்திய. குறி - அடையாளம். அவர்: தந்த ஏழையர். கலை நீவி - கச்சை விலக்கி. யாரேனும் - எவரும் கண்ணுற்று - பார்த்து. நெஞ்சம் - மனம்.

மதர்விழி மாதர்

மன்மதன் மகளிரை மேலோராகக் கருதி அவர்களை வணங்குகின்றான். அந்த மன்மதனின் மலர்க்கணை போன்று மகளிரின் கண்கள் உள்ளன. அக்கண்கள் பாற்கடலில் தோன்றிய நஞ்சு போலவும் அமுதம் போலவும் இருப்பதாகக் கணவர் கருதுகின்றனர். ஒரு பார்வை, நோய் செய்கின்றது; மற்றொன்று மருந்தாக இருக்கின்றது! மன்மதனின் மலர்க்கணை ஆடவரின் உயிரையும் உணர்வையும் அழித்தல் போல, அப்பெண்களின் கண்கள் கணவரின் உயிரையும் உணர்வையும் ஊடுருவிச் செல்வனவாயிருந்தன. அத்தகைய கண்களை உடையவர்களே! உங்களின் கதவைத் திறவுங்கள்!

கடலில் விடம்என அமுதுஎன மதனவேள்
கருதி வழிபடு படையொடு கருதுவோர்
உடலின் உயிரையும் உணர்வையும் நடுவுபோய்
உருவும் மதர்விழி உடையவர் திறமினோ! 48

விடம் - நஞ்சு. மதனவேள் - மன்மதன். சடை - மலர்க்கணை. கருதுவார். நினைப்பவர்; கணவர். நடுவு-நடுவில். உருவும் - ஊடுருவிச் செல்லும். மதர்விழி - செருக்குடைய கண்கள்.

இள நிலவும்! முழு நிலவும்

'உங்களின் முகமாகிய தாமரை மலரில் தோன்றும் புன்சிரிப்பின் தன்மை, பிறைச்சந்திரனின் ஒளியைப் போலவும், முலைகளாகிய தாமரை மொட்டின்மேல் அணிந்த முத்து மாலைகளின் ஒளி, அதனினும் சிறந்த முழு நிலவின் ஒளியைப் போலவும் காணப்படுகின்றன' என்று சொல்லும்படியாக, ஒயிலாக நடந்துவரும் அழகிய பெண்களே! கதவுகளைத் திறவுங்கள்!

முறுவல் மாலையொடு தரளமாலை,முக
மலரின் மீதும் முலை முகிழினும்
சிறு நிலவும் அதன் மிகு நிலாவும் என
வரு நலீர்! கடைகள் திறமினோ! 49

முறுவல்-புன்சிரிப்பு. தரளம்-முத்து. முகிழ்-தாமரை மொட்டு. சிறு நிலா - மூன்றாம் பிறை. மிகு நிலா - நிறை நிலவு. நலீர்- நல்லீர்; பெண்களே! 'பிறை நிலவும் முழுநிலவும் ஒருங்கே தோன்றோ; ஆனால், உங்களிடம் அவற்றைக் காணுகின்றோம்' எனப் புகழ்ந்தது இது.

திருகிச் செருகும் குழல் மடவீர்!

இளைஞரானோர் பெண்களின் முகம், முலை, கூந்தல், முதலிய உறுப்புக்களைக் கண்டு மனம் உருகுவர். அவர் உயிர் நிலை உம் கையிலேதான். தேன் பொருந்திய செங்கழுநீர் பூக்களையும் இளங் காதலரின் அருமையான உயிரையும் திருகிக் கூந்தலிலே வைத்து முடிக்கும் பெண்களே! செம் பொன்னாலாகிய உங்கள் கதவுகளைத் திறந்து விடுங்கள்!

முருகிற் சிவந்த கழுநீரும்
முதிரா இளைஞர் ஆருயிரும்,
திருகிச் செருகும் குழல் மடவீர்,
செம்பொற் கபாடம் திறமினோ! 50

முருகு-தேன். கழுநீர்-செங்கழுநீர்ப் பூக்கள். திருகி-முறுக்கி. குழல்-கூந்தல். மடவீர்-இளம் பெணற்களே! கூந்தலிலே மலர் சூடிய வரும் மகளிரின் அந்த ஒலியானது அழகினை வியந்து போற்றியது இது.

பெண்கள் கூடல் இழைத்தல்

கணவர் மனைவியரை விட்டுப் பிரியும் அந்நாளிலும், திரும்பி வந்து சேர்ந்த அந்நாளிலும், கூடிக் களவி இன்பம் துய்ப்பர் என்பது உலக இயற்கை. தலைவரைப் பிரிந்து தலைவியர், 'தம் கணவர் விரைவில் வந்து சேர்வாரா மாட்டாரா?' என்பதை அறிவதற்காக, மணலில் அமர்ந்து வட்டமான பெரிய கோடு இழைப்பர். அதன் உள்ளே சிறு சிறு வளையங்களைக் கிழிப்பர். கடைசியில், அதனை இரண்டு இரண்டாக எண்ணுவர். அக்கோடு, ஒற்றை எண் உடையதானால் விரைவில் வாரார் எனவும், இரட்டையானால் விரைவில் வந்துவிடுவார் எனவும் தீர்மானிப்பர். உடம்போடு அணைத்து உள்ளம் குழைந்து ஆறுதல் கூறி நீங்கிய கணவர், 'திரும்பி வருவார்' என்று எண்ணிக் கூடல் இழைத்துப் பார்ப்பீர்கள். அவ்வாறு நீங்கள் பார்த்ததில் தோல்வி யைக் கண்டதும், உடனே கூடலிழைக்க உங்கள் கையால் குவிந்த சிறு மணல்மேடு, உங்கள் கண்களிலிருந்து சொரியும் நீரால் கரைந்து போகும்படி மனங்கரைந்து அழுவீர்கள்! அப்படி அழுபவரான பெண் களே, கதவைத் திறவுங்கள்!

மெய்யில் அணைத்து உருகிப் பைய அகன்றவர் தாம்
மீள்வர் எனக் கருதிக் கூடல் விளைத்து அறவே
கையில் அணைத்த மணல் கண்பனி சோர் புனலில்
கரைய விழுந்து அழுவீர்! கடை திறமின் திறமினோ! 51

மெய்-உடம்பு. உருகி-குழைத்து. பைய-மெல்ல. கூடல் விளைத் தல்-மணலில் வட்டச் சுழிக் கோடுகள் கிழித்துக் குறிபார்த்தல். அற - நீங்க.

ஊடுவீர்

உங்கள் கணவரோடு சேராமல் பிணங்கிக் கொள்வீர்கள். அதனால் புறத்தொழிலுக்கு உரியவும், கண்டோரால் விரும்பிப்படும் அழகு உடையவுமான முலைகளாகிய செவ்விளநீர்க் காய்களின் இளந்தன்மை அழியவும், செவ்வரி பரந்த நீலோற் பலம் போன்ற கண்களிலிருந்து நீர் பெருகவும் விளங்குவீர்கள். அவ்வாறு ஊடிப் பிணங்கும் பெண்களே! பொன்மயமான உங்கள் கதவுகளைத் திற வுங்கள்!

செரு விளநீர் பட வெம்முலைச்
செவ் விள நீர்பபடு சேயரிக்
கருவிளம் நீர்பட ஊடுவீர்
கனக நெடுங் கடை திறமினோ! 52

செரு-போர். நீர்மை - தன்மை. பட-அழிய. வெம்முலை- விரும்பப் படும் முலை. படு-உண்டாகிய. சேயரி- சிவந்த கோடுகள். கருவிளம்- நீலமலர் போன்ற கண்கள். நீர்பட-நீர்பெருக. கனகம்-பொன்.

நடந்துவரும் அழகு

நீங்கள் நடக்கும்பொழுது கூந்தலாகிய சுமை தலைமேல் அசை யும். இடுப்பில் அணியும் மேலை ஆகிய மணிக்கோவையுடன் ஏனைய அணிகள் பலவும் சேர்ந்து ஒன்றாக அசையும். திரண்டு இரண்டு முலைகளும் இடைவிட்டு விலகாமல் நெருங்கி வளரும் தன்மை யுடையனவாகத் தாமும் அசைந்து கொண்டிருக்கும். இத்தகைய அழகுடன் நடந்து வருகிற பெண்களே! வாசலைத் திறவுங்கள்.

அளக பாரம் மிசை அசைய, மேகலைகள்
அவிழ, ஆபரண வகை எல்லாம்
இளக மாமுலைகள் இணை அறாமல் வரும்
இயல் நலீர்! கடைகள் திறமினோ! 53

அளகம் - கூந்தல். பாரம்-சுமை. மிசை - மேல். இளக - அசைய. அறாமல் - நீங்காமல். வரும் - அசைந்து வரும். இயல் - தன்மை.

இதழ் சுவைத்தல்

புணர்ச்சிக் காலத்திலே, குமுத மலர்போன்ற வாய் வெளுப்ப வும், குவளை மலர்போன்ற கண்கள் சிவப்பவும் உங்களின் இனிமை யான சொற்களும் தடுமாறின; ஒளிவீசும் படியான கண்கள் சிவந்தன; வாயின் உதடுகள் வெளுத்தன. உங்கள் கணவருடைய உதடுகளைச் சுவைத்தலால், கள்ளைக் குடித்தவர் போல அறிவு அழியப் பெற்றீர் கள்! இந்நிலையிலுள்ள பெண்களே! கதவைத் திறவுங்கள்.

மதுரமான மொழி பதற , வாள்விழி
சிவப்ப, வாய் இதழ் வெளுப்பவே!
அதர பானம் மதுபானம் ஆக, அறிவு
அழியும் மாதர்! கடை திறமினோ! 54

மதுரம்-இனிமை; பதற-தடுமாற. வாள்-ஒளி. இதழ்-உதடுகள்.
அதரபானம் - இதழ்சுவைத்தல். மது-கள்.

முலை வேதும்! வாய் மருந்தும்!

விழுப்புண்பட்ட வீரர்களுக்குப் புண்களின் நோவு நீங்க ஒற்றடம் கொடுப்பது இயற்கை. உங்களுடைய கண்களாகிய வேல் தைத்துக் கணவர்களுக்குக் காமநோயாகிய புண்கள் உண்டாயின. அவற்றைப் பருத்த நும் முலைகளினால் வேது ஒற்றி, வாயிலிருந்து சுரக்கும் நீராகிய அமுதத்தை ஊட்டிப் போக்குகின்றவர்களே! சிறந்த பொன்னா லாகிய உயரமான கதவைத் திறவுங்கள்!

தங்கு கண்வேல் செய்த புண்களைத்
தடமுலை வேது கொண்டு ஒற்றியே,
செங் கனி வாய் மருந்து ஊட்டுவீர்!
செம்பொன் நெடுங் கடை திறமினோ! 55

தங்கு - படிந்த. தடம் - பெரிய. வேது - ஒற்றடம். ஒற்றி - அழுத்தி.
செம்பொன் - சிறந்த பொன்.

கொங்கை வேதும்! கைக்கட்டும்

புண்பட்டவருக்கு வேது கொடுத்துப் பின் மருந்திட்டுக் கட்டுதல் இயல்பு. ஒன்றோடு ஒன்று மோதும்படியான உங்கள் கண்களாகிய வேல்கள், உங்கள் கணவராகிய இளையவர்களின் நெஞ்சிலே தைத்துத் துளைத்துச் சென்றன. அதனால், காமநோயாகிய புண்களைக் கணவர் பெற்றனர். அந்தப் புண்களின் நோவு நீங்கும்படி, கருமை யான கண்களையுடைய உங்கள் இரண்டு முலைகளின் சூடும் தாக்கும் படியான அழுத்தி, மென்மையான கைகளால் தழுவிக் கட்டும் பெண் களே! கதவுகளைத் திறவுங்கள்! (கணவர்க்கு தாங்கள் கொடுத்த நோயைத் தாங்களே வேதிட்டுப் போக்குவர் மகளிர்)

பொரும் கண் வேல் இளைஞர் மார்பின் ஊடுருவு
புண்கள் தீர, இரு கொங்கையின்
கரும் கண் வேது பட ஒற்றி, மென்கை கொடு
காட்டும் மாதர் கடை திறமினோ! 56

பொரும் - தாக்கும். ஊடுருவும் - தைத்துத் துளைத்துச் செல்லும்.
தீர - நீங்க. வேதுபட - வெப்பம் பொருந்த. ஒற்றி - அழுத்தி.

விழுதலும்; எழுதலும்!

பெண்கள் கூந்தலை முடித்து, அதில் தேனுள்ள மலர்களை அணிந்து கொள்வது வழக்கம். அவ்வாறு அணிந்து கொண்ட மலர் களிலுள்ள தேனைப் பருக வண்டுகள் வருவதும் வருவதும் போவதும் இயல்பு. நீங்கள் கூந்தலை முடித்து மலரைச் சூடியிருந்தீர்கள்.வண்டு கள் தேனைப் பருக வந்து அமர்ந்தன. நீங்கள் முலைகளின் பாரம் பொறுக்க முடியாமல் சிற்றிடை வருந்த நின்றீர்கள். அந்த நேரத்தில் உங்களுடைய கூந்தலிலே அமர்ந்தால், 'உங்களுடைய இடைநிலை பெற்றிருத்தல் மிகவும் அரிது; பாரம் தாங்காமல் முறிந்து போகவும் கூடும்' என்று வண்டுகள் கருதின. அதனால் அவை முதலில் மேலே எழுந்து சென்றன. வேறு புகலிடம் ஒன்றும் கிடைக்காமையால், திரும்பவும் நம் கூந்தலிலே வந்து விழுந்தன. இவ்வாறு வண்டுகள் விழுவதும் எழுவதுமாயிருக்கும் இடமாகிய மலர்கூந்தலையுடைய பெண்களே! உங்கள் அழகிய கதவுகளைத் திறந்து விடுங்கள்!

' இடையின் நிலை அரிது; இறுக, என எழா,
' எமது புகலிடம் இனி இலை' என விழா,
அடை மதுகரம் எழுவது விழுவதாம்
அளக வனிதையர்! அணிகடை திறமினோ! 57

இடை- இடுப்பு. நிலை - நிலைபெற்று நிற்றல். இறும் - முறிந்து போகும். எழா- கூந்தலை விட்டு எழுந்து. புகல் இடம்- அடைக்கலத் திற்கு ஏற்ற இடம். விழா- கூந்தலில் விழுந்து. அடைய- முழுமையும். மதுகரம் - வண்டு. அகளம் - கூந்தல். வனிதை- பெண். கூந்தலின் இயற்கை மணத்தைப் புகழ்ந்து இது.

சிலம்புகள் முறையிடல்!

உங்கள் கால்களில் ஒளிபொருந்திய சிலம்புகளை அணிந்திருப் பீர்கள். அவை, நீங்கள் நடக்கும் போது ஒலிக்கும். அப்படி ஒலித்த ஒலியானது, 'பெண்களே! உங்களுடைய இரண்டு முலைகளும் அசைந் தால் அவற்றின் பாரம் பொறுக்க மாட்டாமல், உங்களுடைய இடுப்பு ஒடிந்து போகும்! ஆதலால், நீங்கள் நடத்தலையே விட்டுவிடுங்கள்!' என்று சொல்வது போலவும், ' அபயம் அபயம்!' என்று கூவி முறை யிடுவது போலவும் இருக்கும். அத்தகைய தளர் நடையினரான பெண்களே! கதவினைத் திறவுங்கள்!

'உபய தனம் அசையில் ஒடியும்; நடையை
ஒழியும், ஒழியும்!' என ஒண் சிலம்பு,
'அபயம்! அபயம்!' என அலற, நடை பயிலும்
அரிவைமீர்! கடைகள் திறமினோ! 58

உபயம் - இரண்டு. தனம் - மலை. ஒழியும் - விட்டொழியுங்கள்.

ஒண் - ஒளி பொருந்திய அலற- ஒளித்து முறையிட அரிவைமீர். பெண்களே!

பெண்களுக்கும் காவிரியாற்றுக்கும் ஒப்புமை

காவிரியாறு

மலர்ந்த பூவிலுள்ள தேலை வண்டுகள் பருகவும், போர் செய்யுள் கெண்டை மீன்கள் இரண்டு கரைகளிலும் புரளவும் காவிரி விளங்கும்.

பெண்கள்

கூந்தலிற் சூடிய மலர்ந்த பூவிலுள்ள தேனை வண்டுகள் பருகவும், ஒன்றோடொன்று போர் நிகழ்த்தும் கெண்டைமீன் போன்ற நும்கண்கள் இருகரைகள் போன்ற கண்ணிதழ்களின் இடையிலே புரளவும் விளங்குவீர்கள்.

அந்தக் காவிரியாறு போல வருகின்ற இளம் பருவமுடைய பெண் களே! பொன்னாலாகிய உயர்ந்த கதவுகளைத் திறவுங்கள்!

பூ விரி மதுகரம் நுகரவும்,
பொருகயல் இருகரை புரளவும்
காவிரி என வரும் மடநலீர்!
கனக நெடுங்கடை திறமினோ! 59

மதுகரம் - தேனைப் பருகும் கை; வண்டு. கயல்-கயல் மீன் போன்ற கண்;கெண்டை மீன். இருகரை-இரண்டு கரைகள் போன்ற கண்ணிதழ்கள்;காவிரியின் இருபுறங்களிலும் உள்ள கரைகள்; காவிரியின் வெள்ளப்பெருக்கும் மகளிர் முகப்பொலிவும் உவமிக்கப்பட்டன.

வண்டுகள் கூந்தலிற் பந்தலிடல்

உங்கள் கூந்தலை ஒழுங்காக வாரிவிட்டுப் பூவும் சூடியுள் ளீர்கள். அந்தப் பூக்களில் உள்ள தேனைக் குடிக்க வண்டுகள் மொய்க் கின்றன. இவ்வாறு வண்டுகள் மொய்ப்பதானது, கணவரைப் பிரிந்து காமநோயால் வருந்துபவர்களுடைய சந்தனச்சேறு பூசப்பெற்ற குடம்போன்ற தனங்களிலே, குளிர்நிலவுக் கதிர்களாகிய வெம்மை நெருப்பைச் சொரிந்து மிகவும் வருத்துமே என்று கருதி, மதிக்கனல் உங்களைத் தாக்காவண்ணம் பந்தல் போட்டிருப்பது போன்று இருக் கும். அத்தகைய கூந்தலையுடைய பெண்களே! கதவைத் திறந்து விடுங்கள்!

'களப வண்டல் இடு கலச கொங்கைகளில்
மதி எழுந்து கனல் சொரியும்' என்று
அளக பந்திமிசை அளிகள் பந்தர் இடும்,
அரிவைமீர்! கடைகள் திறமினோ! 60

களபம் - கலவைச் சந்தனம். வண்டல் - சேறு. கலசம் - குடம். கொங்கை - முலை. மதி-நிலவு. கனல்-நெருப்பாகிய துன்பம். பந்தி-ஒழுங்கு. அளி-வண்டு.

விழி சிவக்கும்! உதடு வெளுக்கும்!

உதடுகளில் இருந்த சிவப்பு நிறத்தைக் கண்கள் கவர்ந்து செம்மை கொள்ளவும், தாமரை மலர் போன்ற கண்களில் இருந்த வெள்ளை நிறத்தை உதடுகள் கவர்ந்து வெண்மை கொள்ளவும், கடல் போன்ற புணர்ச்சி இன்பமாகிய அமுதத்தை உங்கள் கணவர்க்குக் கொடுக்கும் பெண்களே! உயரிய வாயிற் கதவினைத் திறவுங்கள்.

வாயின் சிவப்பை விழி வாங்க,
மலர்க்கண் வெளுப்பை வாய் வாங்க
தோயக் கலவி அமுது அளிப்பீர்
துங்கக் கபாடம் திறமினோ! 61

வாங்க - கவர்ந்துகொள்ள. தோயம்-கடல். துங்கம்-உயர்ந்த.

புணர்ச்சியில் நிகழ்வன

இளம் பிறைமதியைப் போன்ற நெற்றியிலிருந்து முத்துப் போன்ற சிறு வியர்வை நீர்த்துளிகள் உருண்டு விழும்படியாகவும், தனங்களிலுள்ள முத்தாலும் பவளத்தாலும் பிறவாற்றாலும் ஆன மாலைகள் தங்கள் நிலை தடுமாறிப்புரண்டு கொண்டு கிடக்கும்படியாகவும், செங்கழுநீர்ப்பூவைச் சூடிய கூந்தலாகிய காடு நிலைகுலைந்து அசையும்படியாகவும் கணவருடன் போகம் விடாது நீண்ட நேரம் புணர்ச்சி செய்து மகிழ்கின்ற பெண்களே! கதவினைத் திறவுங்கள்! திறவுங்கள்!

கூடும் இளம் பிறையில் குறுவெயர் முத்து உருளக்,
கொங்கை வடம் புரளச்,செங்கழுநீர் அளகக்
காடு குலைந்து அலையக்,கைவளை பூசல் இடக்,
கலவி விடா மடவீர்! கடைதிறமின், திறமின்! 62

பிறை - பிறைமதி போன்ற நெற்றி. குறுவெயர்- சிறுவியர்வை. வடம்-மாலை. குலைந்து அலைய - அழிந்து அசையவும். பூசல் - ஆரவார ஒலி. கலவி - புணர்ச்சி.

காஞ்சி இருக்க கலிங்கம் குலைந்தது

இடையிலே அணிந்துள்ள காஞ்சி என்னும் அணி ஒரு சிறிதும் குலையாமல் அப்படியே இருக்கும்படியாகவும், உடுத்த உடை நிலைமாறிக் கிடக்கும்படியாகவும், உங்கள் கணவரைக் கூடிக் களிக்கும் பெண்களே! வீரக்கழல் அணிந்த முதற் குலோத்துங்க சோழன் காஞ்சி புரத்திலே தங்கியிருந்தான். ஆயினும், அவன் ஆணையால்

கலிங்க நாடு அழிந்து போயிற்று. இவ்வாறு அழிந்துபோகும் அளவுக்குக் கலிங்கப்போர்க்களத்தில் நடந்த போரைச் சிறப்பித்து யானும் பாடப் போகின்றேன். அதனைக் கேட்டு மகிழ, நீங்களும் கதவைத் திறவுங்கள்!

> காஞ்சி இருக்கக் கலிங்கம் குலைந்த
> கலவி மடவீர்! கழற் சென்னி
> காஞ்சி இருக்கக் கலிங்கம் குலைந்த
> களப் போர் பாடக் கடை திறமின்! 63

காஞ்சி-இடை அணி; காஞ்சி நகரம். கலிங்கம்-ஆடை; கலிங்க நாடு. கலவி-புணர்ச்சி. சென்னி-சோழன்; குலோத்துங்கன். இருக்க-தங்கி இருக்க. குலைந்த-அழுத்த.

கருணாகரனின் போரைப் பாடலாம்

இலங்கை நாட்டை அழித்த கருணைக் கடலாகிய இராமனுடைய வன்மை பொருந்திய கொடிய வில்லின் பெருமையைக் கேட்க விரும்பும் பெண்களே! கலிங்கநாட்டை அழித்த முதற் குலோத்துங்க சோழனின் படைத்தலைவனான கருணாகரத் தொண்டைமான் கலிங்கக் களத்திலே நிகழ்த்திய போரை நான் புகழ்ந்துப் பாடப் போகின்றேன்;அதனையும் கேட்டுக் களிக்க உங்களுடைய தாளிட்ட கதவுகளைத் திறவுங்கள்! (கலிங்கப் போரின் வெற்றி இராமாயணப் போரினை நிகர்த்தது என்றது இது.)

> இலங்கை எறிந்த கருணா கரன்தன்
> இகல் வெம் சிலையின் வலி கேட்பீர்!
> கலிங்கம் எறிந்த கருணா கரன்தன்
> களப் போர் பாடக் கடை திறமின்! 64

கருணாகரன் - கருணைக்கடல்; இராமன். இகல்-வலி. வெம்-கொடிய. சிலை - வில்.கேட்பீர்-கேட்க விரும்பும் பெண்களே! கருணாகரன் - முதற் குலோத்துங்க சோழனின் படைத் தலைவனான கருணாகரத் தொண்டைமான்.

நினைவும்! மறதியும்!

உங்களுடைய பேரன்புமிக்க கணவன்மார் செய்த குற்றங்கள் எல்லாவற்றையும்,அவர்கள் பிரிந்த காலத்து அவர்களைக் காணாத போது எண்ணி வருந்துவதும், அவர்கள் திரும்பி வந்ததும் அவரைக் கண்ட மாத்திரத்திலே அக்குற்றங்களை மறந்து மகிழ்வும் அன்பும் அடைவதுமான இயல்பையுடைய பெண்களே! அழகிய கதவைத் திறவுங்கள்! (பெண்கள் பிரிவுத் துன்பம் வருத்தியமையால் குற்றங்களை எண்ணி வருந்தினர்: கண்டபோது உண்டான பெருமகிழ்வால், அவற்றை அறவே மறந்தனர் என்க.)

பேணும் கொழுநர் பிழைகள் எலாம்
பிரிந்த பொழுது நினைந்து அவரைக்
காணும் பொழுது மறந்திருப்பீர்!
கனபொற் கபாடம் திறமினோ! 65

பேணும் - அன்பு செய்யும். கொழுநர் - கணவர். பிழை - குற்றம்.

உறவாடும் மடவீர்!

மணம் நிறைந்த சாந்தினைப் பூசிய தனங்கள் மார்பிலே குலுங்கும்!தேன் நிறைந்த பூமாலைகளைச் சூடிய கூந்தலிவருந்து வண்டுகள் மேலே சென்று, ஆடும் ஊஞ்சலைப்போல இப்படியும் அப்படியுமாக அசையும்! கண்கள் இரண்டு கடைவிழிகளோடும் சென்று சென்று போர் புரியும்!இவ்வாறாக உங்கள் கணவன்மாரோடு கலந்து கூடி உறவாடி மகிழ்கின்றவாரன பெண்களே! எழுந்து வந்து கதவைத் திறவுங்கள்!

வாசம்ஆர் முலைகள் மார்பில் ஆட,மது
மாலை தாழ்குழலின் வண்டு எழுந்து
ஊசல்ஆட,விழிபூசல் ஆட,உறவு
ஆடுவீர்! கடைகள் திறமினோ! 66

வாசம்-மணம். ஆர்-நிறைந்த. மது-தேன். குழல்-கூந்தல். ஊசல் - ஊஞ்சல். வழி - கண். பூசல் ஆட - ஒன்றோடொன்று போர் செய்ய.

வாய் புதைக்கும் மாதரே!

இரவு வேளை உங்கள் கணவருடன் அன்பை விளைவிக்கும் கலவி புரிந்து களி மயக்கத்திலே இருந்தீர்கள். அப்பொழுது நீங்கள் இருவர் மட்டுமே அறிந்திருக்கக்கூடிய பேச்சுக்களை உங்களுக்குள் பேசிக் கொண்டீர்கள். அதனை, அங்கிருந்த, சொன்னதையே திருப்பிச் சொல்லும் கிளிப்பிள்ளை ஒன்று, ஒட்டுக் கேட்டுவிட்டது. இரவும் விலகிற்று. பொழுதும் விடிந்தது.உங்களின் களிமயக்கமும் நீங்கிற்று. அந்தச் சமயத்தில், அந்தக் கிளி இரவு தான் கேட்டதைப் பலரும் அறியச் சொல்லத் தொடங்கிற்று. அதனைக் கேட்டு மிகவும் வெட்கமுற்று, அந்தக் கிளியினை மேலும் பேசவிடாமல், அதன் வாயைப் போய்ப் பொத்திவிடுகின்ற செயலினைப் புரியும் பெண்களே! மணி பதித்த பொன்னால் ஆகிய கதவினைத் திறவுங்கள்.

நேயக் கலவி மயக்கத்தே
நிகழ்ந்த மொழியைக் கிளிஉரைப்ப
வாயைப் புதைக்கும் மடநல்லீர்!
மணிப்பொற் கபாடம் திறமினோ! 67

நேயம் - அன்பு. கலவி - புணர்ச்சி. மொழி-சொல். புதைக்கும் - பொத்தும். மடநல்லீர் - இளம் பருவமுடைய பெண்களே. வாயைப்

புதைக்கும் - கிளியின் வாயினைப் பொத்தும் என்னும், 'கணவன் மனைவியராகிய தாங்கள் இருவரும் தனித்துப் பேசிக்கொண்டதைக் கிளி பலருமறியக் கூறுகின்றதே'என்று நாணித் தன் வாயைப் புதைத் துக் கொள்ளும் என்றும் பொருள் கொள்ளலாம். மணி - இரத்தினம்.

மதியொளிக்கு நடுங்குவீர்

கணவரைப் பிரிந்த உங்களை நாள்தோறும் ஒளிமிகுந்த நிலவு குளிர்ந்த கதிரால் வெப்பத்தைச் செலுத்தித் தாக்கி வந்தது. அந்த வெப்பத் தாக்குதலைப் பொறுத்துக்கொண்டு வெளியில் இருக்க இயலவில்லை. அதனால் பயந்து படுக்கையறைக்குள் புகுந்து தங்கு வீர்கள். ஆனால் அங்கோ, காமவெப்பம் உங்களைத் தாக்கி வருத் தவே, அதனால் அந்தப் பள்ளியறையைப் 'புழுக்கறை' என்ற கருதி, அங்கும் இருக்கப் பயப்படுவீர்கள்.இத்தகைய தன்மையுள்ள பெண் களே! அழகிய பொன்னாலான கதவினைத் திறவுங்கள்!

பொங்கும் மதிக்கே தினம் நடுங்கிப்
புகுந்து அறையை நிலவறை என்று
அங்கும் இருக்கப் பயப்படுவீர்!
அம்பொற் கபாடம் திறமினோ! 68

பொங்கும் - ஒளி மிகும். மதி-நிலவு. நடுங்கி - பயந்து. அறை- படுக்கையறை. நிலவறை - நிலத்தின் கீழ் அமைக்கப்பட்ட காற்றுப் புகாத அறை; புழுக்கறை அம் - அழகிய.

தேயும் குடுமி

கணவன்மார் குறித்துச் சென்ற காலம் வந்தது. அவர் தம் வருகையை எதிர்பார்த்து வாசலில் வந்து கதவைத் திறந்து வழிமேல் விழிவைத்து நிற்பீர்கள். அவர்கள் வரவில்லையானால் ஒரே ஏமாற்றம். வெறுப்பால் கதவைப் 'படார்' எனச் சாத்துவீர்கள். இவ்வாறாக இரவு தொடங்கிப் பொழுது விடியும் வரையும் 'வருவார்' என எதிர்பார்த்துக் கதவைத் திறப்பதும்,'வாரார்'எனச் சினத்து கதவை மூடுவதுமாக இருந் தமையால்,கதவிலுள்ள சுழலும் குடுமியும் தேய்ந்து போய்விடும். இத்தகு செயல்புரியும் பெண்களே! கதவினைத் திறந்து விடுங்கள்!

'வருவார் கொழுநர்' எனத் திறந்தும்,
'வாரார் கொழுநர்' என அடைத்தும்,
திருகும் குடுமி விடியளவும்
தேயும் கபாடம் திறமினோ! 69

கொழுநீர் - கணவர். திருகும் - சுழலும். கபாடம் - கதவு.

ஊடலும் கூடலும்

கணவரிடத்தில் சிறிது நேரம் ஊடியிருப்பீர்கள். பிறகு அந்தப் பிணக்கு நீங்கிக் கூடியிருப்பீர்கள். இவ்வாறு கூடியபோது மிக்க

இன்பக் களிமயக்கம் அடைந்து நும் நினைவற்று உங்களையே மறந் திருப்பீர்கள். இந்த நிலையில் உங்களையே கூடத் தேடியுங் கொள் வீர்கள். நும் தனித்தன்மையற்று இரண்டறக் கலப்பீர்கள். இத் தன்மை யுடைய பெண்களே! கதவினைத் திறவுங்கள்!

ஊடுவீர், கொழுநர் தங்கள்பால்! முனிவு
ஒழிந்து கூடுதலின் உங்களைத்
தேடுவீர்! கடைகள் திறமினோ! இனிய
தெரிவைமீர்! கடைகள் திறமினோ! 70

ஊடுவீர் - பிணக்கம் கொள்வீர். கொழுநர் - கணவர். முனிவு - பிணக்கம்; ஊடல். தெரிவை - பெண்.

கண்ணின் இயல்பு

உங்களுடைய இசைபோன்ற இனிய சொற்களை, 'அமுதம் போன்றது' என்று கணவன்மார்கள் புகழ்ந்து பேசுவர். அத்தகைய கணவரைப் பரத்தையர்பால் விரும்பிச் செல்ல விடாமல், உங்கள் வசமாக்கிக் கொள்வதற்காகக் கண்களைக் கொண்டு கொலையாகிய துன்பத்தைச் செய்வீர்கள். பிறகு, அருளும் புரிவீர்கள். இத்தகைய தன்மையுள்ள பெண்களே! அழகிய கதவினைத் திறவுங்கள்!

பண்படு கிளவியை அமுது எனப்
பரவிய கொழுநனை நெறிசெயக்,
கண்கொடு கொலைசெய அருளுவீர்!
கனக நெடுங்கடை திறமினோ! 71

பண் - இசை. படு - ஒத்த. கிளவி - சொல். பரவிய - புகழ்ந்த. நெறி செய - தங்கள் வசம் ஆக்கிக்கொள்ள; நன்னெறிப்படுத்தவும் ஆம். கொடு - கொண்டு. கொலை - கொலை போன்ற துன்பம்.

தரையில் விரல் எழுதுவீர்

கணவர் உங்களோடு சேர்ந்திராமல் பிரிந்து போருக்குச் செல்வ நினைத்தனர். அதை எப்படிச் சொல்வது என்று பயந்து நின்றனர். ஆனால், அவரது பிரிவைத் தடுக்க இயலாத நீங்கள், 'பிரியேன், பிரியின் தரியேன்' என்று முன்னர் அவர் உறுதி கூறியதை மீறிப் பிரிந்து செல்லக் கருதிய பிழையை நினைத்து மனம் தளர்ந்து, கண்ணீரை மழையாகப் பொழிந்தும், காற் பெருவிரலால் நிலத்தைக் கீறியும் நிற்பீர்கள். இத்தகைய தன்மை பொருந்திய இளம் பெண்களே! கதவினைத் திறவுங்கள்!

பிழை நினைந்து உருகி, அணைவறா மகிழ்நர்
பிரிதல் அஞ்சி, விடு கண்கள் நீர்
மழை ததும்ப விரல் தரையிலே எழுதும்
மடநலீர் கடைகள் திறமினோ! 72

பிழை - கணவர் மனைவியை விட்டுப் பிரிய நினைத்த குற்றம்: தன் உறுதி பிழைத்த குற்றமும் ஆம். அணைவுறா. மனைவியோடு சேர்ந்திருக்காமல். மகிழ்நர் - கணவர். கண்கள் நீர் மழை - கண்களி லிருந்து பெருகி வழியும் நீராகிய மழை. ததும்ப - மிக. விரல் - காற் பெருவிரல். எழுதும் - கீறும்.

குலோத்துங்கன் போன்றீர்

குலோத்துங்கன்

முதற் குலோத்துங்க சோழன், சிறந்த காஞ்சிபுரத்திற்கும் வடக்கி லுள்ள இமயமலைக்கும் நடுவிலுள்ள காட்டையடுத்த, கலிங்க நாட்டி லுள்ள வெற்றிடமாகிய போர்க்களத்திலே, விலங்கு பறவை முதலிய வற்றின் உயிர்களைக் கவரும் வேடனைப் போன்ற படைத் தலைவ னான கருணாகரத் தொண்டைமானை ஏவிப், பகைவர்களின் உயிரைக் கவர்ந்தான், அது போலவே-

பெண்கள்

சிறந்த மேகலை என்னும் அணிக்கும் முத்துமாலை அணிந்த மலை போன்ற தனங்களுக்கும் நடுவிலுள்ள வெற்றிடமாகிய இடுப்பின் அழகாலும், கலவைச் சந்தனத்தின் மணத்தையுடைய மலை போன்ற தனங்களின் அழகாலும், காம வேதனையை மிகச் செய்து நும் வசம் ஆக்கிக்கொள்ள மன்மதனை ஏவிக் கணவர்களின் உயிரைக் கவர்வீர்கள்.இத்தகைய பெண்களே! மிகவும் அழகிய கதவினைத் திறந்து விடுங்கள்!

நக் காஞ்சிக்கும் வட மலைக்கும்
நடுவில் வெளிக்கே வேடனை விட்டு
அக் கானகத்தே உயிர் பறிப்பீர்!
அம் பொற் கபாடம் திறமினோ! 73

ந - நல்ல காஞ்சி - காஞ்சிபுரம்; மேகலை என்னும் அணி. வடமலை - வடக்கேயுள்ள இமயமலை; வடமலை - முத்தமாலை அணிந்த மலை போன்ற முலை. வெளி - போர்க்களம்.

பூவும் உயிரும் செருகுவீர்!

செக்கச் சிவந்த செங்கழுநீர்ப் பூக்களையும், இளைஞர்களாகிய கணவர்களின் சிறந்த அரிய உயிரையும், இந்த உலகத்திலே ஒன்றாகப் பறித்துச் செருக்கூடிய கூந்தலையுடைய பெண்களே! உங்களுடைய அழகிய கதவுகளைத் திறவுங்கள்!

செக்கச் சிவந்த கழுநீரும்
செகத்தில் இளைஞர் ஆர் உயிரும்
ஒக்கச் செருகும் குழல் மடவீர்!
உம் பொற் கபாடம் திறமினோ! 74

கழுநீர் - செங்கழுநீர்ப்பூ. செகம் - உலகம். ஒக்க - ஒருசேர. குழல் - கூந்தல். பொன் - அழகு.

கூடலால்,பெண்களின் கண்கள் கலங்கிச் சிவந்த பிறழ்வதைச் செக்கச் சிவந்த கழுநீரைச் செருகுவதாகவும்,தம்பால் ஒன்றுபட்ட நிலையினராக இரண்டறக் கலந்து தம் நினைவிழந்துவிடும் கணவராகிய இளைஞர்களின் உயிர் அவர் வசமாய்விடும் நிலையினை உயிரைச் செருகுவதாகவும் உரைக்கின்றனர்.

3. காடு பாடியது

(பாலை நிலத்தையும் அது வெம்மை மிகுதியால் விளங்கும் இயல்பையும் பற்றிப் பாடிய செய்யுட்களின் பகுதி.)

காடு பாடுவோம்

போரில் இறந்த கலிங்க வீரர்களுடைய நினைத்தாலாகிய உணவைத் தந்து, ஒப்பற்ற கலிங்கப் போர்க்களத்திலுள்ள பேய்களினுடைய வயிற்றினை இரண்டு பங்காக நிறையச் செய்தாள் காளி தேவி. அதன் சிறப்பை இனிப் பாடுவோமாக!

களர் போர் விளைந்த கலிங்கத்துக்
கலிங்கர் நிணக்கூழ் களப் பேயின்
உளப்போர் இரண்டு நிறைவித்தாள்
உறையும் காடு பாடுவாம். 75

நிணம் - தசை; கொழுப்பு, உளப்பு - உளம்பு; வருத்தம். நிறைவித்தாள் - நிறைவித்தவள்; காளி. உறையும் - வாழும். களப்போர் - களங்கொண்டு ஆற்றிய போர்.

மரம் செடி கொடிகள்

பொரி பொரியாய்ப் போன காரைச் செடிகள், கருகிப் போன சூரை மரங்கள். புகைந்து எரிந்து போன வீரை மரங்கள், தீப்பற்றி எரிந்த மூங்கில் மரங்கள், மேற்பட்டை உரிந்த பாரை மரங்கள், முறிக்கப்பட்ட பாலை மரங்கள், காய்ந்த ஓமை மரங்கள் முதலியவை அப்பாலை நிலத்தில் எங்கணும் விரவியிருந்தன.

இலை, பழம் முதலியன உதிர்ந்த விளாமரங்கள், உலர்ந்த நெல்லி மரங்கள், காய்ந்து போன தும்பைச் செடிகள், உலர்ந்த வேல மரங்கள், பளந்த முள்ளிச்செடிகள், சூறாவளியால் சிதைந்த வள்ளிக் கொடிகள், பிளவுபட்ட கள்ளிமரங்கள் ஆகியவை அப் பாலை நில மெங்கும் பரவியிருந்தன.

உலர்ந்து போன வாகை மரங்கள், நீர் வற்றிப்போன கூகைக் கொடிகள், அழிந்துபோன தேற்றா மரங்கள், சிதைந்து போன வேல மரங்கள் முதிர்ந்துபோன இண்டங்கொடிகள், உலர்ந்துபோன மூங்கில்

மரங்கள், காற்றால் ஒடிந்துபோன புன்கமரங்கள் ஆகியவை எங்கும் வரிசை வரிசையாய் நிறைந்திருந்தன.

பொரிந்த காரை, கரிந்த சூரை
புகைந்த வீரை, எரிந்த வேய்,
உரிந்த பாரை, எரிந்த பாலை,
உலர்ந்த ஓமை, கலந்தவே, 76

உதிர்ந்த வெள்ளில், ஒடுங்கு நெல்லி,
உணங்கு தும்பை, உலர்ந்த வேல்,
பிதிர்ந்த முள்ளி, சிதைந்த வள்ளி,
பிளந்த கள்ளி, பரந்தவே, 77

வற்றல் வாகை, வறந்த கூகை,
மடிந்த தேறு, பொடிந்த வேல்,
முற்றல் ஈகை, முளிந்த விண்டு,
முரிந்த புன்கு! நிறைந்தவே. 78

வெள்ளில் - விளாமரம். உணங்கு-உணர்நத. ஒடுங்கு - வற்றி ஒடுங்கிய. பிதிர்ந்த-பிளந்த. பரந்த - பரவியிருந்தன. வற்றல் - உலர்தல். வலந்த-நீர் வற்றிய. கூகை - ஒருவகைக்கிழங்கு கொடி. மடிந்த - அழிந்த. தேறு-தேற்றாமரம். பொடிந்த-சிதைந்த. முற்றல்-முதிர்தல். ஈகை - இரண்டங்கொடி. முளிந்த- உலர்ந்த. விண்டு-மூங்கில். முரிந்த - ஒடிந்த.

பரிதியின் செயல்

பாலை நிலம் மிகக் கொடியது. அதன் தரை முழுவதும் வெயிலின் வெப்பத்தால் ஏற்பட்ட நில வெடிப்புக்கள் நிறைந்துள்ளன. அவற்றில் சூரியனின் ஒளிக்கதிர்கள் இயற்கையாகப் படிகின்றன. இது,சூரியனானவன்,'தனது மனைவியாகிய சாயை என்பவள் புகுந்து ஒளிந்து கொண்ட இடம் யாது?'' எனத் தன் ஒளிக்கதிர்களாகிய கைகளால் தடவி இடைவிடாது திளைத்துத் தேடுதலை ஒத்திருக் கின்றது.

தீய அக் கொடிய கானகத் தரை
திறந்த வாய்தொறும் நுழைந்து,'தன்
சாயை புக்க வழி யாது'எனப்பரிதி
தன் கரம் கொடு திளைக்குமே! 79

கானகம் - பாலை நிலம். தரை திறந்த வாய்தொறும் - நிலம் வெடிப்புகள் சண்டுள்ள இடமெங்கும். சாயை - சூரியனின் மனைவி. பரிதி - சூரியன். கரம் - கை. திளைத்தல் - ஏதேனும் ஒரு தொழிலை இடைவிடாது பழகுதல்.

நிழல் இல்லாமை

இரை தேடுவதன் பொருட்டு வானத்தில் வட்டமிட்டு அசைந்து செல்லுகின்ற இறகுகளையுடைய கொடிய பருந்துகளின் நிழலானது, பாலை நிலத்தின் வெப்பத்துக்குப் பயந்து, அதனைத் தாங்கமாட் டாமல், அக் கொடிய பாலைக்காட்டை விட்டு ஓடிப்போகின்றது. அவ்வாறு ஓடுகின்ற நிழலே அல்லாமல் நிலைபெற்றிருக்கும் நிழல் என்பது அப்பாலைவனத்தில் ஓரிடத்திலேனும் இல்லை.

ஆடுகின்ற சிறை வெம் பருந்தின் நிழல்
அஞ்சி, அக் கடு வனத்தை விட்டு
ஓடுகின்ற நிழல் ஒக்கும்; நிற்கும் நிழல்
ஓரிடத்தும் உள அல்லவே! 80

ஆடுகின்ற-அசைகின்ற. சிறை-இறகு. கடு-கொடிய உள அல்ல - உண்டாயிருப்பன அல்ல. நிழலற்ற பாலையின் கொடிய வெம்மை யினைக் கண்டு இப்படி நிழலும் பயந்து ஓடுகின்றது என்கின்றனர்.

நிழலின் செயல்

மரத்தின் அடியிலே நின்ற நிழலானது, 'வெளிலே தலை காட்டி னால் வெயில் உட்கொண்டு விடுமோ?' என்று கருதியும், நீரின்றி வாடும் மரங்கள் தங்கள் நிழலைத் தாமே உட்கொள்ளக்கூடும்' என்று கருதியும் பயந்து, அம் மரங்களின் கீழிருந்து, யாரும் அறியாதே விலகிப் போயிற்று!

'ஆதவம் பருகும்' என்று நின்ற நிழல்
ஆங்கு நின்று குடிபோனது-'அப்
பாதவம் புனல் பெறாது உணங்குவன
பருகும் நம்மை' என வெருவியே.'' 81

ஆதவம் - வெயில், பருகும் - உட்கொள்ளும். நின்ற - மரத்தடியில் நின்ற. அங்கு - மரத்தடி. குடிபோனது - நீக்கிப் போயிற்று. பாதவம் - வேரால் நீரைப் பருகுவது; மரம் புனல்-நீர். உணங்குவன - உலர்வன. வெருவி - பயந்து. இங்கே 'நிழல்' என்றது முன்பிருந்த நிழலை; இப்போது மரங்கள் பட்டுப்போய்த் தோன்றின என்பார் இப்படிக் கூறு கின்றனர்.

நெருப்பும் புகையும்

செக்கச்சிவந்த பாலைநிலப் பரப்பானது செந்நெருப்பைக் கொட்டித் தகட்டைப் பழுக்கச் செய்து நிலத்தை அமைத்ததை ஒத்திருக்கின்றது. அப்பாலை நிலத்தின் மேலே பறக்கும் புறாக்கள், அந் நெருப்பிலிருந்து திரண்டெழுந்த புகைக் கூட்டத்தை ஒத்திருக் குமே அல்லாமல், வேறு எவற்றிற்கும் ஒப்பாக மாட்டா!

செந் நெருப்பினைத் தகடு செய்து பார்

செய்தது ஒக்கும்,அச்செந்தரைப் பரப்பு!

அந் நெருப்பினில் புகை திரண்டது ஒப்பு

அலது ஒப்புறா,அதன் இடைப் புறா! 82

பாலை நிலத்தை நெருப்புக்கு உவமித்தவர், அதனிடைப் பறந்து செல்லும் புறாக் 'கூட்டத்தைப்' புகை என்கிறார்.

நிலத்தில் நீரின்மை

பாலை நிலத்தில் ஒரே கொடிய வெப்பம்! அதனால், மானின் வாய் வெந்துபோய் உள்ளது! மேலும் மானுக்குத் தாகவிடாயும் மிகுதி! நெருப்பிலிருந்து நீர் கிடைத்தாலும் குடித்துவிடும் - அப்படி ஒரு பேரெண்ணம் மானுக்கு! அந்நிலையில் விடாய் மிகுதியால் வெதும்பிய மான்,செந்நாயின் வாயிலிருந்து வடியும் அருந்தத்தகாத எச்சில் நீரைக்கூட அருந்தத் தகும் நீர் என்று கருதி மகிழ்ந்து,நாவினால் நக்கி விக்கி நிற்கும் காட்சியைத்தான் காணலாம்! ('செந்நாய்க்கு அஞ்சி ஓடுதற்குரிய மான், அதன் வாயிலிருந்து வடியும் நீரை நக்கிக் குடித்து விக்கும்' என்பது, வெம்மை மிகுதியால் அவை தத்தம் இயல்புகளை மறந்து களைத்திருந்தன என்றற்காம்.)

தீயின் வாயின் நீர் பெறினும் உண்பதோர்

சிந்தை கூர,வாய் வெந் துவர்ந்து செந்

நாயின் வாயின்நீர் தன்னை,நீர்எனா

நவ்வி நாவினால் நக்கி விக்குமே! 83

தீயின்வாய்-நெருப்பில். சிந்தை-எண்ணம். கூர-மிக, வாயின் நீர்தன்னை-வாயிலிருந்து வடியும் நீரை. நவ்வி-மான்.

நிலத்தின் வெம்மை

சிறந்த வானுலகத்திலுள்ள தேவர்கள், நிலத்தில் தங்கள் திருவடிகளை வைக்காமலிருப்பது, அப்பாலை நிலத்தின் வெப்பக் கொடுமையைத் தாங்க முடியாமை கருதியேயாகும். இவ்வாறு இருக்கவும், இந் நிலவுலகத்துள்ள மனிதர் அப்பாலை நிலத்தில் செய்வது எளியதாகுமோ? ஆகாது, (தேவர்களின் காலடிகள் நிலத்திற் படாவென்பதனை இப்படி நயமாக உவமித்துக் கூறுகின்றனர்.)

இந் நிலத்துளோர் ஏகல் ஆவதற்கு

எளிய கானமோ? அரிய வானுளோர்

அந் நிலத்தின்மேல் வெம்மையைக் குறித்து

அல்லவோ, நிலத்து அடி யிடாததே! 84

ஏகல் ஆவதற்கு - ஏகுவதற்கு. கானல்-பாலை நிறம். வானுளோர்-வானுலகத்தில் உள்ளவர்; தேவர்.

இரவியும் இரு பொழுதும்

ஞாயிற்றினுடைய பச்சைக் குதிரைகள் வானத்திற் பகல்வேளையில் இயங்கிச் செல்கின்றன; இரவில் செல்வதில்லை. ஏன் தெரியுமா? சொல்லுகிறேன் கேளுங்கள்: ஞாயிறு பகலில் காளி வாழும் பாலை நிலத்தைக் கடந்தது. அப்போது அந்நிலத்தின் கொடிய வெம்மையால் அதற்குமிக்க களைப்பு உண்டாயிற்று. அதனைத் தணித்துக் கொண்டால்தான் அது மறுபகலில் இயங்கமுடியும். அப்படித் தணித்துக் கொள்ளுவதற்கு அதற்கு இருக்கும் வேளை இரவுதான்! அதனால் தான் ஞாயிறு இரவில் அங்கே இயங்குவதில்லை!

இரு பொழுதும் இரவி பசும் புரவி விசும்பு
இயங்காதது இயம்பக் கேண்மின்-
ஒரு பொழுதும் தரித்தன்றி,ஊடுபோக்கு
அரிது அணங்கின் காடு என்று அன்றோ! 85

இரு பொழுது-பகல், இரவு என்னும் இரண்டு வேளைகள். இரவி-ஞாயிறு.புரவி-குதிரை. விசும்பு-வானம். இயங்காதது-செல்லாததன் காரணம். இயம்ப - சொல்ல. தரித்து - தங்கி இளைப்பாறி. ஊடு-இடையே. போக்கு - போதல். அணங்கு - காளி; இது மிகச் சிறந்த கற்பனை.

பனிநீரும் மழைநீரும் வியர்வை நீரே!

கார்மேகமும் வெண்ணிலவும்; பாலை நிலத்தைக் கடந்து செல்வோம், என்று கருதி மெல்ல மெல்லச் சென்றன. ஆனால் அந் நிலமெங்கும் ஒரே கொடிய வெப்பமாக இருந்தது. அவற்றால் அதனைப் பொறுக்க முடியவில்லை. அதனால் விரைந்து ஓடலாயின. அப்படி ஓடும்போது அவற்றின் உடல் இளைத்து வேர்வையாகக் கொட்டிற்று. ஐயோ! அவ்வாறு கொட்டிய வியர்வை நீரையே கார் மேகம் மழைநீராகவும், வெண்ணிலவு பனிநீராகவும் பெய்தன!

'காடு இதனைக் கடத்தும்' எனக் கருமுகிலும்
வெண்மதியும் கடக்க, அப்பால்
ஓடிஇளைத்து உடல் வியர்த்த வியர்வன்றோ,
உகு புனலும் பனியும் அம்மா! 86

கடத்தும் - கடந்தும் செல்வோம். முகில்-மேகம். மதிநிலவு. உகு - சொரிந்த. புனல்-மழைநீர் (புனலும் பனியும் பாலையைக் கடந்து சென்றபின் பெய்யப்படுவன என்று அறிதல் வேண்டும்.)

தேவர் வாழ்க்கை

தேவர்கள் வானத்தின் உச்சியிலே குளிர்ந்த கார்மேகத்தைத் திரைச்சீலையாக அமைத்துக்கொண்டு, சந்திரனை விசிறியாகப் பிடித்து விசிறிக் கொண்டும் இருக்கிறார்களே எதன்பொருட்டுத் தெரியுமா?

கொடிய வேகம் மிகுந்த பாலைநிலத்தின் பொறுக்கமுடியாத வெப்பக் கொடுமையைச் சிறிதேனும் தணித்துக்கொள்ளும் பொருட்டேயாகும் அல்லவோ!

விம்மு கடுவிசை வனத்தின் வெம்மையினைக்
குறித் தன்றோ,விண்ணோர் விண்ணின்
அம் முகடு முகில்திரை இட்டு,அமுத வட்ட
ஆலவட்டம் எடுப்பது அம்மா! 87

விம்மு-மிகுந்த. கடு-கொடிய. விசை-வேகம். வனம்-பாலை நிறம் . விண்ணோர் - தேவர். விண்-வானம். மை-கரிய. முகடு - உச்சி. முகில் திரை - மேகமாகிய திரைச்சீலை. இட்டு- அமைத்து. அமுத வட்டம் - நிலா. ஆலவட்டம் - விசிறி. அமுத வட்ட ஆலவட்டம் - வட்ட நிலவாகிய விசிறி.

பேயின் மூச்சும் மரத்தின் புகையும்

இவ்வுலகம் இடம்விட்டுப் பெயர்ந்து ஓடிப்போகாமல் காத்துக் கொள்ளும் பொருட்டு, இப்பாலை நிலத்தின் காளிதேவியால் நிறுத்தி வைக்கப்பட்ட பேய்கள், தனித்தனியாக நின்று பெருமூச்சுவிட்டால் எப்படியிருக்குமோ அதுபோல, இப்பாலை நிலத்திலுள்ள மரங்கள் எல்லாம் எரிந்து கரிந்து புகைந்து கிடக்கின்றனவே!

நிலம் புடை பேர்ந்து ஓடாமே,
நெடு மோடி,நிறுத்திய பேய்
புலம்பொடு நின்று உயிர்ப்பன போல்,
புகைந்து மரம் கரிந்து உளவால் 88

புடை பெயர்தல் - இடம் விட்டுப் பெயர்தல். நெடு - சிறந்த. மோடி - காளி. புலம்பு - தனிமை. உயிர்ப்பன - பெருமூச்சு விடுவன.

வறண்ட நாக்கும் முதிய பேயும்

நன்றாய் முற்றிய நீண்ட மரங்களின் பொந்துகளிலிருந்து பெரிய பாம்புகள் வெளிப்படுதல், பசியால் உடல் மெலிந்த பேய்கள், தாக விடாய் பொறுக்க மாட்டாமையால் வாயிலுள்ள ஈரம் புலர்ந்து, வறண்ட நாக்குகளை வெளியே நீட்டிக் கொண்டிருப்பன போலத் தோன்றும்.

வற்றிய பேய் வாய் உலர்ந்து,
வறள்நாக்கை நீட்டுவ போல்,
முற்றிய நீள் மரப் பொதும்பின்
முது பாம்பு புறப்படு மால்! 89

வற்றிய - மெலிந்த உலர்ந்து - ஈரம் காய்ந்து. வறள் - வறண்ட பொதும்பு - பொந்து. மரப்பொந்தினுள்ளும் இருக்கமாட்டாமல் பாம்புகள் வெளியேறுவதை இப்படிக் கூறுகின்றார்.

சூறாவளியின் இயல்பு

காண்பவரின் கண்கள் சுழலும்படியாகப் பாலை நிலத்தில் தோன்றி வருகின்ற கானலானது, தண்ணீர் அலையலையாக மிதந்து வருவது போல் தோன்றும். அந்தத் தண்ணிரில் சுழிகள் சுழன்று வருவன போல, சுழல் காற்றும் சுழன்று சுழன்று அடிக்கும்.

சுழி சுழல வருபேய்த்தேர்
மிதந்து வரு நீர் அந்நீர்ச்
சுழி சுழல வருவதெனச்
சூறைவளி சுழன்றிடுமால்! 90

பேய்த்தேர்- கானல்நீர், சூறை வளி- சுழல் காற்று.

நீர் பூத்த நெருப்பு

சுழன்று வீசிய சூறைக்காற்று, உயிர் போய் அழிந்த உடலைச் சுட்டெரித்த சாம்பலைக் கிளறி அடித்தது. அப்படிக்கிளறி அடித்த சாம்பல் அங்குக் கிடந்த மாணிக்கங்களின் செந்நிறத்தை மறைத்தது. அவ்வாறு செந்நிறம் மறைந்து கிடக்கும் மாணிக்கங்கள், புகையால் மூடப்பட்ட நெருப்பைப் போலவும் சாம்பலால் மூடப்பட்ட நெருப்பைப் போலவும் தோன்றுவனவாம்!

சிதைந்த உடல் சுடுசுடலைப் பொடியைச் சூறை
சீத்தடிப்பச், சிதறிய அந் பொடியால், செம்மை
புதைந்த மணி புகைபோர்த்த தழலே போலும்!
போலாவேல், பொடி மூடும்தணலே போலும்! 91

சிதைந்த - உயிர் போய் அழிந்த. பொடி- சாம்பல். சூறை- சூறாவளி. சீத்து - கிளறி. புதைந்த - மறைந்த. மணி- இரத்தினம், தழல்- நெருப்பு, பொடி மூடு தணல் - நீறுபூத்த நெருப்பு.

முத்துச் சொரிதல்! கண்ணீர் பொழிதல்!

மண் வரைக்கும் ஓடி. ஈரம் நீங்கி, மிகவும் வறண்டு, வெடிப்புக்களால் திறந்த இடங்களில், மூங்கில்கள் கணுக்கள் வெடித்து முத்துக்களைச் சொரியும். அம்முத்துக்கள் மூங்கில் இரக்கப்பட்டு இயல்பாகச் சொரிகின்ற கண்ணீரைப் பெற்று விளங்கும். அல்லது பாலை நிலத்தின் வெப்பக் கொடுமையைக் கண்டோர் மனமுருகிச் சொரிகின்ற கண்ணீர்த் துளிகளைப் போன்றிருக்கும்!

மண் ஓடி, அற வறந்து, அங்காந்த
வாய் வழியே வேய் பொழியும் முத்தம், அவ்வேய்
கண் ஒடிச் சொரிகின்ற கண்ணீர் அன்றேல்
கண்டு இரங்கிச் சொரிகின்ற கண்ணீர் போலும்! 92

அற-முழுக்க. வறந்து - வறண்டு. துறந்து-நீங்கி. அங்காந்த - வாய் திறந்த. வேய் - மூங்கில். முத்தம்- முத்து. கண்ஓடி- இரக்கப் பட்டு; கணுக்கள் வெடித்து, இரங்கி - மனம் வருந்தி.

முத்துக்கள் கொப்புளங்கள்

கணுக்கள் வெடித்த மூங்கில்களிலிருந்து முத்துக்கள் வேகமாகத் தெறித்துப் பாலை நிலத்தில் விழுந்து கிடக்கும். அவை, பாலை நிலம் வருந்தி வெதும்பியமையால், அதன் உடம்பில் தோன்றிய வியர்வைப் புள்ளிகளைப் போன்று இருக்கும்: அல்லது கொப்புளங் களை ஒத்திருக்கும்.

வெடித்த கழை, விசை தெறிப்பத் தரைமேல் முத்தம்
வீழ்ந்தன, அத்தரைபுழுங்கி அழன்று, மெய்ம்மேல்
பொடித்த வியர்ப் புள்ளிகளே போலும் போலும் !
போலாவேல், கொப்புளங்கள் போலும் போலும்! 93

கழை - மூங்கில், விசை- வேகம். புழுங்கி- வருந்தி. அழன்று- வெதும்பி. பொடித்த- தோன்றிய. வியர்ப்புள்ளி- வியர்வைத் துளி, ‘விசைத்து எறிந்த முத்தம் மண்மேல்’ ‘அழன்று மேன்மேல்’ என்பன வேறு பாடல்கள். மூங்கில் வெடித்தது கோடை வெம்மையால்.

காற்றின் தன்மை

நீர் பரந்த கடல்கள், வலிய அலைகளாகிய கைகளைப் பலமுறை கரையிலே செலுத்துவதும், திக்கு யானைகளின் காதுகளிலிருந்து காற்று வீசுவதும், படர்ந்த கொடிய பாலை நிலத்திலிருந்து வீசிவரும் வெப்பம் மிகுந்த காற்றுத் தம்மிடம் வாராமல் தடுத்துக் கொள்வதற்கே யாகும்!

பல் கால் திண் திரைக் கரங்கள் கரையின் மேன்மேல்
பாய் கடல்கள் நூக்குமது, அப் படர்வெங்கானில்
செல்காற்று வாராமல் காக்க அன்றோ!
திசைக் கரியின் செவிக் காற்றும் அதற்கே அன்றோ! 94

பல்கால் - பலமுறை. திண் - வலிய, திரைக்கரம் - அலையாகிய கை. பாய் - நீர் பரவிய. நூக்கும் - தள்ளும் கரி - யானை . அதற்கு - தடுப்பதற்கு.

வெந்த வனமே இந்த வனம்!

வாட்படையுடைய முதற் குலோத்துங்க சோழன், முன்னொரு சமயம் பாண்டியரோடு முனிந்து பொருத போரிலே, பாண்டியர் முட்களையுடைய வழிகளிலும், கற்களையுடைய வழிகளிலுமாக ஓடிப் போயினர். அப்போது, வெள்ளாறு என்னும் ஆறும், கோட்டாறு என்னும் ஊரும் புகையால் மூடிக் கொண்டன. அவற்றிற்கு அருகில் வெந்த

காவற்காடுகளின் வெப்பம் வேண்டுமானால், காளிதேவி உறைகின்ற இந்தப் பாலைவனத்தின் வெப்பத்தை ஒத்திருக்கும்!

முள்ளாறும் கல்லாறும் தென்னர் ஓட,
முன்னொருநாள் வாள் அபயன முனிந்த போரில்
வெள்ளாறும் கோட்டாறும் புகையால் மூட,
வெந்த வனம் இந்த ஒக்கும் ஒக்கும்: 95

ஆறு- வழி, தென்னர் - பாண்டியர். அபயன்- சோழன். முனிந்து- வெகுண்டெழுந்து. வனம் - பகை மன்னரின் காவற்காடு. இந்த வனம்- காளி உறையும் பாலைநிலம். வெள்ளாறு - ஓர் ஆறு: புதுக்கோட்டைச் சீமையில் உள்ளது. கோட்டாறு, நாஞ்சில் நாட்டில் உள்ளது.

மணலின் தன்மை

இலங்கை வேந்தன் இராவணனோடு போர்புரிவதற்கு எழுந்த இராமனுடைய குரங்குக் கூட்டங்கள், அலை கடலை அடைப்பதற்கு, இந்தப் பாலை நிலத்தினின்றும் ஒரு மணல் காணப் பெறாமையா லேயே, மலைகளைப் பெயர்த்தெடுத்து வருத்தமுற்றுக் கலங்கின.

அணி கொண்ட குரங்கினங்கள்,
அலை கடலுக்கு அப் பாலை
மணல் ஒன்று காணாமல்,
வரை எடுத்து மயங்கினவே 96

அணி கொண்ட - போர் புரியப் புறப்பட்ட வரை - மலை. மயங் கின- கலங்கின. ஒரு மணலை இட்டாலே அதன் வெம்மையால் கடல் முழுதும் வற்றிவிடுமே: அதனை அறியாமையினாலேதான், அவை மலைகளைப் பெயர்த்துத் தளர்ந்து மயங்கின என்பது கவியரசர் கற்பனை.

4. கோயில் பாடியது

(பாலைக்குரிய தெய்வமாகிய கொற்றவையாளின் கோயிலைப் பற்றிப் பாடியன இவை. இங்கே வீரமறவர் வழிபாடியற்றும் காளி கோயிலின் அமைப்பும் பிறவும் கூறப் பெறுகின்றன.)

பழைய கோயிலும் புதிய கோயிலும்

மேலே கூறி வந்த அந்தக் கொடிய பாலைவனத்திலே கோயில் கொண்டிருப்பவள் காளி தேவி. அவளுக்குப் பிரமனால் படைக்கப் பட்ட இந்த உலகமே பழைய கோயிலாகும். இருந்தாலும், புதிய கோயில் ஒன்றும் அவளுக்கு அங்கே இருக்கிறது. இனிஅதனைப் பற்றிக் கூறுவோம்.

ஓதி வந்த அக் கொடிய கானகத்து
உறை அணங்கினுக்கு அயன் வகுத்த இப்

பூதலம் பழங் கோயில் என்னினும்
புதிய கோயில் உண்டு அதுவி ளம்புவாம். 97

புதிய கோயிலுக்குக் கடைகால்

முதற் குலோத்துங்க சோழன், வட்டமான வெண்கொற்றக் குடையை உடையவன். போர்க்களத்தில் அவனது வாளின் வாய்ப் பட்டு மடிந்த மன்னர்களோ பலராவர். அம் மன்னர்களது பட்டத்தரசி களின் நகைகளில் இருந்த அழகிய பெரிய இரத்தினக் கற்களே, புதிய கோயிலுக்குக் கடைக் காலிடும் கற்களாக அமைந்தன.

வட்ட வெண் குடைச் சென்னி மானதன்
வாளின் வாயினால் மறலி வாயிடைப்
பட்ட மன்னர்தம் பட்ட மங்கைமார்
பரு மணித்திருக் கரு இருத்தியே. 98

சென்னி- சோழன் மானதன்- மானத்தைக் காப்பவன்; குலோத் துங்கன். மறவி- எமன். பட்ட - மடிந்த. பட்டமங்கையர் - பட்டத்தரசி கள். கோயிகளுள் படிமங்களை நிறுத்து முன் இக் காலத்தும் அடிப் பாகத்து நவரத்தினங்கள் இடுதல் மரபாகும். வீடுகளில் நிலை அமைக்கும்போதும் நவரத்தினங்கள் இடுவார்கள்.

கோயில் இயல்பு

சேர மன்னர்கள், முகத்திற் செந்நிறப் புள்ளிகளையுடைய யானைப் படையைப் பெற்றிருந்தனர். அவர்களுடைய கட்டளை யினால் சேர வீரர்கள் போர்க்களத்திற்கு வந்தனர். தன்னை எதிர்த்த சேர வீரர்களை முதற் குலோத்துங்கன் கொன்று குவித்தான். அவ்வீரர் களின் கொழுப்பாகிய சேற்றை, இரத்தமாகிய நீரால் குழைந்து பெரிய தலைகளாகிய கற்களால் கோயிலுக்குச் சுவர் எழுப்பினான்.

துவர் நிறக் களிற்று உதியர் ஏவலின்
சுரிகை போர்முகத்து உருவி, நேரெதிர்த்து
அவர் நிணத்தொடு அக்குரு திநீர் குழைத்து
அவர் கருந்தலைச் சுவர் அடுக்கியே. 99

துவர் நிறம் - செந்நிறம். உதியர் - சேரர். சுரிகை - வாள். நிணம் - கொழுப்பு. கரும் தலை - பெரிய தலைகள்.

தூணும் உத்திரமும்

அறிஞர்களுக்கெல்லாம் தலைவன் முதற் குலோத்துங்க சோழன். அவனுடைய யானைகள் பகையரசர்களின் காவற் காடுகளை முற்றவும் தம் கொம்புகளால் பிடுங்கி எறிந்தன. அவ்வாறு எறிந்த கணைய மரங்களே, புதிய கோயிலுக்குத் தூண்களும் உத்திரங்களும் ஆயின.

அறிஞர் தம்பிரான் அபயன் வாரணம்
அரசர் மண்டலத்து அரண் அறப் பறித்து
எறிதரும் பெருங்கணைமரங்கள் கொண்டு
எழுது தூணொடு உத்தரம் இயற்றியே. 100

தம்பிரான்- தலைவன், வாரணம் - யானை. மண்டலம் - நாடு. அரண் - காவற்காடு. அற - அழியும்படி. கணைமரம் - யானைப் போரைத் தடுக்கக் காவற்காட்டில் வேலியாக நட்டிருக்கின்ற மரம். எழுது தூண்- பதித்த தூண்கள்: செதுக்கு வேலை செய்யப்பட்டு விளங்கும் தூண்களும் ஆம்.

கை மரமும் பரப்பு மரமும்

'மிதலை என்னும் நகரில் முதற் குலோத்துங்க சோழன் யானை களை விரைவாகக் கொன்று குவித்தான். அந்த யானைகளின் கொம்பு களைக் கோயிலுக்குத் கைமரமாக இட்டனர். அவற்றின் விலா எலும்பு களைப் பரப்பிப் பரப்பு மரங்களாக அடுக்கினர்.

கடிது அழிந்து, பேர் மிதிலையில் படும்
கரி மருப்பினைத் திரள் துலாம்எனும்
படி பரப்பி அப் பரும யானையின்
பழு எலும்பினில் பா அடுக்கியே. 101

கடிது - விரைவாக. கரி - யானை. மருப்பு - தந்தம. திரள் - திரண்ட. துலாம் - கை மரம். பருமம் - பெரிய. பழு - விலா. பா - பரப்பு மரம். மிதிலை - வட நாட்டிலுள்ள ஓர் ஊர்; இங்கு வடவரசருடன் போரிட்டு வளவன் வென்றான் என்பதாம். இதுவே 'சீதை' பிறந்த ஊர்.

மேல் முகடு

முன்னொரு நாள், முதற் குலோத்துங்க சோழன், யானைப் படையைச் செலுத்தி, வெற்றிச் சின்னங்களை உடைய அரசர்களோடு போர் புரிந்து, அவர்களிடமிருந்து பெற்ற யாளி, யானை, பன்றி, சிங்கம் ஆகிய உருவங்கள் எழுதப் பெற்ற தனித்தனிக் கொடிகளை வரிசையாக வைத்து, மேல் முகடு அமைத்தான்.

மீளிமா உகைத்து அபயன் முன்னொரு நாள்
விருத ராசரைப் பொருது கொண்ட போர்,
ஆளி, வாரணம், கேழல், சீயம் என்று
அவை நிரைத்து நாசிகை இருத்தியே. 102

மீளி - வலிய. மா - யானை. உகைத்து - செலுத்தி. விருது - வெற்றிச் சின்னம். பொருது - போர் புரிந்து. ஆளி - யாளி. வாரணம் - யானை. கேழல் - பன்றி. சீயம் - சிங்கம். நாசிகை - மேல் முகடு.

வெற்றிடத்தை மூடுதல்

முதற் குலோத்துங்க சோழன் அரசாண்ட நாளில் குந்தளம் என்னும் நாட்டை, ஆறாம் விக்கிமாதித்தன் என்னும் அரசன் ஆண்டு வந்தான். ஆறாம் விக்கிரமாதித்தனையும், அவன் தம்பி சயசிங்கனை

யும் முதற் குலோத்துங்கன் வென்றான். அவர்களைத் துங்கபத்திரை என்னும் ஆற்றுக்கப்பால் துரத்தினான். அந்தப் போரில் யானைகள் பலவற்றைக் கவர்ந்தான். அப்படிக் கவர்ந்த யானைகளின் முகப் போர்வைகளை எடுத்துக் காளி கோயிலின் வெற்றிடம் மறையும்படி மேலே மூடினான்.

துங்க பத்திரைச் செங்க ளத்திடைச்
சோளசேகரன் வாள் எறிந்த போர்,
வெங் கதக் களிற்றின் படத்தினால்
வெளி அடங்கவே மிசை கவித்துமே. 103

செங்களம் - சிவந்த போர்க்களம், சோளர்சேகரன் - சோழ மன்னர் களுக்குள் மகுடம் போன்றவன்: குலோத்துங்கள். சோளர் - சோழர்; போலி. வெம் - கொடிய. கதம்- கோபம். படம்- முகபடாம். மீசை- கூரைமேல்.

கோபுரமும் நெடுமதிலும்

காளி கோயிலின் கோபுரங்களும், பெரிய மதில்களும், வெள்ளி யால் கட்டி முடிந்ததைப் போலப் போரில் இறந்தவர்களுடைய வெள்ளிய எலும்புகளால் கட்டி முடிக்கப் பெற்றன. அக் கோபுரங்களை யும் மதில்களையும் கொள்ளிவாய்ப் பேய்கள் காவல் புரிந்தன.

கொள்ளி வாய்ப் பேய் காக்கும்
கோபுரமும் நெடு மதிலும்
வெள்ளியால் சமைத்ததென,
வெள்ளெலும்பி னால் சமைத்தே. 104

கொள்ளி வாய்ப் பேய்-கொள்ளிக்கட்டை போல் சிவந்த வாயினையுடைய பேய். நெடு-பெரிய. சமைத்தது - கட்டியது. வெள்- வெண்மை. 'வெள்ளியால் சமைத்தன போல' எனவும் பாடம்.

கோயில் வாயிலில் மகர தோரணம்

கரும் பேய்கள், கரிய இரும்பினால் ஒப்பற்ற இரண்டு தூண் களை நட்டன. ஓர் இரும்பைச் சுறாமீன் போல வளைத்து மகர தோரண மாகவும் கட்டின.

கார் இரும்பின் மகரதோ---
ரணம் ஆகக் கரும் பேய்கள்
ஓர் இரண்டு கால் காட்டி,
ஓர் இரும்பை மிசை வளைத்தே. 105

கார்- கரிய, மகரம் - சுறாமீன். ஓர் - ஒப்பற்ற. கால் - தூண். மிசை - மேலே.

மதில்களின் காட்சி

மதிலின் தலைகளும் வீரர்கள் காளிதேவிக்குப் பலியாக மலர்ந்த முகத்தோடு கழுத்தை அறுத்து வைத்த தாமரை மலர் போன்ற முகங்

களும், மதில்களில் பதிக்கும் கொழுப்பாலாகிய கொடிச் சீலைகளும், பச்சிளம் குழந்தைகளின் இளந் தலைகளும், அக் கோயிலின் எல்லா இடங்களிலும் தொங்கவிடப்பட்டன.

மயிற்கழுத்தும், கழுத்து அரிய மலர்ந்தமுகத்
தாமரையும், மருங்கு சூழ்ந்த
எயிற்கு அழுத்தும் நிணக் கொடியும், இளம்குழவிப்
பசுந் தலையும், எங்கும் தூக்கி. 106

மருங்கு- பக்கம். எயில்- மதில். அழுத்தும்- பதிக்கும். நிணம் - கொழுப்பு. பசும் தலை - இளந்தலை. தூக்கி - தொங்கவிட்டு.

மதுரையின் மகர தோரணம்

முதற் குலோத்துங்க சோழன், தனக்கு அடங்காத பாண்டிய ருடைய, பாய்ந்து செல்லும் யானைகளின் முறம் போன்ற காதுகளை அறுத்துக் காளிகோயிலில் மாலையாகத் தொங்க விட்டான். மதுரையில் சுறாமீன் வடிவத்தில் ஒரு மகர தோரணம் இருந்தது. அதனைப் பறித்து வந்து, காளி கோயிலின் முன்னே இரத்தினங்களைப் பதித்த ஊசல் போல் நட்டு வைத்தான்.

பணியாத வழுதியர் தம் பாய் களிற்றின்
செவிச் சுளகு பலவும் தூக்கி,
மணி ஊசல் என மதுரை மகரதோ--
ரணம் பறித்து மறித்து நாட்டி. 107

வழுதியர் - பாண்டியர். சுளகு- முறம். மணி ஊசல் - இரத்தின ஊசல். பறித்து - பிடுங்கி. மறித்து- மீண்டும்.

ஈம விளக்கு

காளிதேவியை வழிபடுபவர் அனைவரும் அவ் அம்மையிடம் அன்பு செலுத்தி, அவள் உறைந்துள்ள கோயிலைச் சுற்றிலும் பெருக்கிப், பசுமை இரத்தமாகிய தண்ணீரைத் தெளித்தனர். கொழுப் பாகிய மலர்களைத் தூவினர். காளி கோயில் சுடலையின் நடுவில் அமைந்தமையால், சுற்றிலும் பிணங்களைச் சுடுவதால் எரியும் விற கடுக்காகிய விளக்கை, எல்லாப் பக்கங்களிலுமே ஏற்றி வைத்தனர். அது ஒப்பற்ற பயங்கரத் தன்மையைக் கொண்டதாக இருந்தது.

பரிவிருத்தி அலகிட்டுப், பசுங்குருதி
நீர் தெளித்து, நிணப்பூச் சிந்தி
எரி விரித்த ஈமவிளக்கு எம் மருங்கும்
ஏற்றியதோர் இயல்பிற் றாலோ! 108

பரிவு- அன்பு. இருத்தி- செலுத்தி. அலகு- துஜடப்பம். நிணம் - கொழுப்பு. சித்தி - தூவி. எரி- ஒளி. ஈமம்- சுடுகாடு. எம்மருங்கும் - எல்லாப் பக்கமும்.

வீரர்களின் பேரொலி

காளி தேவியை வழிபடும் வீரர்கள் சிறிதும் மனம் தளராதவர்கள்: ஒப்பற்ற ஆண்மையும் அஞ்சாமையும் உடையவர்கள். அவர்கள் 'தாங்கள் விரும்பும் வரத்தைத் தருமாறு தேவியிடம் வேண்டினர். அவ் வரத்திற்கு ஈடாக' எங்கள் தலை முதலிய உறுப்புகளை அரிந்து கொடுக்கிறோம்' என்றும் ஆரவாரத்தோடு கூவி வழிபட்டனர். இவ்வாறு அவர்கள் வழிபட்ட ஓசையானது, கடல் ஒலி போல் எல்லாத் திக்குகளிலும் சென்று பரவிற்று.

சலியாத தனி ஆண்மைத் தறுகண் வீரர்,
'தருவரம்! வாத்தினுக்குத் தக்கதாகப்
பலியாக உறுப்பரிந்து தருதும்!' என்று,
பரவும் ஒலி, கடல் ஒலி போல் பரக்கு மாலோ. 109

சலியாத - தளராத, தறுபண் - அஞ்சாமை. தருதும் - தருவோம். பரவும். துதிக்கும். பரக்கும் - பரவியிருக்கும்.

வீர வழிபாடு

காளி தேவியை வழிபடுவோர், அவளை வணங்கி அமர்ந்திருந் தனர். சொல்லுதற்கு அருமையான அக்கினி பூசைக்குத் தகுதியான நெருப்பை மூட்டினர். தங்கள் விலா எலும்பைப் பிடுங்கி வலிய நெருப்பில் தொடர்ந்து எரியும்படி விறகாக வைத்தனர். உடம்பிலிருந்து பெருகி வழியும் இரத்தத்தை நெய்யாக உற்றினர்.

சொல் அரிய ஓமத் தீ வளர்ப்ப ராலோ:
தொழுதிருந்து பழு எலும்பு தொடர வாங்கி
வில் எரியின் மிசை எரிய விடுவராலோ,
வழி குருதி நெய்யாக வார்ப்ப ராலோ. 110

ஓமத்தீ - யாக நெருப்பு. சொல் அரிய - சொல்லுதற்கு அருமை யான ஓமம் - யாகம். இருந்த - உட்கார்ந்து. பழு எலும்பு - விலா எலும்பு. வாங்கி - பிடுங்கி. வல் - வலிய.

தலை துதிக்கும்! முண்டம் வழிபடும்!

வீரர்கள் தங்களுடைய பெரிய தலையைக் கழுத்தின் அடியிலே அறுப்பார்கள். அறுத்த தலையைக் காளியின் கையிலே கொடுப் பார்கள். கொடுத்த தலைகள் தேவியைப் போற்றும்: தலை குறைந்த உடல்கள் தேவியைக் கும்பிட்டு நிற்கும்.

அடிக் கழுத்தி னுடன் சிரத்தை அரிவராலோ;
அரிந்த சிரம அணங்கின் கைக் கொடுப்பாராலோ:
கொடுத்த சிரம் கொற்றவையைப் பரவுமாலோ:
குறையுடலம் கும்பிட்டு நிற்கு மாலோ. 111

நெடும்- நீண்ட, சிரம் - தலை. அரிவர் - அறுப்பர். அணங்கு - காளி. கொற்றவை- காளி. பரவும்- துதிக்கும். குறையுடலம் - முண்டம்.

அச்சுறுத்தும் தலைகள்

பலிக்கடன் செலுத்தும் பலிபீடத்தில், வீரர்கள் நீண்ட குடுமி யோடு கூடிய தங்கள் தலைகளை அறுத்து வைத்தனர். ஆண்டலைப் பறவைகள் அத்தலைகளைத் 'தம் இனப் பறவைகள்' என்று எண்ணிப் பக்கத்தில் வந்து பார்க்கும்! அந்தப் பறவைகளை, அறுபட்ட தலைகள் பயமுறுத்தும்!

நீண்ட பலி பீடத்தில் அரிந்து வைத்த
நெடுங்குஞ்சிச் சிரத்தைத் தன் இனம் என்று எண்ணி
ஆண்டலைப்புள் அருகு அணைந்து பார்க்கு மாலோ!
அணைத்தலும், அச்சிரம் அச்சமுறுத்துமாலோ. 112

பலி- பலிக்கடன். குஞ்சி - ஆடவர் தலைமயிர். சிரம் - தலை. ஆண்டலைப் புள் - ஒரு வகைப் பறவை. அணைந்து- நெருங்கி; சேர்ந்து.

அஞ்சி அலைந்தன!

'வீரர்கள் காளி தேவிக்குச் செலுத்த வேண்டிய பலிக் கடனுக் காகத் தங்கள் தலைகளை அரிந்து வைத்தனர். அப்பொழுதே அவர்கள் கடமை நிறைவேறிவிட்டது. இனிச் செய்ய வேண்டியது யாது மில்லை!' அந்தக் களிப்பினால் குறையுடல்கள் கூத்தாடின. பெரும் பசியுடைய பேய்கள் அவற்றை உண்ண ஆசைப்பட்டன. ஆனால் அந்த உடல்களிடம் அணுக அஞ்சி 'கீழே விழுந்தவுடன் உண்ண லாம்' என்று கருதி, அவற்றின் பின்னாலேயே அலைந்தன!

'கடன் அமைந்தது கருந்தலை அரிந்த பொழுது:
கடவது ஒன்றும்இலை! ' என்று, விளையாடும் உடலே:
உடல் விழுந்திடின் நுகர்ந்திட உவந்த சில பேய்
உறு பெறும் பசி உடன்றிட, உடன் திரியுமே. 113

கடன் - கடமை. அமைந்தது - முடிந்தது: கடவது- செய்ய வேண்டியது. உவந்த - விரும்பிய. உறு - மிக்க. உடன்றிட - வருத்த.

குரல் ஒலியும் வாத்திய ஒலியும்

'காளி தேவியே! இப்பொழுது எருமைக் கடாவைப் பிளந்து எடுத்த பசிய இரத்தம் இது! இதனை அன்போடு பலியாக ஏற்றுக் கொள்க' என்று வீரர்கள் இட்ட கூச்சல், பெரிய இடி இடித்தாற் போல் எட்டுத் திக்குகளிலும் பரவின. அவ்வொலி வான உச்சியையும் பிளந்து கொண்டு சென்றது. அதனோடு தோற்கருவிகளைக் கொண்டு, 'மொகு மொகு' என்ற பெரிய ஓசையையும் அவர்கள் எழுப்பினர்.)

'பகடு இடந்து கொள் பசுங் குருதிஇன்று, தலைவீ!
பலிகொள்!' எனறெ குரல் எண் திசை பிளந்து மிசைவான்
முகடு இடந்து உரும் எறிந்தென முழங்க, உடனே
மொகு மொகென்று ஒலிமிகும் தமருகங்கள் பலவே. 114

பகடு- எருமைக் கடா. இடந்து- பிளந்து. கொள் - கொண்ட. இன்று- இப்பொழுது. முகடு- உச்சி. உரும்- இடி. தமருகம் - உடுக்கை பம்பை முதலிய தோல் கருவிகள்.

மெய்காப்பாளர்கள்

காளி தேவியின் மெய்காப்பாளரும், பேய்களில் ஒருவகையினரும், அவளால் விரும்பப்படுபவரும், பழங்காலந்தொட்டு வருபவரும் ஆன சாதகர்கள், பறை, பம்பை, முழவு முதலிய தோற்கருவிகளிலிருந்து எழுகின்ற தாள ஒற்றோடு சேர்ந்த ஒலியைக் கேட்டுத் தேவியை வணங்க வருவார்கள்.

தமருகங்கள் தருகின்ற
சதியி்ன கண் வருவார்,
அமரி இன்புறும் அநாதி வரு
சாத கர்களே. 115

சதி - தாள ஒற்று. அமரி - போரை விரும்புகிறவள்; காளி. அநாதி - தொன்று தொட்டு. சாதகர்- ஒருவகைப் பேயினத்தார்; காளியின் மெய்காப்பாளர்.

யோகினிப் பெண்கள்

யோகினிப் பெண்கள், வாளை வலக்கையிலும், வீரர்களின் பசிய தலையை இடக்கையிலும் பிடித்துக் கொண்டு, இடையிடையே பேசிய வண்ணம் இடை அசைய நடந்து தேவியிடம் வந்து சேர்வர்.

படை வலங்கொடு, பசுந்தலை
இடங்கொடு, அணைவார்,
இடைமொழிந்து இடை நுடங்க, வரு
யோகி னிகளே. 116

படை- வாள். வலம்- வலக்கை. கொடு- கொண்டு. அணைவார் - சேர்வார். இடைமொழிந்து - நடுநடுவே பேசிக் கொண்டு. நுடங்க - துவளை. யோகினிகள்- காளிதேவியின் பரிவாரப் பெண்கள். இடைமொழிது: உடை ஒழிந்து எனவும் பாடம்.

பெருந்தலை கண்டு பேய் உறங்காமை

பருத்து நீண்ட மூங்கில்களின் முனைகளில் எல்லாம் வீரர்களின் தலைகள் தொங்கின! அவை எல்லாத் திக்குகளிலும் கண் இமைக்காமல் இருந்து சிரித்தன; கண்டவர்க்கு அச்சத்தை உண்டாக்கும் சுழலுகின்ற கண்களையுடைய பேய்கள், அந்தத் தலைகளைப் பார்த்துப் பயந்து, நாள் முழுவதும் தூங்காமலே இருந்தன :

வீங்கு தலை நெடுங் கழையின் மிசைதோறும்
திசைதோறும் விழித்து நின்று
தூங்கிதலை சிரிப்பன கண்டு, உறங்குதலை
மறந்திருக்கும் சுழல்கண் சூர்ப்பேய். 117

வீங்கு - பருத்த, நெடும் கழை - மூங்கில், தலை. உச்சி தூங்கு தலை - தொங்குகின்ற தலைகள். சூர் - அச்சம்.

காலன் இடும் தூண்டில்

வீரர்கள் தங்கள் தலைகளை அறுத்துத் தேவிக்குப் பலிக்கடன் செலுத்தினர். அந்தத் தலைகள் இரத்த வெள்ளத்தில் மூழ்கிக் காற்றில்

அசையும் மூங்கில்களில் மாட்டிக் கொண்டிருந்தன. அக்காட்சி, அலையும் இரத்த வெள்ளத்தில் மூழ்கிக் கிடந்த வீரர்களின் உடல் களைக் கவர்வதற்கு எமன் பெரிய தூண்டிலைப் போட்டுப் பிடிப்பது போல் இருந்தது!

அரிந்த தலையுடன் அமர்ந்தே ஆடு கழை
அலை குருதிப் புனலில் மூழ்கி
இருந்த உடல் கொளக், காலன் இடுகின்ற
நெடுந்தூண்டில் என்னத் தோன்றும். 118

ஆடு - அசையும். கழை- மூங்கில். குருதி- இரத்தம். கொள- பெற, காலன்- எமன். காலன் தூண்டில்காரன்;வீரர்கள் உடல் மீன்; இரத்த வெள்ளம் ஆறு; வீரர்கள் தலை தூண்டில் மாட்டி வைத்த உணவு; மூங்கில் தூண்டில்.

கொள்ளிவாய்ப் பேயின் தன்மை

காளி தேவி வாழும் சுடலையில் உயிர்களைக் கொல்லும் வாயை யுடைய கிழநரிகள் பறை ஓசைபோல முழக்கமிட்டன. அங்குத் கொள்ளி வாய்ப் பேய்கள் தங்கள் குட்டிகளின் வாய்க்கு ஏற்ற இனிய சிவந்த இறைச்சியைத் தேடித் திரிந்தன. அப்போது, நரிகளின் வாயில் நல்ல இறைச்சி இருப்பதைப் பார்த்து, அதைப் பிடுங்கிக் கொண்டு போய்விட்டன.

கொல் வாய் ஓரி முழவு ஆகக்
கொள்ளி வாய் பேய், குழவிக்கு
நல்வாய்ச் செய்ய தசை தேடி
நரிவாய்த் தசையைப் பறிக்குமால். 119

கொல் வாய்- உயிர்களைக் கொல்லும் வாய். ஓரி- கிழநரி. முழவு- பறை. குழவி- குட்டி. செய்ய - சிவந்த. தசை - இறைச்சி. பறிக்கும்- பிடுங்கிக் கொள்ளும்.

கோயிலைச் சுற்றியுள்ள சுடலை

பருந்துகள், இறந்த பிணங்களைக் கொத்திக் கொழுப்பையும் இறைச்சியையும் பிடுங்கித் தின்னும்! காளி தேவியின் கோயிலைச் சுற்றிலும் பிணங்களைச் சுடும் நெருப்பு, செம்பருத்திச் செடி, பேய்கள் சுடுகாடு, ஒன்றோடு ஒன்று சண்டை யிடும் நரிகள் ஆகியவைகளாகவே இருந்தன.

நிணமும் தசையும் பருந்து இசிப்ப,
நெருப்பும், பருத்தியும், பொன்று
பிணமும், பேயும், சுடுகாடு
பிணங்கு நரியும் உடைத்தரோ! 120

நிணம் - கொழுப்பு, தசை- இறைச்சி. இசிப்ப - இழுக்க. பொன்று பிணம் - எரியும் பிணம். சுடுகாடு - சுடலை. பிணங்கும் - சண்டையிடும்.

(இப்பகுதி சோழனின் போர் வெற்றிகளையும் போர்க்களத்தில் வெற்றி தேடித் தரும் காளியின் அச்சமூட்டும் சிறப்புகளையும் பாடிய தாகும். இதில் வரும் பல பகுதிகள் பழைய நம்பிக்கைகளின் அடிப் படையில் எழுந்த கற்பனைகள் என்றே கொள்ளலாம்.)

5. தேவியைப் பாடியது!

(தனக்கு உரித்தான கோயிலில் வீற்றிருந்து, தன்னைப் பணி வார்க்கு அருளும் காளிதேவியின் சிறப்புகள் பலவும் இப்பகுதியில் கூறப் பெற்றுள்ளன. அவள் ஆதிபராபரை, எல்லா உலகத்தையும் ஈன்றவள் என்ற சிறப்புகளைப் பெறுகின்றாள்.)

காளியின் வடிவழகு

காளியின் மேலே 'இன்ன இன்ன பொருள்கள் இருக்கின்றன' என்று எண்ணிப் பலவாறு சொன்னது எதற்காகவோ? அந்த அந்தப் பொருள்களை அணிந்துகொண்டு மகிழும் காளிதேவியின் உறுப்பு களின் அழகுகளை இனிச் சொல்லுவோம்.

'உவை யிவை உள' என்று எண்ணி
உரைப்பது என்? உரைக்க வந்த
அவை யவை மகிழ்ந்த மோடி
அவயவம் விளம்பல் செய்வாம்! 121

உவை - மேலேயுள்ள பொருட்கள். மோடி - காளி. அவயவம் - உறுப்பு. விளம்பல் - சொல்லல்.

பரிபுரம் விளங்கும் பாதம்

தேவர்கள் பாற்கடலைக் கடைய மந்திர மலையை மத்தாகக் கொண்டனர். அம் மலையைத் தன் வலிமையால் சுழலவைத்தது வாசுகி என்னும் பாம்பு. உலகத்தைச் சுமந்து கொண்டிருக்கும், வல்லமை யோடு கூடியது ஆயிரம் தலைகளைக் கொண்ட ஆதிசேடன், வாசுகி, ஆதிசேடன் என்னும் இந்த இரண்டு பாம்புகளையும் கயிறாகக் கொண்டு, பெரிய முத்துக்களை உள்ளிடு கற்களாக அமைத்தும் நட்சத்திரங்களாகிய இரத்தினங்களைப் பதித்தும் விலங்குகின்ற இரண்டு சிலம்புகளை அணிந்த திருவடிகளை உடையவள் காளிதேவி.

ஒரு மலை மத்து வலத்து உலவு கயிற்றினும், மற்று
உலகு பரித்த பணத்து உரக வடத்தினும், அப்
பருமணி முத்து நிரைத்து, உடுமணி அதத்த இணைப்
பரிபுரம் வைத்த, தளிர்ப் பத உகளத்தினளே. 122

60 கலிங்கத்துப்பரணி

வலத்து - வலிமையால், உலவு - சுழற்றிய. பரித்த - சுமக்கின்ற. பணம் - படம். உரகம் - பாம்பு; ஆதிசேடன். வடம் - கயிறு. பரு - பெரிய. மணி- பரற்கல். உடு - நட்சத்திரம். இணை- இரண்டு. பரிபுரம் - சிலம்பு. உகளம் - இரண்டு.

சதிகொள் நடனம்

ஆதிசேடன் என்னும் பாம்பும், எட்டுத்திக்கு யானைகளும் நிலத்தைச் சுமந்து கொண்டிருந்த போதிலும், காளிதேவி தன் பாதங்களைப் பெயர்த்து வைத்ததும், பள்ளம் விழுந்து நிலம் அசையத் தொடங்கும். அந்த நேரத்தில் முதற் குலோத்துங்கன் தோன்றித் தரணியைத் தாங்கிக் கொண்டான். அதனோடு, புலவர் பாடிய பரணியையும் தாங்கிப் புகழ்பெற்றான். தரணியையும் பரணியையும் சுமந்த முதற் குலோத்துங்களைப் புகழ்ந்து, காளிதேவி தாளத்தோடு கூடிய திரு நடனத்தைப் புரிவாள்.

அரவொடு திக்கயம் அப்பொழுது பரித்த இடத்து
அடி இட, உட் குழிவுற்று அசைவுறும் அப்பொழுதில்
தரணி தரித்ததெனப் பரணி பரித்த புகழ்ச்
சயதரனைப் பரவிச், சதிகொள் நடத்தினளே. 123

அரவு- ஆதிசேடன் என்னும் பாம்பு. திக்கயம் - தசையானைகள். பரித்த- தாங்கிய. இடத்து- நிலத்தில். அசைவுறும் - அசையத் தொடங்கிய. தரணி- உலகம். தரித்தது- தாங்கியது. சயதரன் - வெற்றி சூடியவன்; குலோத்துங்கள். பரவி- புகழ்ந்து. சதி- தாள ஒழுங்கு.

பால் நிரம்பிய கிண்ணம்

சிவன், உலக வெப்பத்தைத் தணிக்கும் வெண்ணிறப் பிறைச் சந்திரனைச் சடையில் தரித்துள்ளார். இடபத்தை வாகனமாகச் செலுத்தும் தலைவரும் அவர் ஆவார். சுடலையை இடமாகக் கொண்டு தனித்திருக்கும் அவர் அனுபவிப்பதற்கு என்று எண்ணி, காளிதேவி தன்னுடைய பொன்னிறக் கொங்கை முகங்களில் அழகிய வெண்ணீற்றைப் பூசியவளாக எண்ணி, காளிதேவி தன்னுடைய பொன்னிறக் கொங்கை முகங்களில் அழகிய வெண்ணீற்றைப் பூசியவளாக விளங்கினாள். தேவி கொங்கைகளில் வெண்ணீற்றை மிகுதியாகப் மிகுதியாகப் பூசியிருந்தது. செப்புக் கிண்ணத்திலே பருகுதற்குரிய பாலை நிரப்பி வைத்தது போல் இருக்கும்.

தணி தவளப் பிறையைச் சடைமிசை வைத்த விடைத்
தலைவர் வளத்தினிடைத் தனி நுகர்தற்கு நினைத்து
அணி தவளப் பொடி இட்டு அடைய, இலச்சினை இட்டு,
அமுதம் இருத்திய செப்பு அனைய தனத்தினளே. 124

தணி - தணிக்கின்ற, தவளம் - வெண்மை. மிசை - மெல். விடை- காளை. வனம்- சுடலை. அணி- அழகிய தவள்ப பொடி - திருநீறு . அடைய - மழுமையும் . இலச்சினை - முத்திரை, இருத்திய - வைத்த - செப்பு - செப்புக்கிண்ணம். இதனை, அடுத்த இரண்டு பாடல்களுக்குப் பின்னர் அமைத்துக் கொள்வர் சிலர்.

ஆடையும் இடைக்கச்சும்

சிவன், விரித்த சடையையும், மூன்று கண்களையும் உடையவர். அவருக்கு உண்டான காமநோயின் துன்பம் நீங்கும்படி அவரைக் கட்டித் கலந்தவள் காளி. சிவன், அந்தக் கலவி இன்பத்திற்குப் பரிசாக, மனம் உருகி, யானைத் தோலாகிய சேலையையும், அந்த யானையின் குடலோடு பாம்பையும் சேர்த்து முறுக்கிய, இறுகக் கட்டுவதற்கு ஏற்ற இடைக்கச்சினையும் கொடுத்தார். காளி அவற்றை உவகையோடு பெற்று அணிந்து கொண்டவளாக விளங்குகின்றாள்.

பரிவு அகலத் தழுவிப் புணர் கலவிக்கு உருகிப்,
படர்சடை மூக்கணுடைப் பாமர் கொடுத்த களிற்று
உரிமிசை, அக் கரியின் குடரொடு கட்செவியிட்டு,
ஒரு புரிஇட்டு இறுகப் புனையும் உடுக்கையளே! 125

பரிவு-துன்பம். படர் சடை- பரவிய சடை. பரமன்- சிவன். களிறு - ஆண் யானை. உரி - தோல். கரி - யானை. கட்செவி- பாம்பு. உடுக்கை - இடைக்கச்சு.

தேவியின் பிள்ளைகள்

கலைகளைக் கற்று மேன்மை பெற்ற பிரமனையும், கருமேகம் போன்ற நிறமுடைய திருமாலையும், யானை முகத்தையும் பொன்னிறத்தையும் உடைய விநாயகரையும், அசுரர் கூட்டம் அழியும்படி வில்லை வளைத்து அம்பைச் செலுத்திய முருகனையும் பெற்ற அழகிய வயிற்றையுடையவள் அக்காளீதேவி.

கலைவளர் உத்தமனைக், கரு முகில் ஒப்பவனைக்,
கரட தடக் கடவுள் கனக நிறத்தவனைச்
சிலை வளைவுற்று அவுணத் தொகை செகவிட்ட பரித்
திறலவனைத் தரும் அத் திரு உதரத்தினளே. 126

கலை - கல்வி. உத்தமன் - நான்முகன். கருமுகில் ஒப்பவன் - திருமால். தட கரடம் கடவுள் - பெரிய மதச் சுவட்டையுடைய கடவுள்; விநாயகர். கனகம் - பொன். சிலை - வில். அவுணர் - அரக்கர். தொகை - கூட்டம். செக - அழிய.

தேவியின் அணிகள்

உருண்டையாக உணவுத் திரளை உட்கொள்ளுதலையும், மதம் பொழியும் கோடுகளையும் உடைய யானையைக் கொன்று, அதன்

தோலைப் போர்த்துக் கொண்டு, சிவன் ஆண் யானையைக் போலத் கயிலை மலையில் வீற்றிருக்கின்றார். அவர் விரும்பும்படியாகத் தேவி பொன்னாபரணங்களை அணிந்தாள்; அழகிய கொங்கைகளில் வெண்மை யான முத்துமாலைகளை அசையவிட்டாள்: அவற்றின் நடுநடுவில் பவளமாலைகளும் ஒத்தபடியாக ஒளிவீசி விளங்கும்; அதன்மேலும், நெருப்பைப் போல் நஞ்சைக் கக்கும் பாம்பினையும் மேலாடையாக அவள் அணிந்தாள்.

கவள மதக் கரடக் கரி உரிவைக் கயிலைக்
களிறு விரும்புறும் அக் கனக முலைத் தாரளத்
தவள வடத்திடையிற், பவளமொடு ஒத்து எரியத்
தழல் உமிழ் உத்தரியத் தனிஉரகத்தினளே. 127

கவளம் - ஒரு வாய் உணவு கொண்ட உருண்டை, கரடம் - கீற்று; சுவடு. கரி உரிவை - யானைத் தோல். தவளம்- வெண்மை. வடம். மாலை; வடத்தினிடை எனுவும் பாடம். தரளம் - முத்து; தழல் - நெருப்பு. உத்திரியம் - மேலாடை. உரகம் - பாம்பு.

காளியின் கைகள்

வீரர்கள் காளிதேவிக்குப் பலியாகத் தங்கள் கழுத்தை அறுத்து வைக்கின்றனர். கழுத்திலிருந்து இரத்தம் குமிழியிட்டு வீசித் ததும்பிச் செல்லுகிறது. காளி தன் கைகளைச் சரியாகத் பிடித்து அந்தக் குருதியை அள்ளிக்குடிக்கிறாள். அதனால், அவள் கைகள் செந்நிற மாயின! எட்டுத் திக்குகளிலும் உள்ள யானைகள் பொழியும் மதநீரில் காளி தன் கைகளைக் கழுவினாள். மதநீர் கருநிறமாக இருந்தமையால் காளியின் உள்ளங்கைகளாகிய தாமரை மலர்களும் கருமை நிறமாயின.

அரியும் மிடற்றுஅலை அலைஇட்டு குருதிக்கு எதிர் வைத்து
அறவும் மடுத்த சிவப்பதனை முழுத் திசையின்
கரிகரடத் தொளையின்கலுழியிடைக் கழுவிக்,
கருமை படைத்த சுடர்க் கர கமலத் தினளே. 128

அரியும் - அறுக்கும். மிடறு - கழுத்து. அலை இட்டு - அலை வீசி; அலைததும்பும். அறவும் - முற்றும். மடுத்த-குடித்த. கலுழியிடை- வெள்ளத்தில். கர கமலம் - கைகளாகிய தாமரை.

தேவியின் உதடுகள்

தேவர்கள் பாற்கடலைக் கடைந்தபொழுது ஆலகால விடம் உண்டாயிற்று. அப்பொழுது அதன் வெம்மையால் கொடுமுடிகளை யுடைய மேருமலையும் வேறு பல மலைகளும் உருகின. அலைவீசும் கடலில் நீர்வற்றிப் புகை எழுந்தது. எட்டுத்திக்கிலும் உள்ள உயிர்கள் வெப்பத்தால் வருந்தின. அவ்வளவு கொடிய நஞ்சினைச் சிவன் அருந்தினார்; அதனால், கழுத்தில் கருநிறம் உடையவர் ஆனார்.

அத்தகையவருக்குத் தேவி அமுதம் போன்ற இனிமையும், கொவ்வைப் பழம் போன்ற செம்மையும் உடைய தனது உதடுகளைப் பருகத் கொடுத்து அவ் வெம்மையைத் தணித்தாள்.

சிமைய வரைக்கனகத் திரள் உருகப் பரவைத்
திரைசுவறிப் புகையத், திசை சுடும் அப்பொழுதத்து,
இமையவரைத் தகைதற்கு, இருளும் மிடற்றுஇறைவற்கு,
இனிய தரத்து அமுதக்கனி அதரத்தினளே. 129

சிமையம் - உச்சி. கனக வரை - மேருமலை. திரள் - கூட்டம். பாவை - கடல். திரை - அலை. சுவறி - வற்றி. இமையவர் - தேவர். தகைதற்கு - காப்பாற்றுவதற்கு. மிடறு- கழுத்து. இனிய தரத்து - இனிய தன்மையையுடைய சனி - கோவைப் பழம் அதரம்- உதடு.

சிவனின் பகை தீர்த்தவள்

காளிதேவியின் விழிகள், 'உலகத்தில் நமக்கு உவமை இல்லை' என்று எங்கணும் சுழன்று உலாவின. அவளுடைய கடைக்கண் பார்வை பட்டுச் சிவனின் உள்ளம் உருகியது. காமமாகிய பகை அவரை விட்டு நீங்குவதற்கு இனிய மழலைச் சொற்களைப் பேசிக் கொஞ்சினாள். பவளம் போன்ற இதழ்களையும், முத்துப் போன்ற புன்முறுவல் பூக்கும் பற்களையும், அழகிய முகவெட்டினையும் பெற்று இருப்பவள் காளிதேவி.

உருகுதல் உற்று உலகத்து உவகை அறச் சுழல்வுற்று
உலவு விழிக்கடை பட்டு உடல் பகையற்று ஒழியத்
திருகுதலைக் கிளவிச் சிறு குதலைப் பவளச்
சிறுமுறுவல் தரளத் திருவத னத்தினளே. 130

உருகுதல் - இளகுதல். விழிக்கடை- கடைக்கண். உடல் பகை - வுருத்தும் காமப் பகையாகிய நோய். திருகு- மாறுபட்ட. தலை - முதன்மை. கிளவி - சொல். வதனம் - முகம். 'உருகுதலைத் தொடையற்கு' எனவும், முதல் அடி தொடங்கும்.

காளிதேவியின் குங்குமப்பொட்டு

முதற் குலோத்துங்க சோழன் சிறந்த வேதங்களைப் போன்ற உயர்ந்த குடியிலே பிறந்தவன். கருணை, நீதி ஆகியவற்றைப் போன்ற குணங்களை உடையவன். அவன் பிறந்த சிறந்த இருவகைக் குலங் களில் முதலாவது சந்திரகுலம். அந்தச்சந்திரனைப் போன்று விளங்கு கின்ற முகத்தினையுடையவள் காளிதேவி. அவளுடைய முகத்தில் விளங்கும் சிந்தூரப் பொட்டு, அடுத்த குலமுதல்வனான உதய சூரியனைப் போல ஒளியுடன் விளங்குகின்றது.

அரு மறை ஒத்த குலத்து அருள் நெறி ஒத்த குணத்து
அபயன் உதித்த குலத்து, உபய குலத்து முதல்

திருமதி ஒக்கும் எனத், தினகரன் ஒக்கும் எனத்
திகழ் வதனத்தி னிடைத் திலக வனப்பினளே. 131

குலத்து- குடிப் பிறப்புடைய. அணத்து- குண்ஙகளையுடைய. உபய குளம்- தாய் தந்தையர்குலம்; முறையே சூரியகுலம், சந்திர குலம். திருமதி- அழகிய நிலவு. தினகரன்- ஞாயிறு. வதனம் - முகம். திலகம் - பொட்டு.

காதணிகளும் மாலைகளும்

காளி தேவி, ஒரு சமயத்தில், இரண்டு காதுகளிலும் பெரிய மலைகளை அணிந்தாள். அவை காதோலைகள் ஆகும். அவற்றையே வரிசையாகக் கோர்த்து மாலையாக அணிய விரும்பினால். அவையே மணிமாலையும் ஆகும்.

அண்டம் உறு குல கிரிகள்
அவள் ஒரு கால் இரு காதில்
கொண்டு அணியின், மணிவடமாம்
கோத்து அணியின், குதம்பையுமாம்! 132

அண்டம்- உலகம் . உறு - பொருந்திய. கிரி- மலை. ஒருகால்- ஒரு சமயம். குதம்பை - காதோலை. வடம் - மாலை.

தேவியின் ஆற்றல்

மேலே கூறிய மலைகள் தேவியின் கைகளாகிய மலர்களின் மேல் இருக்கும்போது அம்மானை, பந்து, சுழற்சிக்காய் ஆகிய விளையாட்டுக் கருவிகள் ஆகும். காளிதேவி விரும்பினால் நிறை வேற்ற முடியாத காரியம் எதுவுமே இல்லை. எதையும் எப்படியும் ஆக்குபவள் அவள்.

கைம் மலர் மேல் அம்மனையாம்,
கந்து கமாம், கழங்குமாம்,
அம் மலைகள்; அவள் வேண்டின்,
ஆகாதது ஒன்று உண்டோ? 133

கைம்மலர் - கைகளாகிய மலர்கள். அம்மனை - ஒரு வகை விளையாட்டுக் கருவி. கத்துகம் - பத்து. கழங்கு - சுழற்சிக்காய், வேண் டின் - விரும்பினால். நிலவுகத்தையே காளிதேவியாக உவமித்துக் கவிஞர் அவளைப் பேருருவும் பெருஞ்சக்தியும் படைத்தவளாகவும், உலக மாதாவாகவும் புனைந்திருக்கின்றார்.

எப்படிச் சொல்வோம்!

'ஓம்' என்னும் மந்திரத்தின் உள்ளுறை பொருளாக என்றும் விளங்குபவன் சிவபெருமான். அவனை எப்பொழுதும் பிரியாமல், நிலையாக அவனுடலிற் பாதியாக விளங்குபவள் காளிதேவி. அவள் பெருமைகளை எல்லாம் எங்ஙனம் எடுத்துச் சொல்ல முடியும்!

ஓங்காரத்து உட் பொருளாய்
ஒருவாது நடந்தானை

நீங்காமல் நின்றாளை

எவ் வண்ணம் நிகழ்த்துவாம்? 134

ஓங்காரம் - பிரணவ மந்திரம். இந்தக் கண்ணி சில பிரதிகளில் காணப்படும்; சிலவற்றில் காணப்படாது.

(ஆதி பராசக்தியே அனைத்துக்கும் ஆதியாகவும், அனைத் தையும் தோற்றுவித்த முதலாகவும், அனைத்தையும் காக்கும் தெய்வ மாகவும் திகழ்பவள். சிவசக்தியாகவும் விளங்குகிறாள்; அதேசமயம் சர்வ உலகங்களையும் கடந்து எங்கும் பரந்து நிறைந்து உயர்ந்து நிற்கும் பேருருவமாகவும் திகழ்கின்றாள். அந்தப் பெரும் பேருரு வினை யும் அவள் போரின் அதிதேவதையாக விளங்கும்போது கொள்ளும் உக்கிரமான வடிவினையும் நினைந்து, வியந்து, போற்றும் பகுதி இதுவாகும்.)

6. பேய்களைப் பாடியது

(இப் பகுதியில் காளி தேவியை விட்டு அகலாமல், அவளுக்கு அணுக்கத் தொண்டுகள் புரிந்து கொண்டு, அவளை எப்போதும் பிரியாமல் சூழ்ந்திருக்கும் பேய்க்கணங்களின் தன்மை விளக்கப் பெற்றுள்ளது. பேய்கள் நம்மைப் போலப் பஞ்ச பூதச் சேர்க்கையா லான உடம்புகளைப பெற்றிராமல், கோரமான உருவங்களை உடை யன என்பதும் இங்கே கூறப்பெறுகின்றது.)

காளியின் பெருமை

தெய்வப் பெண்கள் எல்லோரும் காளிதேவியின் திருடிகளை வணங்கி நிற்கின்றனர். இவ்வளவு பெருமையுடைய காளிதேவியை விட்டுப் பிரியாமல் பேய்கள் சூழ்ந்துள்ளன. அப்பேய்களின் தன்மையை இனிச் சொல்லுவோம். (காளி எவரையும் வணங்காதவள். ஆனால், அவள் திருவடிகளை எல்லாத் தெய்வ மகளிரும் வணங்குகின்ற பெருமையினையும் உடையவள்.)

எவ அணங்கும் அடி வணங்க

இப் பெருமை படைத்துடைய

அவ் வணங்கை அகலாத

அலகைகளை இனிப் பகர்வாம். 135

அவ் அணங்கும் - எல்லாத் தெய்வமகளிரும். அணங்கு - காளி. அலகை - பேய். பகர்வாம் - சொல்லுவோம்.

பேய்களின் காலும் கையும்

பேய்கள் மிகப் பெரிய பசியை அடைத்து வைத்த ஒரு பாத்திரம் போலக் காணப்படுகின்றன. ஒருநாள் போலப் பலநாளும் பசியால் மெலிகின்றன. கருமையும் நெடுமையும் உடைய பனங்காடு

களை எல்லாம், தமக்குரிய கால்களும் கைகளுமாகக் கொண்டவை களாகத் தோன்றுகின்றன.

பெருநெடும் பசி பெய் கலம் ஆவன;
பிற்றைநாள் முனை நாளின் மெலிவன!
கருநெடும் பனங்காடு முழுமையும்
காலும் கையும் உடையன போல்வன. 136

கலம் - பாத்திரம்; ஏனம், ஆவன- ஒப்பன. பிற்றை நாள்- மறுநாள்.

வாய், வயிறு, முழங்கால்

வலிய குகைகளோடு பேய்கள் வழக்காடுகின்றன; குகைகளின் வாயைவிடப் பேய்களின் வாய்களே பெரியனவாம்! வாயைப் போலவே, எவ்வளவு உணவு அந்த வாயின் வழியே போட்டாலும் நிரம்பாத வயிற்றையும் உடையன! உட்கார்ந்தால், முகத்திற்கு மேலே மூன்று முழ நீளம் போகும் முழங்கால்களையும் அவை பெற்று இருந்தன!

வன் பிலத்தொடு வாதுசெய் வாயின,
வாயினால் நிறையாத வயிற்றின,
முன்பு இருக்கின், முகத்தினும் மேற்செல,
மும்முழம்படும் அம்முழந்தாளின. 137

பிலம் - குகை. வாது - வழக்கு. முன்பு - எதிரில், இருக்கின்- உட்கார்ந்தால். படும் - பொருந்தும். முழந்தாள் - முழங்கால்.

பேய்களின் உடம்பு

பசித்தீ பேய்களின் தசைகளை எல்லாம் எரித்துவிட்டது. எலும் பும் நரம்புமே மிச்சம். எலும்பாகிய விறகுகள், நரம்பாகிய கயிறுகளால் கட்டப்பட்டிருக்கின்றன. மேல்பக்கம் வேகாத விறகுச் சுமையைப் போல, பேய்களின் உடல்கள் உள்ளன. ''போர்க்களத்தில் பெறக்கூடிய உணவு எங்களுக்குக் கிடைக்கவில்லை; வயிற்றுக்கு உணவில் லாமல் வேலை செய்யச் சொன்னால் யார்தாம் செய்வார்கள்? உணவு இடாமல் எங்களிடத்தில் வேலை வாங்குவது தகுமா? எங்களை வாழ வைப்பது உனது கடனன்றோ'' என்று அவை காளிதேவியிடம் முறை யிட்டன.

வெற்றெலும்பை நரம்பின் வலித்து மேல்
வெந்திலா விறகு ஏய்ந்த உடம்பின;
'கொல்தலம் பெறு கூழ்இலம்; எங்களைக்
கொள்வதோ பணி? என்று குரைப்பன. 138

வலித்து- கட்டி, ஏய்ந்த- ஒத்திருக்கின்ற, கொல் தலம் - கொல்லும் இடமாகிய போர்க்களம். கூழ்- உணவு, பணி- கடமை. குரைப்பன-

இரைச்சல் போட்டு முறையிடுவன, வெந்திலா விறகு 'வேய்ந்திரை இறப்பு' எனவும் பாடல். கொல்தலம்- போர்க்களம்; 'கொற்றிலம் - பாடமானால், எவ்விதமான ஊதியமும் இல்லையானோம் எனக் கொள்க.

கன்னங்களும் விழிகளும்

பேய்களின் தாடைகள் இரண்டும் குழிவிழுந்து ஒன்றோடு ஒன்று ஒட்டிக் கொண்டன. பேய்கள் குன்றுகள் போல் காணப்பட்டன. குழி விழுந்த கண்கள் குகைகள் போன்றிருந்தன. அக் கண்கள், கொள்ளிக்கட்டைகள் போல் சிவப்புடனும் இருந்தன.

உள் ஒடுங்கி இரண்டும் ஒன்றாகவே
  ஒட்டி ஒட்டுவிடாத கொடிற்றின்;
கொள்ளி கொண்டு இரண்டே முழை உள்புகின்
  குன்று தோன்றுவ போல விழிப்பன.   139

கொடிற்றின - கன்னங்களையுடைய, முழை - குகை. புகின் - நுழைந்தால். குன்று - சிறுமலை.

முதுகும் கொப்பூழும்

பேய்களின் முதுகுகள் வற்றல் போல் காய்ந்து, திருப்பி வைத்த படகின் பின்புறம் போல விளங்கின. கொப்பூழ், பாம்புகளும் உடும்பு களும் உள்ளே புகுந்து உறங்குவதற்குரிய ஒற்றைத் துவாரமுடைய புற்றைப் போல் இருந்தது.

வற்றலாக உலர்ந்த முதுகுகள்
மரக்கலத்தின் மறி புறம் ஒப்பன;
ஒற்றை வான் தொளைப் புற்று எனப் பாம்புடன்
உடும்பும் உள்புக்கு உறங்கிடும் உந்திய.   140

உலர்ந்த- காய்ந்த. மறிபுறம் - திருப்பி வைத்த பின் பக்கம். வான் - பெரிய. உந்தி- கொப்பூழ். உடும்பு - பல்லியினத்து உயிர் வகையுள் உருவத்தாற் பெரிதான ஒன்று.

உடல் மயிர் - மூக்கு - காது

பேய்களின் உடல் முழுவதினும், நீண்டு தடித்துக் கறுத்து வளைந்து காணப்படும் மயிர்கள், பாம்புகளைப் போலத் தொங்கின. மூக்கின் துவாரங்களில் பழமையான பாசி படிந்திருந்தது. காதுகளின் இரண்டு துளைகளிலும் முதலிலேயே ஆந்தைகள் குடிபோய்விட்டன. அதனால், துரிஞ்சில்கள் தாம் தங்குவதற்கு அங்கே இடமில்லாமல், அங்கும் இங்குமாக இரு செவிகட்கும் இடையே உலாவின.

பாந்தள் நால்வன போலும் உடல் மயிர்;
  பாசி பட்ட பழந் தொளை மூக்கின;
ஆந்தை பாந்தி இருப்பத் துரிஞ்சில் புக்கு,
  அங்கும் இங்கும் உலாவு செவியின.   141

பாந்தள்- பாம்பு. நால்வன. தொங்குவன, பட்ட- பொருந்திய, பாந்தி- பதுங்கு. துரிஞ்சில்- வெளவால் இனத்தைச் சேர்ந்த ஒரு வகை பறவை; சிறியது, புக்கு- புகுந்து. உடல்மயிர்- முடமயிர் எனவும் பாடம்.

பல்- தாலி- தலை- உதடு

பேய்களின் பற்கள், மண்வெட்டியின் இலைகளையும் கலப்பை களையும் ஒன்றுக்கு ஒன்று அடுத்தடுத்துக் கொத்து வைத்தது போன்று இருந்தன. பாம்பாகிய தாலிக்கயிற்றில் ஓணாண்களைத் தாலியாகக் கோத்திருந்தன. வானைத் தொட்டுப் போர்த்து வீசும் தலைகளையும், மார்பு அளவு தொங்கி மோதிக் கொள்ளும் உதடுகளையும் பெற்றிருந்தன.

கொட்டும் மேழியும் கோர்த்தன பல்லின;
கோம்பி பாம்பிடைக்கோத்து அணி தாலிய;
தட்டி வானைத் தகர்க்கும் தலையின,
தாழ்ந்து மார்பிடைத் தட்டும் உதட்டின. 142

கொட்டு- மண்வெட்டி இலை. மேழி- கலப்பை, கோத்து அ(ன்)ன - கோத்து வைத்தாற் போன்ற. கோம்பி- ஓணான். பாம்பிடை- பாம்பு களில்.

தாய்ப் பேயும் பிள்ளைப் பேயும்

பேய்களின் பிள்ளைகள், பக்கத்தில் மூங்கிலைக் கண்டால், 'என் அம்மா!' என்று கூச்சலிடும். பேய்களோ, ஒட்டலான உடலுடைய ஒட்டகங்கள் அருகில் வரக் கண்டால், 'என் பிள்ளையைப் போல் இருக் கின்றது' என்று சொல்லி, இடுப்பில் அவற்றைத் தூக்கி வைத்துக் கொள்ளும்.

அட்டம் இட்ட நெடுங்கழை காணில்,'என்
அன்னை அன்னை!' என்று ஆலும் குழவிய;
ஒட்டல் ஒட்டகம் காணில், 'என் பிள்ளையை
ஒக்கும், ஒக்கும்' என்று ஒக்கலை கொள்வன. 143

அட்டம் - பக்கம். கழை - மூங்கில். ஆலும் - ஒலிக்கும். குழவி - பிள்ளைப்பேய். ஒட்டல் - ஒட்டிப் போயிருத்தல். ஒக்கலை - இடுப்பு. அட்டம் - அடுக்கி வைத்தலும் ஆம்.

ஆற்றாத பசி

மழை உயிர்களுக்கு உணவு தந்து வாழ்வு அளித்திடும். அதற்கு மேலும், யாசகர்களுக்கு மிகுதியாகப் பொன்னைக் கொடுக்கும் மேகம்போற் கையையுடையவன் முதற் குலோத்துங்க சோழன். அவனுடைய புலிக்கொடியானது பின்னிருந்து துரத்திச் செல்ல, பாண்டியனுடைய மீன்கொடியானது பாலைவனத்தில் ஓடி ஒளிகிறது. பேய்களின் கொடிய பசியும் அந்தப் பாலைவனம் போல் வெம்மை யுடன் வருத்துகிறது. அதனால், பேய்களின் வெளிப்புறமும் தீய்ந்து கரியாயின.

புயல் அளிப்பதன் மேல் அளித்திடும்

பொற் காத்து அபயன் புலி பின் செலக்,

கயல் ஒளித்து கடும் சுரம்போல் அகம்

காந்து வெம் பசியில் புறம் தீந்தவும். 144

புயல்-மேகம். கரம்-கை. கயல்- மீன்கொடி. கடும்சுரம் - கொடிய பாலைவனம். அகம் - உள் பக்கம். காந்து - வருத்துகின்ற. பசியின் - பசியால். புறம் - மேல் உடல். தீந்தவும் - கரிந்தவும்.

காளியைப் பிரியாத பேய்கள்

பேய்களுக்கு எங்குமே உணவு கிடைக்கவில்லை. அதனால் 'உயிர் விடுவதற்கு உரிய காலம் நெருங்கிவிட்டது' என்று சொல்லிக் கொண்டு, கைகூப்பி வணங்கியவாறு, காளிதேவியை விட்டுச் சிறிதும் நீங்காமல், அவள் பக்கத்திலேயே நின்றிருந்தன.

'துஞ்சலுக்கு அணித்தாம்' என முன்னமே

சொன்ன சொன்ன துறைதொறும், பேய் எலாம்

அஞ்சலித்து,ஒருகால் அகலாமல், அவ்

அணங்கினுக்கு அருகாக இருக்கவே. 145

துஞ்சல் - சாதல். அணித்து - பக்கம். துறை - இடம். அஞ்சலித்து - அஞ்சலி செய்து; வணங்கி.ஒரு கால் - ஒரு பொழுதும். அணங்கு - காளி.

நொண்டிப் பேய்

முதற் குலோத்துங்க சோழன், பகை வீரர்களைக் கோபித்து அழிக்கும் யானைப் படையைப் பெற்றிருந்தான். அவனை எதிர்த்துப் போரிட்ட அரசர்களின் மூளைகள் போர்க்களத்திலே சிதறின. அம் மூளையாகிய சேற்றில் வழுக்கி விழுந்த சில பேய்கள், தம் கணுக்கால் பிறழ்ந்து, ஒருகால் முடமாயின.

ஆளைச் சீறு களிற்று அபயன் பொரூஉம்

அக் களத்தில், அரசர் சிரம் சொரி

மூளைச் சேற்றில் வழுக்கி விழுந்திட,

மொழி பெயர்ந்து,ஒரு கால் முடம் ஆனவும்; 146

ஆளை - போர் வீரர்களை. சீறு களிறு - கோபித்துக் கொள்ளும் யானை. அபயன் - குலோத்துங்கன். பொரூஉம் - போர்புரியும். சிரம் - தலை. மொழி - கணுக்கால்.

கை ஒடிந்த பேய்

முதற் குலோத்துங்க சோழன்,அந்நாளில் அமர் புரிந்த போர்க் களத்தில். பேய்கள் கூழ் சமைக்கத் தொடங்கின. இறந்துபட்ட வீரர் களின் வெண்மையான பற்களை அரிசியாகக் கொண்டன. உலை

யிலிட, நாம் அரிசியைத் தீட்டுவது போலவே, பேய்களும் பற்களாகிய அரிசியை உரலில் இட்டு, யானைக் கொம்பை உலக்கையாகக் கொண்டு தள்ளித் தள்ளிக் குத்தின. அப்பொழுது உலக்கை பட்டுச் சில பேய்களின் வலக் கைகள் முடம் ஆயின.

அந்த நாள், அக் களத்து அடு கூழினுக்கு
ஆய்ந்த வெண்பால் அரிசி உரல் புக
உந்து போதினில், போதகக் கொம்பு எனும்
உலக்கை பட்டு, வலக்கை சொற்று ஆனவும்; 147

அடுகூழ் - சமைக்கும் நிணக்கூழ். உந்து போதினில் - தள்ளிக் குத்தும் காலத்தில். போதகக் கொம்பு - யானைத் தந்தம். சொற்று ஆன் - குறைந்து முடம் ஆயின; சொத்து ஆன எனவும் பாடம்.

குருட்டுப் பேய்

முதற் குலோத்துங்க சோழன், வெற்றிச் சின்னங்களையுடைய ஆறாம் விக்கிரமாதித்தன், சயசிங்கன் போன்ற அரசர்களுக்கெல்லாம் பயத்தை உண்டாக்கினான். மத்திய மாநிலத்தைச் சேர்ந்த சக்கரக் கோட்டத்தில் தன்னை எதிர்த்த தாரவர்மன் முதலிய பகை அரசர் களைக் கொன்று வென்றான். அந்தப் போர்க்களத்தில் இரத்தத்தை யும் கொழுப்புடைய குடல்களையும் சேர்த்துச் சமைத்த சூடான கூழ் தெறித்துச் சில பேய்களுக்கு ஒரு கண் குருடாயின.

விருத ராச பயங்கரன், முன்னொர் நாள்,
வென்ற சக்கரக் கோட்ட மதிடைக், கொழும்
குருதியும் குடரும் கலந்து அட்ட வெம்
கூழ் தெறித்து, ஒரு கண் குருடு ஆனவும்; 148

விருதராசபயங்கரன் - வெற்றிச் சின்னமுடைய அரசர்களுக்கு அச்சத்தை உண்டாக்கியவன்; குலோத்துங்கன். குருதி - இரத்தம். அட்ட- சமைத்த. வெம்கூழ் - சூடானகூழ்.

ஊமைப் பேய்

வண்டல் மண்ணை வயல்களிற் சேர்க்கும் காவிரியாற்றை யுடையது சோழநாடு. அதன் தலைவன் முதற் குலோத்துங்க சோழன். அவன் மதுரையில் அமர் புரிந்து கொடிய போர்க்களத்திலே பேய்கள் அவனை வாழ்த்தின. சுவையான நிணக்கூழைச் சமைத்த பேய்கள், கொடுமையான பசியினால் கொதிக்கும் கூழை ஆவலோடு குடித்தன. சூடு பொறுக்காமல் சில பேய்களின் நாக்குச் சுருண்டு, அதனால் அவை முற்றிலும் ஊமையாகி விட்டன.

வண்டல் பாய் பொன்னி நாடனை வாழ்த்தி, மா -
மதுரை வெங்களத்தே மதுரிக்க அட்டு

உண்ட கூழொடு நாவும் சுருண்டு புக்கு
உள் விழுந்து, அற ஊமைகள் ஆனவும்;   149

பொன்னி - காவிரி. மதுரிக்க-இனிக்க. அட்டு-சமைத்து. அற - முற்றிலும்.

செவிட்டுப் பேய்

ஐம்படைத் தாலி அணிந்திருந்த அவ்வளவு சின்ன வயதிலேயே முதற் குலோத்துங்க சோழன் குதிரையைச் செலுத்திப் போர்புரிந்தான் திமிரி என்ற இடத்தில் பகைவரின் யானைப்படையை அழித்தான். அப்பொழுது, இவனுடைய வீரர்கள் பகைவரை எதிர்த்து ஆரவாரித்த பேரிரைச்சலைக் கேட்டுச் சில பேய்களின் காதுகள் செவிடாயின.

ஆனை சாய, அடு பரி ஒன்று உகைத்து
ஐம்படைப் பருவத்து அபயன் பொரும்
சேனை வீரர் நின்று ஆர்த்திடு ஆர்ப்பினில்;
திமிரி வெங் களத்தில், செவிடு ஆனவும்;   150

பரி - குதிரை. உகைத்து - செலுத்தி. ஐம்படைப் பருவம் - ஐம்படை என்னும் தாலியை அணியும் இளமைப் பருவம்; வில், வாள், கதை, சங்கு, சக்கரம் ஆகிய ஐந்தினாலும் ஆன பொன் அணிகலன்களை ஐம்படை என்பர். ஆர்ப்பு - பேரிரைச்சல். திமிரி-இதுகாலை வடாற்காடு மாவட்டத்தில் உள்ளதோர் ஊர்.

குட்டைப் பேய்

முதற் குலோத்துங்க சோழன் போரிட்டுப் பாண்டியரை அழித்தான். முன் பாண்டியர்க்குக் குற்றேவல் செய்து வந்த பெண் பூதங்களை யெல்லாம் சோழநாட்டு ஆண்பேய்கள் தூக்கிக் கொண்டு வந்து தம் மனைவியராக்கிக் கொண்டன. இளம் பருவமுடைய அந்தப் பூதங்களுக்குப் பிறந்த குழந்தைகள் எல்லாம் குறுகிய உருவங்களையுடைய குட்டைப் பேய்கள் ஆயின.

பண்டு தென்னவர் சாய, அவற்கு முன்
பணி செய்பூத கணங்கள் அனைத்தையும்
கொண்டு வந்த பேய் கூடிய போதில், அக்
குமரி மாதர் பெறக், குறள் ஆனவும்;   151

தென்னவர்-பாண்டியர். சாய-கெட. பணி-குற்றேவல். குமரி மாதர் - இளைய பெண் பூதங்கள்.

கூன் பேய்

முதற் குலோத்துங்க சோழனின் பாட்டன் கங்கை கொண்ட சோழன் ஆவான். அவன் கடற்கரையை அடுத்துள்ள கடாரம் என்ற

ஊரில், சங்கிராம விசயோத்துங்கவர்மன் என்பவனை எதிர்த்துப் போரிட்டான். அப்போரில் வெட்டுண்ட வீரர்களின் இரத்தம் ஆறாகப் பெருகிற்று. அந்த இரத்த வெள்ளத்தில் அளைந்தாடி நீந்திச் சென்ற சில பேய்களின் முதுகுகள் வளைந்தன. அதனால், அவை குரங்கு வாதம் என்னும் நோய் பிடித்தவை போல இருந்தன.

பரக்கும் ஓதக் கடாரம் அழித்த நாள்
பாய்ந்த செம்புனல் ஆடியும், நீந்தியும்,
குரக்கு வாதம் பிடித்த விதத்தினில்
குடி அடங்கிலும் கூன் முதுகு ஆனவும்; 152

பரக்கும்-பரவியிருக்கும். ஓதம்-கடல். கடாரம்-ஓர் ஊர்; இது பர்மாவில் உள்ளது என்று சிலரும், மலேசியாவில் உள்ளது என்று சிலரும் கூறுவர். மலேசியாவில 'கெட்டா' என வழங்கும் ஊர் இது வென்றும், அங்குத் தமிழர் நாகரிகத்தின் பழைய சின்னங்கள் உள வென்றும், அங்குச் சென்று வந்தார் கூறுகின்றனர். செம்புனல் - செந்நீர்; இரத்தம். குரக்கு - குரங்கு. வாதம் - ஒருவகை நோய். விதத் தினில் - விதத்தால்;பிடித்து வலித்தல் எனவும் பாடம். குடி அடங் கலும் - கூட்டம் முழுவதும். கூன் - வளைவு.

கடல் விளையாட்டு

முதற் குலோத்துங்க சோழன் இலங்கையிலும், பாண்டி நாடாகிய தென்மதுரையிலும் போரிட்டு வெற்றிபெற்ற சமயத்தில், கூழ் சமைத்துக் கொண்டிருந்த பேய்க் கூட்டம் புகுந்தன. (பேய்கள் சமைப்பதை விட்டு, கடலில் புகுந்தமைக்குக் காரணம், முதல் குலோத்துங்க சோழன் பகைவர் மீது வீசும் போர்ப்படைக் கருவிகள் தங்கள் மேல் பட்டுவிடுமோ என்ற அச்சமாம்.)

சிங்களத்தொடு தென் மதுராபுரி
செற்ற கொற்றவன் வெற்றிகொள் காலையே
வெங் களத்தில் அடுமடைப் பேய்க் குலம்
வேலை புக்கு விரல்கள் திறந்தவும். 153

சிங்களம்-இலங்கை. செற்ற - அழித்த.கொற்றவன் - வெற்றியை யுடையவன்; குலோத்துங்கன். காலை - சமயம் அடு - சமைக்கும். மடைப்பேய் - சமையல் வேலை செய்யும் பேய். குலம் - கூட்டம் வேலை - கடல்; 'வேலை செய்யும் பேய் குலம் - கூட்டம் வேலை - கடல்; 'வேலை புக்கு விரல்கள் தறிந்தவும்' என்பது பாடமானால், வேல்கள் பாய்ந்து விரல்கள் ஒடிந்தவும் என்று பொருள் கொள்க.

7. இந்திர சாலம்

(பார்த்தவர் வியப்புறும்படியாகச் செய்யும் ஒருவகை மாய வித்தை இது. ஏதுமற்ற வெளியிலே பார்ப்பவர் பற்பல காட்சிகளையும் நேராக நடப்பவை போன்று கண்டு மயங்கும் வண்ணம் உருவாக்கும்

திறன் கொண்டனர் இதைச் செய்வர். இதனைக் கற்றுவந்த ஒரு முதுபேய் தேவியின்முன் இதனைச் செய்து காட்டுதலைப் பற்றிக் கூறுவது இந்தப் பகுதி.)

தீபக்கால் கட்டில்

மேற்கூறிய இயல்பினவாகிய பேய்கள், காளியின் இரண்டு பக்கங்களிலும் அம்மையை வணங்கியவாக நின்றிருந்தன. எலும்பு, குடல், இரத்தம்,குறும்பூதம் ஆகியவை கட்டிலின் உறுப்புக்களாக அமைந்திருந்தன. எலும்புக் குவியலில் மேல் மென்மையான குடல் களாகிய கயிற்றினால், சிவந்த இரத்தம் படிந்த சிறுபூதமாகிய தீபக்கால் கட்டில் அமைக்கப் பட்டிருந்தது.

இவ் வண்ணத்த இரு புறமும் தொழுதிருப்ப
எலும்பின மிசைக் குடர்மென் கச்சின்
செவ் வண்ணக் குருதி தோய் சிறுபூதத்
தீபக் கால கட்டில் இட்டே. 154

இவ்வண்ணம் - இந்தத் தன்மை. புறம் - பக்கம். மிசை - மேல். குடர் - குடல்.கச்சு - கயிறு; பட்டை.செவ்வண்ணம் - சிவப்பு நிறம். குருதி - இரத்தம். நோய் - படிந்த. சிறு பூதம் தாங்கி நிற்க, அது பூதத் தீபக்கால் கட்டில் ஆயிற்று.

பிண மெத்தை

அந்தத் தீபக்கால் கட்டிலின்மேல் ஐந்து பிணங்களை மெத்தை யாக ஒன்றன் மேல் ஒன்றாக அடுக்கி, பேய்களை முறித்துத் தலை யணைகளாக வைத்து,வெண்ணிறமுள்ள கொழுப்பாகிய விரிப்பைப் பிணமெத்தையின் மேல் விரித்து,மென்மையான நிலாவொளி படும் படி பஞ்ச சயனம் (ஐந்து வகைப் படுக்கை) அமைக்கப்பட்டு இருந்தது.

பிண மெத்தை அஞ்சு அடுக்கிப் பேய் அணையை
முறித்திட்டுத் , தூய வெள்ளை
நிண மெத்தை விரித்து, உயர்ந்த நிலாத் திகழும்
பஞ்ச சயனத்தின் மேலே. 155

அஞ்சு - ஐந்து. அணை-தலையணை. நிணம் - கொழுப்பு. திகழும்-விளங்கும். பஞ்சசயனம் - இலவம் பஞ்சு, செம்பஞ்சு, வெண் பஞ்சு, மயிர், அன்னத்தூவி ஆகியவற்றால் அமைந்த ஐந்து தனித்தனி மெத்தைகள் அடுக்கிய படுக்கை.

கொலுவீற்றிருத்தல்

மேல்வரும் தீமையை உணராமல் தமக்குத் தாமே அழிவைத் தேடிக்கொள்ளும் பாண்டியர்கள் அழிவடையும் காலத்தில் சோழர் களின் நல்ல சகுனமாகவும்,பாண்டியரின் தீய சகுனமாகவும், தேவி

பிண்டிபாலம் என்னும் கருவியைக் கையிலே பிடித்திருந்தாள். அவளுடைய இருபக்கங்களிலும் இடாகினிப் பேய்கள் ஈச்சோப்பி என்னும் கருவியால் கவரி வீசிக்கொண்டிருந்தன. தேவி சிறப்பாகக் கொலு வீற்றிருந்தாள்.

கெடாதபடி கெடும்செழியர் கெடும்பொழுதின்,
இடும் பிண்டி பாலம் ஏந்தி
இடாகினிகள் இரு மருங்கும் ஈச்சோப்பி
பணிமாற,இருந்த போழ்தில்- 156

கெடாதபடி கெடும் - அழியாமலே அழியும். செழியர் - பாண்டியர். கெடும்பொழுதின் - அழிவடையும் காலத்தில். இடும் - அணியும். பிண்டிபாலம் - ஒருவகைக் கருவி; எறிபடை என்றும் கையால் எறியும் தண்டு வகைகளுள் ஒன்று என்றும் கூறுவர்.இடாகினி - கடலையின் கண் உள்ள பிணங்களைத் தின்னும் பெண் பேய். ஈச்சோப்பி - விசிறும் ஒருவகைக் கருவி; ஈ ஓட்டும் கருவி என்றும் கூறுவர். வேப்பிலையை பிடியாகக் கட்டி ஈ ஓட்டுதலை இன்றும் காணலாம். பணிமாற - விசிறிக் கொண்டிருக்க.

கோயில் நாயகியைக் கும்பிடுதல்

தலைமைப் பேய், போரில் இறந்தொழிந்த வீரர்களின் கொழுப்பைச் சட்டையாகத் தரித்து, அந்தச் சட்டையின் மேல் அவர்தம் குடலை மாலையாகப் போட்டுக்கொண்டது. போரிலே இறந்துபோன யானைகளின் எலும்புகளைப் பிரித்து எடுத்து, அதை யானைகளின் நரம்பாகிய கயிற்றினால் ஒன்றாகக் கட்டியது; அப்படிக் கட்டிய எலும்புக்கட்டை அடிமைத்தொழில் புரியும் தலைமைக் கட்டியக்காரப் பேய் என்பதன் அடையாளமாக, ஒரு கைத்தடியாகத் தன் கையிலே பிடித்துக் கொண்டது; இப்படியாகக் கோயில் நாயகமான அந்தப் பேய் வந்து தேவியைக் கும்பிட்டுச் சொல்லத் தொடங்கியது.

அடல் நாக எலும்பு எடுத்து நரம்பில் கட்டி,
அடித் தடியும் பிடித்து,அமரின் மடிந்த வீரர்
குடர் சூடி,நிணச் சட்டை இட்டு, நின்ற
கோயில் நாயக நெடும்பேய் கும்பிட்டு,ஆங்கே. 157

அடல் நாகம் - வலிய யானை. அடித்தடி - அடிமைத் தொழிலுக்கு அடையாளமான கோல்.அமர் - போர்.மடிந்த - இறந்த. நெடும் பேய் - பெரிய பேய். தலைமைப் பேய் - கட்டியக்காரப் பேய். கோயில் நாயகம் - கோயில் காரியக்காரப் பதவி.

காளியிடம் நெடும்பேய் கூறல்

'தேவி! சுரகுரு என்னும் சோழன் ஒருவனை யமனிடம் தூதாக அனுப்பினான். அவன் தலையை அரிந்து நின்முன் வைத்துவிட்டுச்

சென்றான். அதனை ஒரு பேய் எடுத்துத் தின்றுவிட்டது. அத் தலையை களவாடித் தின்ற பேயின் தலையை நீ அறுத்துவிட்டாய். அதற்கு உறவாக இருந்த வேறுசில பேய்கள், உனக்கும் சோழனுக்கு மாகப் பயந்து பதுங்கி ஓடிப் போய்விட்டன. இவ்வாறு சென்ற பேய் களுள் சிலவற்றை நின் திருவுள்ளத்திலே அறிவாய் அன்றோ!''

'சுர குருவின் தூதாகி, யமன்பால் செல்வோன்
துணித்து வைத்த சிரம் அன்று தின்ற பேயைச்
சிரம் அரிய, அதற்கு உறவாய் ஒளத்துப் போந்த
சில பேயைத் திருவுள்ளதது அறிதி அன்றே! 159

சுரகுரு - சோழ மன்னருள் ஒருவன் செல்வோன்-செல்பவன். சிரம் - தலை. அரிய- அறுத்துவிட.

முதுபேயின் வருகை கூறல்

''அவ்வாறு பயந்து ஓடிச் சென்ற பேய்களுள் ஒன்றான முதுபேய், இன்று என்னிடம் வந்து, 'நான் காளிதேவியைக் காணல் வேண்டும்; என் வரவு கூறுக' என்று வேண்டிற்று. அந்த முதுபேய் இந்தச் சந்நிதா னத்தில் இதுவரை எவ்விதக் குற்றமும் செய்யவில்லை. உனது திருவுள்ளக்கருத்து யாதோ'' என்று கேட்டது.

''அப்பேயின் ஒரு முதுபேய் வந்து நின்று, இங்கு
'அடியேனை விண்ணப்பம் செய்க' என்றது.
இப்பேய் இங்கு ஒரு தீங்கும் செய்ததில்லை;
என்கொலோ திருவுள்ளம்?'' என்னைக் கேட்டே, 159

முது பேய் மன்னிப்புக் கேட்டல்

'முதுபேயை அழைத்து வருக' எனக் காளி கட்டளை இட்டாள். நெடும்பேய் தேவியிடம் முதுபேயை அழைத்துச் சென்றது. காளி தேவியின் அருகே அஞ்சி அஞ்சி வந்து நின்ற முதுபேய், விழுந்து வணங்கிப் 'பெண் தெய்வமே! உன் கட்டளைக்கு மிகவும் பயந்து, மீண்டும் உன்னை அணுகிப் பிழைக்க வந்துள்ளோம். எங்கள் பிழை களைப் பொறுத்து எங்களுக்கு அருள் புரிக' என்று வேண்டிற்று.

'அழைக்க என்றலும், அழைக்க வந்து அணுகி,
அஞ்சி அஞ்சி உனது ஆணையின
பிழைக்க வந்தனம் பொறுத்து எமக்கு அருள் செய்,
பெண் அணங்கு!' என்று வணங்கவே-- 160

அழைக்க - அழைத்து வருக. என்றலும் - என்று காளி கூறவும். அழைக்க - நெடும்பேய் முதுபேயை அழைக்க. ஆணை - கட்டளை. அணங்கு - தெய்வம்.

காளியின் அருள்மொழி

'பிணத் தின்னும் விருப்பத்தினால் பிழைச்செயலை நினைத்த பேயின் தலையை அறுத்து விட்டேன். அப்படி அறுத்த வலிய தலையை, சுரகுருவின் தூதராகச் சென்றவனுக்குப் பொருத்தி உயிர் அளித்தேன். அத்துடன் அந்தப் பிழையையும் பொறுத்தாகிவிட்டது. நாம் பிழை பொறாதவர் அல்லர். இனி என்ன செய்தி?'' என்றனர் தேவி.

அருத்தியின் பிழை நினைத்த கூளியை
அறுத்து, அவன் தலை அவன் பெறப்
பொருத்து அப் பிழை பொறுத்தனம்; பிழை
பொறாத தில்லை, இனி' என்னவே. 161

அறுத்து - விருப்பம்; ஆசை. கூளி-பேய். வன்தலை- வலிய பேய்த்தலை. அவன் - தூது சென்றவன். பொறுத்தனம் - பொறுத்தோம். பொறாதது - பொறுக்கத்தகாதது.

முதுபேய் வேண்டல்

'தேவி! நீ மகிழந்து அருள் புரிந்ததால் நாங்கள் பிழைத்தோம். ஒன்று போலவே வியப்படையக் கூடிய ஓராயிரம் இந்திரசால வித்தைகள் உள்ளன. அவற்றை நான் இமயமலைச் சாரலில் கற்று வந்திருக்கிறேன். நீ அவற்றை அமர்ந்திருந்து காண வேண்டும்' என்று முதுபேய் தேவியை வணங்கிக் கொண்டது!

'உய்ந்து போயினம், உவந்து எமக்கு அருள,
ஒன்பொடு ஒப்பன ஓராயிரம்
இந்த்ர சாலம் உள சுற்று வந்தனென்!
அருந்து காண்' என இறைஞ்சியே. 162

உய்ந்து- பிழைத்து. ஒன்றோடு ஒப்பனை - ஒன்று போல்வன, இந்திரசாலம் - செயவித்தை; கண்கட்டு வித்தை. இறைஞ்சி - வணங்கி.

கண்கட்டு வித்தைகள்

'தேவி; நாங்கள் கடைத்தேறும்படி உனது கண் பார்வையைச் செலுத்தி, நான் செய்து காட்டும் இந்திர சாலத்தைப் பார்த்து அருள் புரிக! என்று கூறிவிட்டு முதுபேய் வித்தைகளைச் சொல்லியவண்ணம் செய்து காட்டியது. இதோ, இந்த வலக்கையில் சில துதிக்கைகளைப் பார்! அவற்றை இடக்கையில் வரவழைத்தவுடன் உருவம் மாறி, மதம் பொழியும் யானைத் தலைகளாயின. அதனையும் பார்!

'தேவி! இதோ, இந்த இடக்கையில் உள்ள யானைத் தலைகளின் வாயிலிருந்து இரத்த வெள்ளம் பெருகி வடிவதையும் அதைப் பேய்கள் குடித்து இடி இடித்தாற்போல் பெருங்கூச்சல் போட்டுச்

சுற்றுவதையும்,யானைத் தலைகளும் அவை அல்லாத பிணங்களும், இரத்த வெள்ளத்தில் மிதப்பதையும் பார்!

'தாயே! நீ வாழ்க! இந்தக் கண்கட்டு வித்தை முழுவதும் செய்து காட்டக்கூடியதன்று. அது இருக்கட்டும்! இதோ இதைப் பாருங்கள்! முதற் குலோத்துங்க சோழன், வங்காள நாட்டிலுள்ள கடக்கம் என்ற ஊரை வெற்றி கொண்ட அன்று போர்க்களத்தில் நிகழ்ந்த பெரும் பரணியை இப்போது பார்!'

'தேவி! போர்க்களத்தில் குதிரைகள் இறந்து விழுதலையும், வீரர் தம் தலைகள் அறுபட்டு முண்டங்கள் துடித்தலையும், மத யானைகள் அவற்றைப் பார்த்துப் பயந்து ஓடுதலையும், இரத்த ஆறுகள் பல விரைந்தோடுதலையும் பார்!'

'தேவி! போரில் வெட்டுப்பட்டு அற்ற தோள்களை இரத்த வெள்ளம் அலைத்துச் செல்லுதலையும், யானை குதிரைகளின் வயிறுகள் கிழிக்கப்பட்டு அவற்றினின்றும் அறாத நீண்ட குடல்கள் சரிந்து இரத்த வெள்ளத்தில் மிதந்து செல்லுதலையும், களத்தில் முறிந்து விழுந்த கால்களை நரிகள் வாயினால் கௌவிச் செல்லுதலையும், மூளைச் சேற்றில் வீரர்கள் கால் வழுக்கி விழுதலையும் பார்!'

'தேவி! கொழுப்புக்களையும், நிண மணம் நிறைந்த இடங்களையும், களம் முழுமையும் பிணங்களையும் பார்! இவை கிடக்கட்டும். இந்த மாய வித்தையில் சேராத வேறு சில பேய்களின் செயல்களையும் பார்!' இவ்வாறெல்லாம் சொல்லியவண்ணம், முதுபேய் காளிதேவியின் எதிரே கண்கட்டு வித்தைகளை அனைவரும் விருப்புறும்படி செய்து காட்டிற்று.

' ஏறு நின் இரு திருக்கண் வைத்து அருள் செய்!
இக் கையில் சில துதிக்கை பார்!
மாறி இக் கையில் அழைக்க, மற்றவை
மதகரித் தலைகள் ஆன பரர்! 163

இக் கரித் தலையின் வாயினின்று உதிர
நீர் குடித்து உரும் இடித் தெனக்
கொக்கரித்து அலகை சுற்ற , மற்று இவை
குறைத் தலைப் பிணம் மிதப்ப பார்! 164

'அடக்கம் அன்று: இது கிடக்க, எம்முடைய
அம்மை வாழ்க! என வெம்மை பார்!
கடக்கம் அன்று அபயன் வென்று வென்றி கொள்
களப் பெரும் பரணி இன்று பார் 165

' துஞ்சி வீழ் துரக ராசி பார்! உடல்
துணிந்து வீழ் குறை துடிப்ப பார்!

அஞ்சி யோடும் மத யானை பார்! உதிர
ஆறு ஓடுவன நூறு பார்! 166

அற்ற தோள் இவை அலைப்ப பார் உவை;
அறாத நீள குடர் மிதப்ப பார்!
இற்ற தாள் நரி இழுப்ப பார்! அடி
இழுக்கம் மூளையில் வழுக்கல் பார்! 167

'நிணங்கள் பார்? நிலா மணம் கனிந்தன
நிலா கள் பார் நிலம் அடங்கலும்
பிணலசுகள் பார்! இவை கிடக்க, நம்முடைப்
பேய் அலாத சில பேய்கள் பார்! 168

ஏற - உய்ய; மதகரி - மதம் பொருந்திய யானை.

உதிர நீர் - இரத்தம். உரும் - இடி. அலகை - பேய். தலைகுறை பிணம் என இயைக்க.

அடக்கம்- செய்து அடங்குதல். வெம்மை - விருப்பம். கடக்கம் - வடநாட்டின் கண் உள்ள கட்டாக் என்ற ஓர் ஊர். அபயன் - முதற் குலோத்துங்கன். பரணி - போர்க்களத்தில் பேய்கள் பரணி நாளில் கூழ் சமைத்துக் காளியை வழிபட்டு உண்டு மகிழ்தல்.

துஞ்சி வீழ்- இறந்து வீழ்கின்ற, துரக ராசி- குதிரைக் கூட்டம். துணிந்து- வெட்டுண்டு. உதிரம்- இரத்தம்.

அற்ற நீங்கிய அலைப்ப - இங்கும் அங்குமாகத் தள்ள. உவை- மேல். அறாத - நீங்காத. இற்ற - முறிந்த தாள் - கால். அடி- பாதம். இழுக்கும் - வழுக்கும். வழுக்கல் - சறுக்குதல்.

கனிந்தன - நிறைந்தனவாகிய, நிலம் - இடம்; களம்.

வித்தை கண்ட பேய்களின் மயக்கம்

இவ்வாறு முதுபேய் தேவிக்குச் சொல்லியும், சொல்லிய வண்ணம் செய்தும் மாய வித்தைகளைக் காட்டி வரும்போது, காளி தேவியைச் சுற்றியிருந்து வேடிக்கை பார்த்துக் கொண்டிருந்த பேய் கள், முதுபேய் செய்து காட்டிய இந்திர சாலம் அனைத்தையும் உண்மை என உறுதியாக நம்பி, பிணக்குவியலை உண்ண நினைத்து, ஒன்றுமே இல்லாத வெறுந்தரையில் ஒரு பேயின் மேல் மற்றொரு பேய் கால் முறிந்து விழும்படியாகப் பதற்றமுற்று ஒன்றன்மேல் ஒன்றாக விழுந்தன.

விழுந்தவை,முதுபேய் மாயவித்தை மூலம் காட்டிய போரில், வெட்டுண்டு வீழ்ந்த பிணங்களின் இரத்தத்தை உண்மையான ரத்தம் என்று வெறுங்கையால் பலமுறை மொண்டு மொண்டு அங்கே ஒன்று மின்றி ஏமாந்து விழுந்தன. இந்திரசாலத்தில் வீழ்ந்த பிணங்களை

உண்மையானவை என்று கருதி, வெறும் நிலத்தை விட்டகலாமல் குருந்து கிண்டிக் கிளறி தடவிப் பார்த்து ஏமாந்தன!

சில பேய்கள், முது பேய் செய்து காட்டிய இந்திர சாலத்தில் தோன்றிய இறைச்சியை உண்மையான இறைச்சி என்று நினைத்து, 'உடம்பில் சுற்றிக் கொள்ளக் கொழுப்புத் துணி கிடைக்கப் பெற்றோம்' என்று மகிழ்ந்து வெறுங்கையையே துணியாக உடுத்துக் கொண்டன! வேறு சில பேய்கள் தலை அறுக்கபட்ட பிணம் என்று எண்ணி, ஒன்று மில்லாத வானத்தைப் பற்களால் கடித்தன!

உறிக் கயிறு போன்ற நரம்புகளையுடைய ஒரு பேய், பிணத்தின் உடலை வாயில் கவ்விக் கொண்டது போல விரைந்து தன் பற்களை வீணாகக் கடித்தது! அதைப் பார்த்து, மற்றைப் பேய்கள் பசிக் கொடுமை தாங்க இயலாமையாலும் உணவு வேட்கையாலும், ஒன்றன் மேல் ஒன்று மோதிக் கூட்டமாக நிலத்தில் விழுந்தன!

உணவின் பொருட்டு அவை நிலத்தில் வீழ்ந்தமையால் அவற் றின் முறம் போன்ற நகங்கள் முறிந்தன. முகங்கள் சிதறிப் போயின. முதுகு வளைதல் இல்லாதவரான, ஆற்றல் மிகுந்த காளிதேவியின் பரிவாரப் பெண்களான யோகினி மாதர்கள், பேய்களின் அறியாமை யைக் கண்டு விலா எலும்புகள் முறிந்து போகும்படியாக விழுந்து விழுந்து சிரித்தனர்!

என்ற போதில், 'இவை, மெய் எனா, உட
னிருந்த பேய் பதறி, ஒன்றன் மேல்
ஒன்று கால்முறிய மேல்விழுந்து அடிசில்
உண்ண எண்ணி, வெறும் மண்ணில் மேல், 169

விழுந்து, 'கொழுங் குருதிப் புனல்' என்று
வெறுங்கை முகந்து முகந்து,
எழுந்து, 'விழும் தசை' என்று நிலத்தை
இருந்து துழாவிடுமே. 170

'சுற்ற நிணத் துகில் பெற்றனம்!' என்று
சுலாவுவெறுங் கையவே!
'அற்ற குறைத்தலை' ' என்று விசும்பை
அதுக்கும் எயிற் றிவவே! 171

கயிற்று உறி ஒப்பதோர் பேய் வறிதே உடல்
கௌவினது, ஒக்க விரைத்து
எயிற்றை அதுக்கி நிலத்திடைப் பேய்கள்
நிறைத்தன, மேல் விழவே! 172

முறம் பல போல நகங்கள் முறிந்து,
முகம் சிதறா, முதுகும்

திறம்பல இலா விறல் யோகினி மாதர்
சிரித்து விலா இறவே: 175

இவை- மாய வித்தைகள். எனா- என்று. அடிசில்- உணவு.

கொழும் குருதிப் புனல்- புதிய இரத்த வெள்ளம். முகந்து - மொண்டு. விழு(ம)ம்- சிறந்த. தசை- சதை. இருந்து- விட்டு அகலா மல் இருந்து. துழாவிடும் - தடவும்.

சுலாவு - சுற்றிக் கொள்ளும். விசும்பு - வானம். அதுக்குதல் - மெல்லுதல். எயிற்றின - பற்களையுடையன.

பறிதே - வீணாக. கௌளவின - வாயால் பற்றின.

சிதறா - சிதைந்து, திறம்பல் - மாறுதல். விலா- விலா எலும்பு, இற - முறிய.

பேய்கள் வேண்டுதல்

முதுபேயின் மாயவித்தைகளினால் ஏமாற்றம் அடைந்து துன்பப் பட்ட பேய்க் கூட்டங்கள், காளி தேவியைப் பார்த்து வணங்கி, 'தாயே! இந்த மாயாசால வித்தையை இந்த முதுபேய் இந்த நேரத்தி லேயே நிறுத்தாவிட்டால், இந்த நொடியிலேயே நம்முடைய பேய்க் கூட்டங்கள் எல்லாம் அழிந்து ஒழிந்துபோகும். ஆதலால், இப் பொழுதே இந்த வித்தையை நிறுத்தும்படி ஆணை இடுவாயாக,' என்று வேண்டிக் கைகால் நடுங்க நின்றன.

அக் கணம், ஆளும் அணங்கினை வந்தனை
செய்து 'கணங்க ளெலாம்,
இக் கணம் மாளும், இனிக் தவிர் விச்சை'
எனக் கை விதிர்த்தலுமே. 174

கணம்- கூட்டம். அணங்கு - காளிதேவி வந்தனை செய்து- வணங்கி. இக் கணம் - இந்த வினாடி. மாளும் - அழியும். தவிர் - நீங்கு. விச்சை. வித்தை; இந்திர சாலம்.

முதுபேயின் வேண்டுகோள்

'தேவி! அரசர்க்கரசனும், வாட்படையை உடையவனும் ஆன முதற் குலோத்துங்க சோழன், கலைகளின் இயல்புகளை நன்கு அறிவான் என்று கருதி, அறிஞர், ஆய கலைகள் அனைத்தையம் அவனெதிரில் எடுத்தியம்புவர். அவனோ, வந்தவர் கற்றவற்றின் அளவுகளை முற்றவும் கண்டுஅருள் செய்வான். அதுபோல, நீ என் னுடைய இந்திரசால வித்தையை முழுவதுமாகக் காண வேண்டும் என்று முதுபேய் காளியிடம் கூறி வணங்கிற்று.

'கொற்றவர் கோன் வாள் அபயன் அறிய, வாழும்
குவயத்தோர் கலை அனைத்தும் கூற, ஆங்கே

கற்று வந்தார் கற்ற அவன் காணுமா போல்
கடை போகக் கண்டருள்என கல்வி என்றே. 175

கொற்றவர்கோன் - அரசர்க்கு அரசன். குவலயத்தோர் - உலகத்தோர். காணுமாறு போல - அளந்து அறிதல் போல. கடைபோக - முற்றும்.

தாயின் மேல் ஆணை

இவ்வாறு முதுபேய் வணங்கிக் கொண்ட பேய்க்கூட்டங்கள் எல்லாம், 'மாயவித்தை கற்று வந்த மாபாவியே! மறுபடியும் அந்த மாய வித்தையைக் காட்டி எங்களைத் துன்பப் படுத்துவதானால், காளித் தாயின் மேல் ஆணை' என்று கூறித் தடுத்தன. தேவியும், 'இனி இந்திரசால வித்தையை நிறுத்திவிடு' என்று கட்டளையிட்டாள். பின்னர், 'நீ இந்த வித்தைகளை எல்லாம் எங்கே கற்றாய்?' என்று முதுபேயிடம் கேட்டாள்.

வணங்குதலும், கணங்கள் எலாம், ' மாயாப் பாவி!
மறித்து அம்மை மறுசூடு சுடுவை யானால்,
அணங்கரசின் ஆணை' என அணங்கும், ' இப்போது
அவை தலர்! எங்கு இவை கற்றாய்' என்ன ஆங்கே. 176

மறித்து- மறுபடியும். சூடு- வருத்துதல். அணங்கு அரசு- தெய்வப் பெண்களுக்கெல்லாம் தலைவி; காளி.

முது பேய் வரலாறு

''தேவி! நான், உனது கோபத்திற்கும், சுரகுரு என்னும் சோழனின் கோபத்திற்கும் அஞ்சி, 'இனி இங்கு இருக்க முடியாது' என்று கருதி, இமயமலைச் சாரலுக்குச் சென்றிருந்தேன். அங்கு உருத்திர யோகினி என்னும் தெய்வப் பெண்ணை அடைந்தேன். காரியம் சித்தி யாவதற்குரிய கருவியாகிய மந்திரத்தை அவள் எனக்குக் கற்பித்தாள். இதனோடு, பல வித்தைகளையும் அவள் எனக்குத் கற்றுக் கொடுத்தாள்.

''அந்த உருத்திரயோகினி என்பவள், உனது தொன்று தொட்டு வரும் அடியார்க்கு அடியவள் ஆவாள். அவள் 'நன்மை தரும் மந்திரங்கள் இன்னும் பல இருக்கின்றன. எனவே, நீ இங்கேயே இரு' என்று கூறி என்னை இருக்கச் செய்தாள். நான் அங்குச் சிலகாலம் தங்கியிருந்தேன். அவ்வாறு தங்கியிருந்த காலத்தில் நிகழ்ந்த நிகழ்ச்சிகளை நாரதர் கரிகாலனிடம் சோழர் பரம்பரை வரலாற்றை இமயத்தில் எழுதுமாறு கூறியதுமுழுவதையும் கேட்டு வந்திருத்தைக் கூறுகிறேன் கேள்'' என்று முதுபேய் கூறிற்று.

நின் முனிவும் சுரகுருவின் முனிவம் அஞ்சி,
'நிலைஅரிது' என்று இம் கிரிபுக்கு இருந்தேற்கு'ஔவை
தன் முவிவும் அவன் முனிவும் தவிர்க!' என்று
சாதன மந்திர விச்சை பலவும் தந்தே - 177

உன்னுடைய பழ அடியாள், தெய்வ
உருத்திர யோனி என்பாள், உனக்கு நன்மை
இன்னும் உள கிடைப்பன இங்கு இருக்க! என்ன,
யான் இருந்தேன் சில காலம், இருந்த நாளில், 178

முனிவும் - கோபமும். நிலை - இருந்த இடத்திலே நிலையாகத் தங்கியிருத்தல். கிரி - மலை. ஒளவை - தாயாகிய காளி தேவி. அருள் - சுரகுரு என்னும் சோழன். சாதனம் - கருவி. விச்சை - வித்தை.

பழமை - தொன்றுதொட்டு வரும். அடியார் அடியாள்- அடியவர் களுக்கு அடியவள். தெய்வம் - தெய்வத்தன்மை பொருந்திய. இருக்க - இருப்பாயாக.

இந்திரசால வித்தைக்கு அதிதேவதை உருத்திரயோகினி என்பதும் இதனிற் கூறப்பட்டிருக்கின்றது காண்க.

8. இராச பாரம்பரியம்

(தொன்று தொட்டுத் தொடர்ந்துவரும் சோழ அரசர்களின் குலமுறையின் வரலாற்றை இதில் காணலாம். இப்பகுதி,வரலாற்றில் கொடிவழி போன்றதாகும். 'திருமுடி அடைவு' எனவும் இப்பகுதி வந்துள்ளது.)

இமயத்தில் புலிக்கொடி

ஒரு சமயம் கரிகாற்சோழன் போர் வேட்கையால் வடதிசைக்கண் படையெடுத்துச் சென்றான். அப்போது வடக்கிலுள்ள உச்சிகளை யுடைய இமயமலை குறுக்கே நின்று தடுத்தது. அதனைக் கரிகாலன் தன் போர்க்கருவியாகிய செண்டினால் தலைகீழாகத் திருப்பினான். திருப்பியவன், 'இம்மலை முன் நின்ற நிலையிலேயே நிற்கட்டும்' என்று எண்ணினான்; தனது புலிக் கொடியாகிய அடையாளச் சின் னத்தை அம்மலையின் நடுவிடத்தில் பொறித்து, இமயமலையை முன் இருந்த நிலையிலேயே திரும்பவும் இருக்கச் செய்தான்.

செண்டு கொண்டு கரிகாலன் ஒரு காலின் இமயச்
சிமய மால்வரை திரித்தருளி, மீள அதனைப்
'பண்டு நின்றபடி நிற்கஇது!' என்று, முதுகில்
பாய்புலிக குறிபொறித்து,அது மறித்த பொழுதே. 179

செண்டு - ஒருவகைப் போர்க்கருவி. ஒரு காலின் - ஒரு சமயத்தில். சிமயம் - உச்சி. மால் - பெரிய. திரித்து - தலைகீழாக்கி குறி - வடிவம். அது மறித்தபொழுது - இமயத்தை முன்போல் நினை நிறுத்தியபோது.

நாரதர் கூறல்

அவ்வேளை, மூன்று காலங்களையும் அறியக்கூடியவரும், தெய்வத்தன்மை பெற்றவரும், வேதம் உணர்ந்தவருமான நாரத முனிவர் அவன் எதிரில் வந்தார். 'அரசே! கடல் சூழ்ந்த இந்த உலகத்தில்,

உன்னைப் போன்று, கல்வி, அறிவு, ஆற்றலில் சிறந்த அரசர்கள் எவரும் இலர்' என்று வாழ்த்துரை வழங்கினார். மேலும், 'உன்னிடம் நான் சொல்ல வேண்டிய செய்தி ஒன்று உள்ளது. அதனைக் கேட்பாயாக!' என்று கூறிவிட்டு, அச்செய்தியைச் சொல்லத் தொடங்கினார்.

காலம் மும்மையும் உணர்ந்தருளும் நாரதன் எனும்
கடவுள் வேத முனி வந்து, கடல்சூழ் புவியில் நின்
போலும் மன்னர் உளர் அல்லர்' என ஆசி புகலாப்
புகல்வது ஒன்று உளது கேள்; அரச' என்று புகல்வான். 180

விநாயகர் பாரதம் எழுதினார்

பராசர முனிவரின் மகன் வியாச முனிவர். அவர் முன்னொரு சமயம் பாரதக் கதையை விநாயகருக்குச் சொல்லி வந்தார். யாவரும் விரும்பும் யானைமுகக் கடவுளாகிய அவ் விநாயகர், பெரிய மேரு மலையை ஏடாகவும், தமது இடது பக்கத்துத் தந்தத்தை எழுத்தாணியாகவும் கொண்டு, ஒப்பற்ற வலக்கையால் அதனை எழுதினார்! அதனால், உலகத்தினர், அளவிட்டுச் சொல்லுவதற்கும் இயலாத அளவில் தவப்பயனை அடைந்தனர்.

பண்டு பாரதம் எனும் கதை பராசரர் மகன்
பகர,வெங் கரிமுகன் பரு மருப்பை ஒரு கைக்
கொண்டு,மேரு சிகரத்து ஒரு புறத்தில் எழுதக்,
குவலயம் பெறு தவப் பயன் உரைப்ப அரிதால். 181

பராசரர் மகன் - பராசர முனிவரின் மகனாகிய வியாசர். பகர - சொல்லி வர. கரிமுகன் - யானை முகத்தையுடையவன்; விநாயகர். குவலயம் - உலகம்.

'பாரதத்தில் கூறப்பட்டுள்ள மேலான கடவுளாகிய கண்ணனின் தூய நல்ல கதைகளும், பழமையாகிய வேதங்களில் சொல்லப்பட்டுள்ள செய்திகளுமே, நான் இப்போது கூறப்போகும் வரலாற்றுக்கு ஒப்பானவை ஆகும். சோழ மன்னர் தம் கொடிவழியாக அந்த வரலாற்றை நான் சொல்லுகிறேன். நீ அதனை மிக உயர்ந்த இமயமலையின் உச்சியில் எழுதுக!' என்று நாரதர் கரிகாலனிடம் சொல்லிவிட்டு, இமயத்தில் முன்பே எழுதப்பட்டுள்ள சில கதைகளையும் கூறலானர். (வியாசர் சொல்ல, விநாயகர் பாரதத்தை மேருமலையில் எழுதியதைப் போல, 'சோழர் வரலாற்றை இமயமலையில் எழுதுக' என நாரதர் கரிகாலனுக்குக் கூறினார் என்று கொள்க.)

'பாரதத்தின் உள வாகிய பவித்ர கதை , எம்
பரமன் நற்சரிதை மெய்ப் பழையநான் மறைகளே;
நேர் அதற்கு இதனை நான் மொழிய,நீ எழுது முன்
நெடிய குன்றின்மிசையே; இசைவதான கதை கேள்: 182

பவித்திரம் - தூய்மை. பரமன் - மேலானவன்; கண்ணன் நேர் - ஒப்பு. இசைவது - பொருந்துவது.

இதுவும் வேதம் ஆகும்

'அந்தப் பாரதக் கதையின் முதன்மையான கடவுள் மாயங்கள் பலவும் செய்யக்கூடிய கண்ணன் ஆவார்.உமது சோழர் வரலாற்றில் வரும் இந்தத் திருமால் இப்படிப்பட்ட தன்மையுடையவன் என்று அளவிட்டுச் சொல்ல முடியாதவன். அதன்படி உலகங்களையும், உலகை வகை செய்யுமாறு வரும் ஏழு வகைப் பிரிவுகளையும், அந்தப் பிரிவுகள் சிலவற்றுள் உலகத்தார் புகழ்ந்து போற்றும்படியாக வந்த பிறவிகளையும்-

'இருக்கு வேதத்தையும், அதன் வழித் தோன்றிய வருக்கங் களையும், அதனால் ஆகிய அட்டகங்களையும், அவை பல சேர்ந்த சங்கிதைகளையும், உண்மை பேசும் வேதியர்களின் வேள்வித் தொழி லின் வகைகளையும் சொல்லி,-

'செந்தாமரை மலரைப் பிறப்பிடமாகக் கொண்ட நான்முகனை முதல்வனாகக் கொண்டு தோன்றி வரும் உங்கள் மரபில், வழிவழி யாக நீதிமுறை தவறாமல் உலகத்தைக்காத்து வருகின்ற, உங்கள் அரசர்களுடைய வரலாறுகளைச் சொல்வதனால், இதுவும் குற்றமில் லாத தூய வேதமேயாகும்.'

'பழைய வேதத்தில் சொல்லப்பட்டுள்ள பொருள் திருமாலே. அந்தத் திருமாலே முதற் குலோத்துங்க சோழனாக வந்து பிறப்பான்' என்று நாரதர் கரிகாலனிடம் கூறினார்.

அதன் முதற்கண் வரும் ஆதிமுதல் மாயன் இவனே
அப்ரமேயம் எனும் மெய் பரியமதாக உடனே,
பதமும்,இப்பதம் வகுக்க வருபாதம் அதுவும்
பாதமான சிலர்பார் புகழ் வந்த அவையும், 183

'அந்தம் உட்பட இருக்கும் அவ் இருக்கின் வழியே
ஆகிவந்த அவ்வருக்கமும்,வருக்கம் முழுதும்
வந்த அட்டகமும்,ஒட்டு அரிய சங்கிதைகளும்
வாய்மை வேதியர்கள் தாம் விதி எனும் வகையுமே, 184

'கமல யோனி முதலாக வரும் உங்கள் மரபில்
காவன் மன்னர்கள் ஆகி வருகின்ற முறையால்,
அமல வேதம் இது தானும்; இதில் ஆரண நிலத்து
அமலனே அபயன் ஆக அறுக!'' என்று அருளியே. 185

மாயன் - கண்ணன். அப்பிரமேயம் - அளவிடப்பட முடியாதது. ப்ரியம் - விருப்பம். பதம் - உலகம். பாதம் - பிரிவுகள். பார் - உலகம்.

ஒட்டு - தொடர்புடைய . விதி - ஒழுக்க நியதி. இருக்கு - வருக்கம். அட்டகம், சங்கிதை, இவை வேதத்தின் பிரிவுகள்.

கமல யோனி - செந்தாமரை மலரைப் பிறப்பிடமாக உடையவன்; நான்முகன். அமலம் - தூய்மை. ஆரணம் - வேதம் அமலன் - திருமால். அருளி - சொல்லி.

நாரதர் இருப்பிடம் செல்லல்

தீக்கடைகோலில் இருந்து உண்டாகும் நெருப்பினால் வேள்வி இயற்றப்படும். அந்த வேள்வியில் எங்கும் நிறைந்த உருவமாகப் பொருந்தியிருக்கும் ஆதிசேடன் என்னும் பாம்புப் படுக்கையில் திருமால் அறிதுயில் கொள்வார். அத்தகைய திருமால் தொடக்கமாக, உலகத்திலுள்ளவர்களைக் காக்கும் தொழில் புரியும் முதற் குலோத்துங்க சோழன் வரையிலும் முறையாகத் தொடர்ந்துவரச் சீரும் சிறப்பும் அமைந்த சோழர்தம் வரலாற்றை நாரதர் கூறித் தம் இருப்பிடம் சென்றார். அதனை அவர் கூறியபடி கரிகாலன் இமயத்தில் எழுதினான். அது வருமாறு ;

‘அரணி வேள்வியில் அகப்படும் அகண்ட உருவால்
அரவு அணைத் துயிலும் ஆதி முதலாக, அபயன்
தரணி காவல் அளவும் செல மொழிந்து, முனிவன்
தான் எழுந்தருள , மா முனி மொழிந்த படியே. 186

அரணி - தீக்கடைகோல். அகண்டம் - துண்டு படாதது; பூரணம் - முழுமை. அரவு அணை - ஆதிடேசன் என்னும் பாம்புப் படுக்கை. ஆதி - திருமால். தரணி - உலகம். முனிவன் - நாரதமுனி எழுந்தருள - எழுந்து போய்விட.

நாரதர் கூறிய வரலாறு

எல்லா வரலாற்றுக்கும் முதன்மையானவர் திருமால். அவரது உந்தியினின்றும் தோன்றியது செந்தாமரை மலர். அதிலிருந்து நான்முகன் தோறினான். அவனிடமிருந்து பெருமைக்குரிய மரீசி தோன்றனான். உயிர்களிடத்தில் அன்பு மிகுந்த மரீசி காசிபனை மகனாகப் பெற்றான். அவன் ஒளிக்கதிர்களையுடைய சூரியனைப் பெற்றான்.

மனு என்பவன் சூரியனுக்கு மகனாகப் பிறந்து உலகினைக் காப்பாற்றினான். அவன் தன்னுடைய சிறந்த மகனை ஒரு பசுவின் கன்றுக்குச் சமம் என்று கருதினான். எல்லோரும் வியப்புறும்படி அவனைத் தேர்க்காலில் இட்டுக் கொன்று பசுவிற்கு நீதி வழங்கினான். இத்தகைய மனுநீதிச் சோழனுக்கு மகனாக இக்குவாகு என்பவன் பிறந்தான்.

இக்குவாருவுக்கு மகனாக விகுட்சி பிறந்தான். இவனது மகன் ககுத்தன். ககுத்தன் மிகவும் வலிமையுடையவன். பகைவரை

வெல்லுமளவுக்குப் போர் புரியக்கூடியவன்.இவன் மிகுந்த ஆற்றலுடைய செயல் பல புரிந்து ஆயிரம் கண்களையுடைய யானையை வாகனமாகக் கொண்டான். இந்திரன் ஐராவதம் என்னும் யானையில் ஊர்ந்து வெற்றி கொண்டது போல், இவனும் ஒரு களிற்றிலே ஊர்ந்து தன்னை எதிர்த்துப் போர்புரிந்த அசுரர்களை எல்லாம் வென்று வெற்றிக்கொடி நாட்டினான்.

இயல்பிலேயே கோபத்தைக் கொண்டது புலி; சாதுவான தன்மையுடையது மான். புலிக்கு விருப்பமான உணவு மாளிறைச்சி. அவ்வாறு இருந்தும் அவ் இரண்டும் ஒரே துறையில் ஒன்றாக இருந்து நீர் பருகும்படி,பசி பகை முதலியவற்றைப் போக்கிய வலிமையுடையவன் **மாந்தாதா** என்னும் சோழ மன்னன் அவன் உலகத்துள்ள உயிர்களிடத்தில் செலுத்திய அருளின் தன்மையால் ஆட்சி புரிந்தான். **முசுகுந்தன்** என்ற மன்னன் போர்க்களத்தில் புகுந்து இமையவர் உலகம் முழுவதையும் எவ்விதத் தீங்குமின்றிக் காவல் புரிந்து அரசோச்சிக் காப்பாற்றிய புகழ்த்தன்மையை உடையவன்.

பிருதுலாட்சன் என்னும் சோழ மன்னன் திருப்பாற்கடலை மந்திர மலையை இட்டுக் கலக்கினான். அதிலிருந்து இனிய சாவா மருந்தாகிய அமுதம் உண்டாயிற்று. அதனைத் தேவர்கள் உண்ணுமாறு கொடுத்தான். சிபி என்ற சோழ மன்னன் ஒரு புறா அடைந்த துன்பத்தை நீக்குவதற்காக ஒப்பற்ற தராசுத் தட்டில் தன் உடல் சதையை அறுத்து வைத்தான். அது புறாவின் எடைக்குச் சமமாக ஆகவில்லை. அதனால், அவன் தானே அந்தத் தட்டில் ஏறி அமர்ந்தான். அப்பொழுதுதான் எடை சரியாயிற்று. தராசில் சிபிச் சக்கரவர்த்தியின் உடல் நிறுக்கப் பட்டதுபோல் உலக மக்களின் உள்ளமாகிய தராசில் அவன் புகழ் உடம்பும் அளந்து அறியப்பட்டது.

சுராதிராசன் என்பவன் முதற்காலத்தில் முதல்சோழனாகப் பிறந்தான். அவனே சோழ மண்டலத்தை ஏற்படுத்தியவன். அவனது மரபிலுத்த **இராசகேசரி, பரகேசரி** என்னும் இருவரும் தங்களுடைய கட்டளையால் ஏழுவகைத் தீவுகளையுடைய இந்த உலகம் முழுவதையும் காப்பாற்றிப் புலிக்கொடியினால் ஆணை செலுத்தி, ஒருவர் பின் ஒருவராக ஆட்சி புரிந்தனர்.

'இதுவே நீதியாகும்' என்று கூற்றுவனுக்கு எடுத்துரைத்தவன் **கிள்ளி வளவன்** என்னும் சோழனாவான். குடகு மலையைக் குடைந்து காவிரியாற்று நீரைச் சோழநாட்டிற்குக் கொண்டு வந்து ஓடச்செய்தவன் கவேரன் என்பவனாவன். **மிருத்யுசித்** என்னும் அரசன், தன் நாட்டில் திடீர்ச்சாவு ஏற்படாமல் எமனிடத்தில் வெற்றி கொண்டவன். இம் மூவரும் பெருவெற்றியுடன் வாழ்ந்த சோழ மன்னர்களாவார்கள்.

சித்திரன் என்னும் சோழன், தன் துகில் கொடியில் இந்திரனைப் புலிக்கொடியாகக் கொண்டான். அதனால் 'வியாக்கிர கேது' என்ற சிறப்புப்

பெயரையும் பெற்றான். சமுத்திரசித் என்னும் சோழன் கப்பல் போக்குவரவுக்காகப் பூசந்தியை வெட்டி கீழ்கடலையும் மேல்கடலையும் ஒன்று சேர்த்துச் சலசந்தியாக்கினான். நீர்வேட்கையால் வருந்திய ஐந்து இயக்கர்களுக்குத் தன்னுடைய ஐந்து இரத்தக்குழாய்களையும் அறுத்துக் கொடுத்து உதவிய வலிமையுடையவன் பஞ்சபன் என்னும் சோழ மன்னன்.நீர் நிறைந்த பெரிய கடலிடத்தே செலுத்திய கப்பல் போர்புரிவதற்குக் காற்றில் லாமையால் ஓடவில்லை. அப்பொழுது ஒரு சோழன் வளிச்செல்வனை வரவழைத்து ஏவல் கொண்டான். அவ்வளவு வல்லமையுடைய சோழனை,**'வாதராசனைப் பணிகொண்டவன்'** என்று கூறுவர்.

அசுரர்கள் வானில் உலாவும் மூன்று அச்சமுண்டாக்கும் மதில்களைக்கொண்டு பலர்க்கு தீங்கிழைத்தனர். அவற்றை அழித்துப் பெருமை கொண்டவன் **தூங்கெயில் எறிந்த சோழ மன்னன்** ஆவான்.இரத்தினக்கற்கள் பதித்து ஒளிவீசும் தனது விமானத்தை வானில் பறக்கும்படி செய்தவன் உபரிசரன் என்னும் சோழனாவான். பாண்டவர்கள் பாரதப்போரை முடிக்கும் வரையிலும் தளராமல் நின்று தருமனது கடல்போன்ற பெரிய படைக்கு உதவி புரிந்தான் ஒரு சோழமன்னன்.

கிள்ளிவளவன் குகை ஒன்றின் வழியாகத் தனிமையில் நடந்து சென்றான். அங்கு ஒரு நாக கன்னிகையைக் கண்டான். அவள் முல்லைமொக்குப் போன்ற பற்களையும், வேல்போன்ற விழிகளையும் உடையவளாக விளங்கினாள். நாரர்களின் கண்மணி அதயை அ்ந நாகக்கன்னிகையைக் கிள்ளிவளவன் மணம் புரிந்து கொண்டான்.

சோழன் செங்கணானுக்கும், சேரன் கணைக்கால் இரும் பொறைக்கும் போர் ஏற்பட்டது. அப்போரின் சோழன் வெற்றி பெற்றான். வென்றவன் சேரனைச் சிறைபிடித்துக் காலில் விலங்கு பூட்டி வைத்திருந்தான். சேரனின் ஆசிரியப் பெருந்தகையாகிய பொய்கையார் **'களவழி நாற்பது'** என்னும் நூலைப் பாடிச் சோழனைச் சிறப்பித்தார். அதனால் சேரன் காலில் பூட்டிய விலங்கைச் சோழன் வெட்டியெறிந்து, அவனுக்குத் திரும்பவும் ஆட்சியை அளித்தான்.

'ஆதி மால் அமல நாபி கமலத்து அயன் உதித்து
அய்ன மரீசி எனும் அண்ணலை அளித்த பரிசும்;
காதல் கூர்தரு மரீசி மகன் ஆகி வளரும்
காசிபன் கதிர் அருக்கனை அளித்த பரிசும்; 187

அவ் அருக்கன் மகன் ஆகி, மனு மேதினி புரந்து,
அரிய காதலனை ஆவினது கன்று நிகர் என்று
எவ் வருக்கன் வியப்ப முறை செய்த கதையும்:
இக்குவாகு இவன் மைந்தன் என வந்த பரிசும்: 188

இக்குவாகுவின் மகன் புதல்வன் ஆன உரவோன்,
இகலுவோன் இகல் உரம் செய்து, புரந்தரன் எனும்
சக்குஆயிரம் உடைக்களிறு வாகனம் எனத்
தான் இருந்து, பொரு தானவரை வென்ற சயமும்: 189

'ஒரு துறைப் புனல் சினப் புலியும் மானும் உடனே
உண்ண வைத்த உரவோன் உலகில் வைத்த அருளும்;
பொரு துறைத்தலை புகுந்து முககுந்தன், இமையோர்
புரம் அடங்கலும் அரண் செய்து புரந்த புகழும் 190

' கடல் கலக்க எழும் இன்னமுது தன்னை ஒருவன்
கடவுள் வானவர்கள் உண்ண, அருள் செய்த கதையும்
உடல் கலக்கு அற அரிந்து தசையிட்டும், ஒருவன்
ஒருதுகைப் புறவொடு ஒக்க நிறை புக்கபுகழும்: 191

சுராதிராசன் முதலாக வரு சோழன் முனம்நாள்,
சோழ மண்டலம் அமைந்த பிறகு, ஏழ் உலகையும்
இராசகேசரி புரந்து, பரகேசரிகள் ஆம்
இருவர் ஆணை புலி ஆணை என நின்ற புகழும்; 192

'காலனுக்கு இது 'வழக்கு ' என உரைத்த அவனும்;
காவிரிப்புனல் கொணர்ந்த அவனும்; புவனியின்
மேல் அனைத்து உயிரும் வீவது இலை ஆக நமன்மேல்
வென்றி கொண்டவனும், என்று இவர்கள் கொண்ட
விறலும் 193

'புலி எனக் கொடியில் இந்திரனை வைத்த அவனும்:
புணரி ஒன்றினிடை ஒன்றுபுக விட்ட அவனும்;
'வலியினில்குருதி உண்க' என அளித்த அவனும்;
வாததராசனை வலிந்து பணிகொண்ட அவனும்; 194

தூங்கு மூன்று எயில் எறிந்த அவனும்; திரள்மணிச்
சுடர் விமானமது வான்மிசை ஊர்ந்த அவனும்;
தாங்கள் பாரதம் முடிப்பளவும் நின்று தருமன்
தன் கடற்படை தனக்கு உதவிசெய்த அவனும்; 195

'தளவு அழிக்கும் நகை வேல்விழிபிலத்தின் வழியே
தனி நடந்து, உரகர் தம் கண்மணி கொண்ட அவனும்;
களவழிக்கவிதை பொய்கை உரை செய்ய, உதியன்
கால்வழித் தளையை வெட்டி அரசிட்ட அவனும்; 196

ஆதி- முதல். மால்- திருமால். அமலம்- தூய்மை. நாபி - உந்தி. கதிர்- கிரணம். அருக்கன்- சூரியன். செய்தபரிசும் என்பதும் பாடம்.

மனு- மனுநீதிச் சோழன். மேதினி- உலகம். அரிய காதலன்- சிறந்தமகன். வருக்கம்- கூட்டம். பரிசு - தன்மை.

மக்கன் புதல்வன் - மகனுக்கு மகன்; பேரன். உரவோன்- வல்லமையுடையவன்; கருத்தன். இகல்- பகை. புரந்தரன்- இந்திரன். சக்கு- கண். தானவர்- அசுரர். சயம் - வெற்றி.

துறை- நீர் நிலை. புனல்- நீர். உரவேவ்கன- மாந்தாதா- பொருதுறைத் தலை. போர்க்களத்தில். இமையோர் புரம். வானுலகம். அடங்கல்- முழுவதும். அரண்- காவல். புரந்த . காப்பாற்றிய.

கலக்க - கடைய. எழும்- தோன்றிய. கலக்குஅற- வருத்தம் நீங்க. துலை - தராசு. புறவு. புறா, நிறை- எடை.

முன் நாள்- முற்காலத்தில்

காலன்; நமன்- எமன். வழக்கு- முறைமை, நீதி. புவனி- உலகம். வீவது- இறப்பது. விறல்- வெற்றி.

புணரியிடை - கடலில். வாதராசன்- வாயுதேவன். வலிதினில்- கட்டாயமாக. பணி - ஏவல்.

தூங்கு- அசைந்து செல்லுகின்ற. எயில்-மதல். எறிந்த- அழித்த. திரள்- வட்டம். முடிப்பு அளவும்- முடிக்கும் வரையிலும்.

தளவு- முல்லை. அழிக்கும் - கெடுக்கும். நகை- புன்முறுவல்; பற்கள்- பிலம்- குகை. உரகர்நாகர். கண்மணி- நாக கன்னி; கொண் டவன், கிள்ளிவளவன். களவழி- ஒருசிறந்த நூல்; நாற்பது செய்யுட் களை உடையது: ‘அட்ட களம்’ என்று முடிவது. உரை செய்ய - பாடி அருள். உதியன்- சேரன்; கணைக்கால் இரும்பொறை. கால்வழி- காலில். தளை-விலங்கு. இட்ட- வைத்த; அவன்; செங்கணான்.

இந்த வரலாறுகள் புராணக் கதைகள் போலப் புனையப் பெற்றுள்ளன.

கரிகால் வளவன்

இவ்வாறு தனக்கு முன் விளங்கிய சோழ அரசர்களின் வரலாறு களை எல்லாம் நாரதர் கூறப்கேட்ட கரிகாலன் அவற்றை இமயத்தில் எழுதினான். பின்னர்த் தனது புகழ்ச் சிறப்பை எழுதத் தொடங்கினான்.

கரிகாற் சோழன் முதலாம் பெருநற்கிள்ளியின் பேரனும் இளஞ்சேட் சென்னியின் மகனுமாவான். இவன் பெருங்சேரலாதன், நெடுஞ் செழியன் என்னும் சேர - பாண்டியரை ஒப்பற்ற ஆண் யானையை ஊர்தியாகக் கொண்டு எதிர்த்துப் போரிட்டு வென்றான். வீரமகளின் பெருந்தனங்களைத் தனது தோள்களால் தழுவினான்.

மேலும், கரிகாலன் காவிரிக்குக் கரை கட்டுவித்தான். சிற்றரசர் பலரும் அவன் ஆணையை ஏற்றுக் கரை அமைத்தனர். பிரதாபருத் திரன் என்னும் மன்னர் காவிரிக்குக் கரை எடுக்க வராமல் ஆரவாரித் தான். அவனுக்கு நெற்றியிலும் ஒரு கண் இருந்ததாம்! கரிகாலன்

பிரதாபருத்திரனது படத்தை எழுதிவருமாறு ஓவியனுக்குக் கட்டளை யிட்டான். படம் வரையப்பட்டு வந்தது. அதில் அவனுக்கு மிகையாக நெற்றியில் இருந்த ஒரு கண்ணைக் கரிகாலன் தனது பாதத்தால் மிதித்து அழித்தான். அப்பொழுதே பிரதாபரத்திரன் நெற்றிக்கண்ணை இழந்தான். செருக்கு அழிந்த பிரதாபருத்திரன் தன் பிழையுணர்ந்து வந்து கரிகாலன் கட்டளையை நிறைவேற்றினான்.

மீன்கள் துள்ளிப்பாயும் தடாகங்களையுடைய குருமி என்னும் ஊர் சேர்ந்த நாட்டைக் கரிகாலன்வெற்றி பெற்றான். மேலும், இனிய செந்தமிழ்ச் செய்யுரள் பாடிப் புகழோடு வாழும் உருத்திரங்கண்ண னார் என்னும் புலவர் கரிகாலனின் நாடு, வீரம், கொடை, நீதி ஆகிய வற்றைப் பாடிய பதினாறு இலட்சம் பொன்னைப் பரிசாகப் பெற்றார். அந்நூலே ' பட்டினப் பாலை' ஆகும்.

எந்தக் காலத்திலும் களத்தில் முதுகு காட்டி ஓடாத சேர அரசர் களும், பாண்டிய அரசர்களும் ஆகிய இரு பெரு வேந்தர்களையும் கரிகாலன் தோல்வியுறச் செய்தான். அவர்கள் இடுப்பில் கந்தைத் துணியை அணிவித்தான். தலையில் அதன் விளக்கை எரிய வைத்துத் தன் ஆற்றலைத் தோற்றுவித்தான்.

இத்தகைய தனது புகழ்ச் சிறப்புக்களையும் கரிக்காலன் இமய வெற்பில் பொறித்தான்.

'என்று மற்று இவர்கள் தங்கள் சரிதங்கள் பலவும்
எழுது, மீள இதன்மேல் வழுதி சேரன் மடியத்,
தன் தனிக் களிறு அணைந்தருளி, வீரமகள்தன்
தன தடங்களொடு தன்புயம் அணைந்த பரிசும், 197

'தொழு மன்னரே கரைசெய் பொன்னியில்
தொடர வந்திலா முகரியைப் படத்து
எழுதுக!' என்று கண்டு: ''இது மிசைக் கண்'' என்று,
இங்கு அழிக்கவே, அங்கு அழிந்ததும், 198

தத்து நீர் வரால் குருமி வென்றதும்,
தழுவு செந்தமிழ்ப் பரிசில் வாண பொன்
பத்தொடு ஆறுநூறு ஆயிரம் பெறப்
பண்டு, பட்டினப் பாலை கொண்டதும்; 199

ஒருவர் முன்னொர்நாள், தந்து பின்செலா,
உதிய மன்னரே, மதுரை மன்னர் என்று
இருவர் தம்மையும் கிழிகள் சுற்றுவித்து,
எரிவிளக்கு வைத்து, இகல் விளைத்ததும் 200

இதன் மேல்- இமயமலை மேல். வழுதி- பாண்டியன். தனம் - சொங்கை. புயம் - தோள். பரிசு - தன்மை.

பொன்னி - காவிரி. வந்திலா - வாராத. முகரி- வீண் ஆரவாரம் உடையவன்; பிரதாபருத்தின், மிகை - கூடுதலான; வேண்டாத.

தத்து - தாவிப் பாய்கின்ற. வரால் - ஒருவகை மீன். குருமி - ஓர் ஊர்; கடப்பை மாவட்டத்தில் உள்ளது என்பர். பரிசில். வாணர் - பரிசில் பெற்று வாழ்பவர்; உருத்திரங்கண்ணனார். பத்தொடு ஆறு நூறாயிரம் - பதினாறு இலட்சம். பட்டினப்பாலை- பத்துப் பாட்டு என்னும் தமிழ் முதுநூலுள் ஒரு பகுதியாகத் திகழ்வது.

தந்து பின்செலா - முதுகுகாட்டிச் செல்லாத; பின் தந்து செலா எனஇயைக்க; ஒருவர் முன்னோர் நாள் என்பதும் பாடம். உதியர் - சேரர். கிழி- கந்தைத் துணி. இகல்- வல்லமை.போரில் தோற்றவர் இடுப்பில் கந்தைத் துணியைக் கட்டுவித்தும், அவர் தம் தலையில் அகல் விளக்கை வைத்து எரிய வைத்தும் அவமானப்படுத்துதல் பண்டைக்கால வழக்கம் என இதனால் தெரிகிறது.

முதலாம் பராந்தகன்

மழைத் துளிகளையுடைய மேகங்கள் மேகங்கள் பொருந்திய வானில் ஒப்பற்ற தனது யானையைச் செலுத்திப பகைவரின் வேகம் முழுமையும் தொலையும்படி வென்றதோடு, இலங்கை பகைவரை வென்று புகழை நிலைபெறச் செய்தவன் முதலாம் பராந்தக சோழன். இவனுக்கு வீரநாராயண்ன என்ற வேறு பெயரும் உண்டு. இவன் விசயாலய சோழனுக்குப் பேரன்: முதலாம் ஆதித்தனின் மகன்.

வேதம் ஒன்று உகைந்து, ஆவி விண்ணின்வாய்
விசை அடங்கலும் அசைய வென்றதும்;
ஈழமும் தமிழ்க் கூடலும் சிதைத்து,
இகல் கடந்தது ஓர் இசை பரந்ததும்: 201

வேழம் - யானை. உகைத்து- செலுத்தி. ஆவி - மழைத் துளி. விசை - பகைவர்தம் விரைந்த எழுச்சி. அசைய - தொலைய. கூடல் - மதுரை. இகல் - பகை. கடந்தது- வென்றது. இசை - புகழ்.

முதலாம் இராசராச சோழன்

முதலாம் இராசராச சோழன் இரண்டாம் பராந்தகனின் மகன். இவன் சேர நாட்டில் சதய நட்சத்திர நாளில் விழா ஒன்றை ஏற்படுத் தினான். ஒப்பற்ற ஒரு யானையின் மேல் காலையில் தோன்றும் இள ஞாயிற்றைப் போல் விளங்கினான். உதகை என்னும் ஊரினை வென்றான். ஒப்பற்ற துதிக்கையுடைய யானைகள் பலவற்றைக் கவர்ந்து கொண்டு வந்தான்.

சதய நாள் விழா உதியர் மண்டலம்
தன்னில்வைத்தவன், தனியொர் மாவின் மேல்
உதயபானு ஒத்து உதகை வென்ற கோன்
ஒருகை வாரணம் பல கவர்ந்ததும்; 202

உதியர் - சேரர், மண்டலம்- நாடு. மா - யானை. உதயபானு- எழு ஞாயிறு. உதகை - ஓர் ஊர்; உதகமண்டலம் என்று கருதுவர். வாரணம் - யானை.

இராசேந்திர சோழன்

முதலாம் இராசராச சோழனின் திருமகன் இராசேந்திரன். இவன் ஆட்சிகாலத்தில் மிகுந்து சினமுற்றுக் கங்கையாறு வரை படை எடுத்துச் சென்று வென்றான். மண்ணை என்ற ஊரில் கங்கையின் நீரைத் தன் போர் யானைகள் குடிக்கும்படி செய்தான். மேலும், கடல் கடந்து சென்று கடாரம் என்னும் நாட்டையும் வென்று, அதனைத் தனக்கு உரிமையாகக் கொண்டு, தன் குடைக்கீழ் வைத்து ஆட்சி செலுத்தினான்.

களிறு கங்கைநீர் உண்ண, மண்ணையில்
காய் சினத்தொடே கவவு செம்பியன்,
குளிறு வெண்திரைக் குரை கடாரமும்
கொண்டு மண்டலம் குடையும் வைத்ததும்;   203

மண்ணை - ஓர் ஊர். காய்சினத்தொடே - முண்டு எரியும் கோபத்தோடு. கவல- பொருந்திய. செம்பியன்- சோழன்; இராசேந்திரன். தென் - தெளிந்த. திரை - அலை. குரை- ஒலி, கடாரம் - பர்மா அல்லது மலேயா. மண்டலம் - உலகம்.

முதலாம் இராசாதிராசன்

முதலாம் இராசாதிராசன் பூண் அணிந்த தந்தங்களையுடைய மலை போன்ற யானையைச் செலுத்திக் கம்பிலி என்னும் நகரில் தன் வெற்றித் தூணை நிலைநிறுத்தினான். காவல் மதில்களைக் கொண்ட கலியாணபுரம் என்ற நகரில் வீரர் தம் வலிமை கெடும்படி எட்டு மலைகளிலும் தன் புலிக் கொடியைப் பதித்தான். !

கம்பிலிச் சயத்தம்பம் தம்பம் நட்டதும்
கடி அரண் கொள் கல்யாணர் கட்டறக்
கிம்புரிப் பணைக்கிரி உகைத்தவன்,
கிரிகள் எட்டினும் புலி பொறித்ததும்:   204

கம்பிலி - ஒரு நகரம். சமம்- வெற்றி. தம்பம் - தூண், நட்டதும் - நிலைநிறுத்தியது. கடி- காவல். அரண்- மதில் . கலியாணம் - சாளுக்கிய நாட்டின்கண் உள்ள கலியாணபுரத்திலுள்ள வீரர்கள். கட்டு அற - வலிமை கெட. கிம்புரி-யானைத் தந்தத்தில் பூட்டும் பூண். கிரி- மலை போன்ற யானை. உகைத்தவன்- செலுத்தியவன். கிரி - மலை.

இராசேந்திர சோழன்

கிருட்டிணை ஆற்றுக் கரையிள்ள கொப்பம் என்னும் ஊரில் அண்ணனான இராசாதிராசனும் ராசேந்திர தேவனும் மேலைச்

சாளுக்கியனான ஆகவமல்லனுடன் கடும்போர் புரிந்தனர். அதில் இராசாதிராசன் இறந்துபட்டான். அப்போது இராசேந்திர தேவன் ஒப்பற்ற யானையின் மேல் ஏறி வரும் மற்றொரு யானையைப் போல் வந்து , 'அஞ்சாதீர்' எனப் படைத்தலைவர்களை ஊக்கினான்: இறுதி யில் வெற்றியும் அடைந்தான். அதே இடத்தில் முடி தரித்துக் கொண்ட இராசேந்திர தேவன், உலகம் முழுவதையும் போர்க்கக்கூடிய ஒப்பற்ற குடையைத் தன் மேல் கவித்துக் கொண்டான்.

ஒரு களிற்றின் மேல் வரு களிற்றை ஒத்து
உலகு உயக்கொளப் பொருது கொப்பையில்
பொரு களத்திலே முடி கவித்தவன்
புவி கவிப்பதோர் குடை கவித்ததும்; 205

இராச மகேந்திரன்

இராசமகேந்திரன் இராசேந்திர தேவனுக்குத் பிறகு சிறிது காலமே ஆட்சி புரிந்தான். இவன் எல்லா நூல்களுக்கும் முதன்மை யாகிய நான்கு வேதங்களிலும் முன்பு சொல்லப்பட்ட நல்ல ஒழுக்கங் களைப் புதுப்பித்தான். ' மனுநீதிச் சோழனைக் காட்டிலும் நீதியில் மூன்று நான்கு மடங்கு மேல்பட்டவன்' என்று யாவரும் சொல்லும்படி ஆட்சி நடத்தினான். இவனுடைய நிலவைப் போன்ற குடைநிழலில் அறம் எங்கணும் தழைத்து வளர்ந்தது.

பனுவலுக்கு முதல் ஆயவேதம் நான்கில்
பண்டு உரைத்த நெறி புதுக்கிப், பழையர் தங்கள்
மனுவினுக்கு மும்மடி நான்மடி ஆம் சோழன்
மதிக் குடைக் கீழ் அறம் தளிர்ப்ப, வளர்ந்த வாறும்: 206

பனுவலுக்கு-நூல்களுக்கு. நெறி-ஒழுக்கம். புதுக்கி-புதுப் பித்து. பழையர்-முன்னோர். ஆம் - சிறந்தவன் ஆகிய. தளிர்த்தல்-தழைத்தல். ஆறும் - தன்மையும்.

முதற் குலோத்துங்கன் தோற்றம்

இராசமகேந்திரனுக்குப் பின் அவன் தம்பி வீரராசேந்திரன் அரசு எய்தினான். இவன் கூடல் சங்கமம் என்னும் ஊரில் குந்தள நாட்டு வீரரை வெற்றிக்கொண்டு நாடு காத்து அருள்புரிந்தான். அதன் பின்னர், 'சிறப்புமிக்க இந்த நில மகளானவள் இவனிடம் வந்து சேர என்ன தவம் செய்தாளோ' என்று யாரும் கூறும் வண்ணம், முதல் குலோத்துங்க சோழன் தோன்றினான்.

குந்தளரைக் கூடல் சங்கமத்து வென்ற
கோன், அய்யன், குவலயம் காத்து அளித்த பின்னை
'இந்தநிலக் குலப்பாவை இவன்பால் சேர
என்ன தவம் செய்திருந்தாள்' என்னத் தோன்றி; 207

கோ-அரசன். குவலயம்-உலகம். குலப்பாவை-மேன்மை மிக்க மகள். தோன்றி- பிறந்து.

வெற்றிச் சிறப்பு

கீழ் நடு மேல் ஆகிய மூன்று உலகங்களின் நிலப்பரப்பு எவ்வளவு தொலைவு பரவி இருக்குமோ அவ்வளவு தொலைவும், நான்கு மறைகளும் எவ்வளவு காலம் நிலைபெற்றிருக்குமோ அவ்வளவு காலமும், கடல்களை வட்டவடிவமாய்ச் சூழ்ந்துள்ள சக்கர வாள மலையளவும் தன் செங்கோல் செல்லுமாறு குடிமக்களைக் காப்பாற்றி அருள் புரிந்தான் முதற் குலோத்துங்க சோழன். இவனே, இந்நூலின் பாட்டுடைத் தலைவன் ஆவான்.

'எவ்வளவும் திரிபுவனம் உளவாய்த் தோன்றும்,
எவ்வளவும் குல மறைகள் உளவாய் நிற்கும்,
அவ்வளவும் திகிரவரை அளவும் செங்கோல்
ஆணைசெல, அபயன் காத்து அளிக்குமாறும்; 208

திரிபுவனம் - மூன்று உலகம். குலமுறை - மேன்மையான வேதம். திகிரி வரை - சக்கரவாள மலை வரை. ஆறும் - விதமும்.

கரிகாலன் எழுதி முடித்தான்

மேலே கண்ட வண்ணம் சோழ அரசர்களின் வரலாற்றினை நாரதர் கூறி முடித்துத் தம் இருப்பிடம் சென்றார். அவர் கூறிய பழைய வமிசத்தில் உள்ளவர்கள் பெயர்களையும், அவர் புரிந்த புகழ்மிக்க செயல்களையும், பின் வருபவர்களின் சிறப்புக்களையும் எழுதுவதற்கு அருமையான மறையினை ஏட்டினில் எழுதினாற்போல, பெரிய இமயமலையின் தென்திசைப் பகுதியில் உள்ள நடுவிடத்தில், கரிகாலன் ஒன்று விடாமல் எழுதி முடித்தான்.

'இப்புறத்து இமயமால் வரையின் மார்பின் அகலத்து
எழுதினான்; எழுதுவதற்கு அரிய வேதம் எழுதி,
ஒப்புறத் தனது தொல்மரபும், அம் மரபின் மேல்
உரைசெய் பல்புகழும், ஒன்றும் ஒழியாத பரிசே! 209

இப்புறத்து- தென்திசைப் பகுதியில். மார்பின் அகலத்து -நடு இடமாகிய பரந்த இடத்தில். ஒப்புற-போல. பரிசு-தன்மை.

காளி வியத்தல்

முன்னமே கண்டபடி தேவியின் சீற்றத்திற்கு அஞ்சி இமயமலைச் சாரலில் சென்று மறைந்து வாழ்ந்த முதுபேய் ஒன்று அங்கிருந்து உருத்திர யோகினியை வணங்கிற்று. சோழர் வரலாற்றை நாரதர் கூற இமயமலையில் எழுதிய கரிகாலன் 'இராச பாரம்பரியத்தைப் பின்பு சொல்பவராகிய அவர்கள் செய்த குற்றங்களை எல்லாம் பொறுத்துக்

கொள்வார்களாக!' என்று முடித்திருந்தான். அந்த வரலாற்றை உருத்திர யோகினி தமிழ்நாட்டு முதுபேய்க்குக் கூறினாள். முதுபேய், 'தான் செய்த பிழையையும் சோழ மரபினர் பொறுப்பாளர்கள்' என்று எண்ணி, அவர்கள் வரலாற்றினைக் கற்று வந்து, காளி தேவியை வணங்கி உரைத்தது. சோழர் வரலாற்றைச் சொன்ன முதுபேயின் மூதறிவுத் திறனைக் காளி வியந்தாள்.

'எழுதி, 'மற்று அது உரைசெய்பவர்கள் செய்பிழை எல்லாம்
எமர் பொறுக்க!' என இப்படி முடித்த இதனைத்
தொழுது கற்றனம்' எனத் தொழுது சொல்லும் அளவில்
'சோழ வம்சம்இது சொன்ன அறிவு என்ன அழகோ! 210

மற்று - பின்பு. உரை செய்து-சொல்லி. எமர்- எம்மவர். தொழுது - வணங்கி.

காளி மகிழ்தல்

நில மகளாகிய உயர்குலப் பெண்ணுக்குத் தலைமகனாக முதற் குலோத்துங்க சோழன் தோன்றினான். அவன் பிறந்த சோழர்குலப் புகழையும் நீதியையும் கேட்டு அவள் களிப்படைந்தாள். இவ்வளவு சிறப்புடைய குலத்தில் தோன்றிய முதற் குலோத்துங்க சோழனைத் தனது அருமை மகனாகவே கருதினாள். தன் மாகனைச் சான்றோன்' எனக் கேட்ட தாய் பெற்ற காலத்திலும் பெரு மகிழ்ச்சி அடைவது போல, 'முதற் குலோத்துங்க சோழனை மகனாகப் பெற்றெடுத்த காலத்திற் கூட இப்பொழுது அடையும் இன்பத்தைப் போல இருந்தது இல்லை' என்று கூறி அவள் பெரிதும் மகிழ்ந்தாள்!

வையகமாம் குலமடந்தை மன் அபயன்
தன்னுடைய மரப கேட்டே,
ஐயனை யான் பெற்று எடுத்த அப்பொழுதும்
இப்போழ்து ஒத்து இருந்தது இல்லை; 211

வையம்- உலகம். குலமடந்தை- உயர்வுடைய பெண். மன் - தலைவன். மரபு-பரம்பரை.

காளி புகழ்தல்

உலகங்கள் எல்லாவற்றையும் ஒப்பற்ற குடைக்குள் போர்த் திருக்கின்ற முதற் குலோத்துங்கனுடைய பரம்பரையோர் புகழைக் கேட்ட - பேய்கள் எல்லாம் காப்பாற்று கின்ற காளி, 'இனி, குலோத் துங்கனே உலகங்களை எல்லாம் காப்பாற்றுவான்' என்று கூறிப் புகழ்ந்தாள்!

'உலகை எவாம் கவிக்கின்ற ஒரு கவிதைச்
சயதுங்கன் மார்பின் கீர்த்தி

அலகை எலாம் காக்கின்ற அம்மை, 'பூ

தலம் காப்பான் அவனே!' என்ன- 212

கலிக்கின்ற-போர்த்திருக்கின்ற. கவிகை-குடை. சயதுங்கன்-குலோத்துங்கன். மரபு-பரம்பரை. கீர்த்தி- புகழ். அலகை-பேய். அம்மை-காளி. பூதலம்-உலகம். 'அலகை எல்லாம் கற்று உய்ம்மின்! அகில, பூதம் காப்பான் அவனே ! என்ன-எனவும் பாடம். இப்படிக் கொள்வது அடுத்தக் கண்ணிக்குத் தொடர்புடனும் விளங்கும்.

இப்பகுதியில்,பின்னர் நடக்கப்போகும் வரலாறுகளையும் கரிகாலன் எழுதினான் என்று கூறப்பட்டுள்ளதைக் கவனிக்க வேண்டும். இப்படிச் சொல்வது பழைய கவிமரபு - தாம் சொல்லப்போகும் வரலாற்று நாயகனுக்கு ஒரு தெய்வீகத் தன்மையை ஏற்றிப் போற்றுவதற்காக.

9. பேய் முறைப்பாடு

(பேய்கள் காளியிடம் தங்கள் குறைகளைக் கூறித் தம் விருப்பத்தை நிறைவு செய்விக்குமாறு வேண்டிக் கொண்ட தன்மையை இப்பகுதி தெரிவிக்கின்றது.)

பேய்களாகப் பிறந்து கெட்டோம் !

பேய்கள் காளியை நோக்கி கீழ்க்கண்டவாறு தம் குறையை முறையிட்டன.

அழகிய சடைமுடியிலே கங்கையாற்றை அணிந்துள்ள சிவபிரானது திருவருளைப் பெற்ற காளிதேவியே! நாங்கள் முதற் குலோத்துங்க சோழனால் காப்பாற்றப்படுகின்ற பேறுபடைத்த பூதங்களாகப் பிறவாமல், கேவலம் பேய்களாகப் பிறந்து, அதனால் கேட்டை அடைந்தோம்.

ஆறுடைய திருமுடியான் அருளுடைய

பெருந்தேவி! அபயன் காக்கும்

பேருடைய பூதமாய் பிறவாமல்,

பேய்களாப் பிறந்து கெட்டோம்! 213

ஆறு-கங்கை. திரு-அழகிய. முடியான் என்றது சிவனை. அபயன்-சோழன். பேறு-பாக்கியம். (பூதங்கட்குப் படையல்கள் முதலிய கிடைக்கும். ஆனால், பேய்களுக்கோ போர் நிகழ்ந்தால் தான் உணவாகப் பிணம் கிடைக்கும் என்பர்.)

எங்களை யார் காப்பார்?

தேவி! நீ எங்களுடைய பசிக்கொடுமையை அறிந்து அருள் புரிந்து காப்பாற்றாவிட்டால், வேறு யார் தாம் எங்களைக் காப்பாற்றப் போகிறார்கள்? பாழடைந்த ஊரைக் காப்பாற்றுவதற்கு மதிற்சுவர்கள்

வேண்டியதில்லை. அது போல, எங்களுடைய பயனற்ற உயிரைக் காக்க உடம்பும் வேண்டாம். ஆகவே, இப்பொழுதே உயிர் காக்கும் எங்கள் உடலைக் கைவிட்டு இறந்து விடுகிறோம்.

'ஆர்காப்பார், எங்களை நீ அறிந்து அருளிக்
காப்பதல்லால்? அடையப் பாழாம்
ஊர்காக்க மதில்வேண்டா; உயிர் காத்த
உடம்பினை விட்டு, ஓடிப் போதும்! 214

அடைய - முழுதும். ஓடிப்போதும் - இறந்துவிடுகிறோம். 'அடையாப் பாழ்த்த. உயிர் பாழ்த்த' எனவும் பாடங்கள்.

பிழைக்க மாட்டோம்

தேவி! பசியின் மிகுதியால் நாங்கள் நாளுக்கு நாள் மெலியும் வகையால் மெலிந்து தளர்ச்சி அடைந்துள்ளோம். இனி, மேலும் தளர்ச்சியடையத் தாங்க மாட்டோம்.

ஓய்கின்றோம்! ஓய்வுக்கும் இனி ஆற்றேம்!
ஒருநாளைக்கு ஒருநாள் நாங்கள்
தேய்கின்றபடி தேய்ந்து, மிடுக்கு அற்றேம்!
செற்றாலும உய்ய மாட்டோம்!

ஓய்கின்றோம் - தளர்ந்துள்ளோம். ஆற்றேம் - பொறுக்க மாட் டோம். மிடுக்கு அற்றேம் - வலிமையில்லாதவரானோம். செற்றாலும் - சினந்தானும்; பகைத்தாலும். உய்ய் மாட்டோம் - பிழைக்க மாட்டோம்.

ஆசை போலும்!

தேவி! பசித்தீ பற்றி எரிவதற்கு விறகு போன்றவராய் உடல் இளைத்து மிகவும் மெலிந்துள்ளோம். மெலிந்த உடலைப் பருக்கச் செய்வது கொள்வதற்கும் ஒரு வழியையும் அறியேம். நாங்கள் உயிரை விடுவதற்கு உணவின் மேல் கொண்ட இத்தனை ஆசையே போதும்! வீணாக எங்களைப் படைத்துச் சாக்காட்டையும் எங்களுக்கு வாய்ப் பதற்கு அரிதாகச் செய்து வைத்துள்ளாயே? (இது தர்மமாகுமா?)

வேகைக்கு விறகு ஆனேம், மெலியா நின்றோம்!
மெலிந்த உடல் தடிப்பதற்கு விரகும் காணேம்!
சாகைக்கு இத்தனை ஆசை போதும்; பாழிற்
சாக்காடும் அரிதாகத் தந்து வைத்தாய்! 216

வேகைக்கு-பசித்தீ பற்றி எரிவதற்கு. மெலியா நின்றேம்- மெலிந்துள்ளோம். தடிப்பதற்கு - பருமனடைவதற்கு. விரகு-வழி. பாழின் - வீணாக. தந்து - படைத்து.

பசிக்கு ஒன்றும் இல்லேம்!

தேவி! கீழோராகிய நாங்கள் முன்னால் செய்த பாவத்தால், நான்கு முகத்தினையுடைய பிரமன், இந்நாளில் எங்கள் வயிற்றினிலே பசித்

தீயைப் பற்றவைத்து விட்டான். பாவிகளாகிய நாங்கள் பசியைப் போக்கிக் கொள்வதற்கு எவ்வித உணவும் கிடைக்கப் பெறாதவர் களாய் இருக்கின்றோம். பெரியோர் இட்ட சாபத்தால் இனி என்ன என்ன தீங்குகளைப் பெற போகின்றோமோ? ஏதும் தெரியவில்லையே!

'சாவத்தான் பெறுதுமோ-சதுமுகன்தான்,
கீழ் நாங்கள் மேனாள் செய்த
பாவத்தால், எம்வயிற்றில் பசியை வைத்தான்;
பாவியேம் பசிக்கு ஒன்று இல்லேம்! 217

சாவம்- சாபம். சதுமுகன்-நான்முகன்; பிரமன். கீழ்- கீழோர். மேல்நாள்- முன்னாளில். 'பசிக்கல்லேம் எங்கட் கல்லேம்!' எனவும் பாடம்.

மூளி வாய் ஆனோம்!

தேவி! காற்றடித்தபோது பறக்கின்ற பதர்களைப் போல நாங்கள் ஓரிடத்தும் நிலையாக இல்லாமல் எங்கும் பறக்கின்றோம். மிக்க பசி யால் வருத்தமுற்று எங்களுடைய உறுப்புக்களாகிய நாக்கில் பாதி யையும், உதடுகளில் பாதியையும் தின்று ஒறுவாய் உடையவர்களாகி யும் விட்டோம். உனக்கு அடிமைத் தொழில் புரியும் அடியவர்களாகிய எங்களுடைய குறையைப் போக்கிக், கடைக்கண்ணால் அருள்புரிந்து, எம்மைக் கைவிடாது காப்பாற்ற வேண்டுகிறேன்.

பதடிகளாய்க், காற்று அடிப்ப, நிலை நிலாமல்
பறக்கின்றோம், பசிக்கு அலந்து, பாதி நாக்கும்
உதடுகளில் பாதியும் தின்று ஒறுவாய் ஆனேம்;
உனக்கு அடிமை; அடியேமை உய்யப் பாராய்; 218

பதடி-பதர். ஒறுவாய்-குறைந்த வாய்; மூளியானவாய். அடிமை - தாழ்ந்து நின்று ஏவல் கேட்டுக் காரியம் ஆற்றல். அடியேம் - அடியவர் களாகிய எங்களை. பாராய்- பார்க்க மாட்டாய்.

நெற்றாகி யுள்ளோம்

தேவி! களங்கமற்ற முதற் குலோத்துங்க சோழன் பேய்களாகிய எங்களுக்கு அருள் புரியவில்லை. மாறாக அரசர்கள் செலுத்தும் திறைப் பொருளுக்கே அருள்புரிகின்றான். அவனுடைய யானைகள் போரில்லாக் காரணத்தால் விலங்குகள் பூட்டப்பெற்றுக் கட்டுத்தறி யில் கட்டுண்டு நிற்கின்றன. உனது அடியவர்களாகிய நாங்கள் மிக்க பசிக்கொடுமையால் மிகவும் மெலிந்து, முற்றி உலர்ந்த நெற்றுக் களைப் போல வலிமை யிழந்துள்ளோம்.

'அகளங்கன் நமக்கு இரங்காண், அரசர் இடும்
திறைக்கு அருள்வான்; அவன்தன் யானை
நிகளம் பூண்டன, அடியேம் நெடும் பசியால்
அற உலர்ந்து, நெற்றாய் அற்றேம்! 219

அகளங்கன் - களங்கமற்றவன்; குலோத்துங்கன். இரங்கான் - அருள் புரியமாட்டான். திறை-பகுதிப் பொருள்; கப்பம். நிகளம் -யானை கட்டும் சங்கிலி. அற-மிகவும். அலர்ந்து-வாடி. அற்றேம்-அழிந்துள் ளோம். (திறைக்கு அருள்வான்' என்றதனால், பலவரசர்களும் தாமே பயந்துதிறை செலுத்திப் பணிவாராயினர் என்க.)

நற்குறியால் பொறுத்துள்ளோம்

தேவி! எங்களுடைய மூக்குகளுக்கு அருகே நிணநாற்றமும், புலால் நாற்றமும் வீசுகின்றன. உதடுகள் துடிக்கும் வண்ணம் எங்கள் வாய்களில் ஈக்கள் வேறு மொய்க்கின்றன. இத்தகைய நல்ல சகுனங் களாலேயே - நாங்கள் பிழைத்திருக்கின்றோம். இல்லாவிட்டால், இப்பொழுதே இறந்துவிடுவோம்.

'மூக்கு அருகே வழு நாறி, முடை நாறி
உதடுகளும் துடிப்ப, வாயை
ஈக் கதுவும் குறியால் உய்ந்து இருக்கின்றோம்;
அன்றாகில், இன்றே சாதும்!' 220

வழு-நிண நீர். நாறி -தோன்றி. முடை-புலால். நாறி-வீசி. கதுவும் - மொய்க்கும். குறி - சகுனம். உய்ந்து - பிழைத்து. சாதும்- இறப்போம்.

முது பேய் வருகை

இவ்வாறு காளியிடம் பல பேய்கள் ஆரவாரம் செய்து முறை யிட்டுச் சொல்லிக் கொண்டிருந்தன. அந்தச் சமயத்தில் இமயமலை யிலிருந்து ஒரு முதுப்பேய் அவ்விடத்திற்கு வந்து சேர்ந்தது.

என்று பல கூளிகள்
இரைத்து உரைசெய் போதத்து,
அன்று, இமய வெற்பினிடை
நின்று வரும் அப் பேய். 221

கூளிகள்-பேய்கள். இரைத்து-இரைந்து. போதத்து- சமயத்தில். வெற்பு-மலை.

முதுபேய் வணங்கிக் கூறல்

அந்த முதுபேய், காளி தேவியைத் தன் கைகளால் தொழுது தலையால் வணங்கிற்று. பிறகு, தேவி! அடியோனாகிய நான் வட கலிங்க நாட்டிற்குச் சென்றிருந்தேன் அப்போது அங்குச் சகுனங்கள் தோன்றின. அவற்றைக் கூறுகின்றேன். கேட்டருள்க!' என்று கூறிச் சொல்லத் தொடங்கிற்று;

கைதொழுது இறைஞ்சி
அடியேன் வடகலிங்கத்து
எய்திய இடத்து உள
நிமித்தம் இவை கேண்மோ: 222

இறைஞ்சி - வணங்கி எய்திய இடத்து - அடைந்த போது. நிமித்தம் - சகுனம். கேண்மோ -கேட்பாயாக.

தீய சகுனங்கள்

மதம் பொழியும் ஆண் யானைகளினுடைய கொம்புகள் முறிந்து போயின; அவற்றின் மதநீரும் வற்றிப் போயிற்று! இளம் பெண் யானை களுக்குக் கொம்புகள் முளைத்துள்ளன. மதநீர் மிகுதியாகத் தங்கி இருந்தது! கதிர் பரப்பி ஒளிவீசும் விளக்குகள் வலிகுன்றி எரிந்தன. பருவகாலத்தில் தவறாது பெய்யும் மேகங்கள் சிவந்த இரத்தத்தை மழைத் துளிகளாகப் பொழிந்தன.

தோலால் கட்டப்பட்ட முரசங்கள், இருந்த இடத்திலேயே இருந்து, அறைவார் இன்றித் தாமாகவே வீணாக- வெறுமனே - எவ்விதப் பயனுமின்றி ஒலித்தன! இரவு நேரத்தில் வானவில் வந்து தோன்றிற்று! ஊரிலுள்ள வீடுகளில் பெரிய ஆந்தைகள் வந்த தோன்றாலாயின. நரிகள் ஊளையிடலுமாயின! ஒளி வீசி நறுமணம் கமழ்ந்து எரிய வேண்டிய ஓமத்தீ, சுடலையில் எரியும் தீயைப் போல் கெட்ட நாற்றத்தை வீசிற்று!

நறுமணம் கமழும் மலர்ந்த பூமாலைகள், புலால் நாற்றத்தை வீசின! பொன்னால் செய்யப்பட்ட மணிமாலைகளின் ஒளி, முற்றும் அழிந்தது! சித்திரங்களிலுள்ள படங்கள் எல்லாம் உடலில் வேர்வை உண்டாகும் படி தோன்றின! ஊறி வரும் நல்லநீர் முழுவதும் இரத்த வாடையுடன் வரத் தொடங்கிற்று.

மதக்கரி மருப்புஇற மதம் புலரு மாலோ,
மடப்பிடி மருப்பு எழ மதம் பொழியு மாலோ;
கதிர்ச்சுடர் விளக்கு ஒளி கறுத்து எரியுமாலோ;
கால முகில் செங்குருதி கால வருமாலோ; 223

வார் முரசு இருந்து வறிதே அதிருமாலோ;
வந்து இரவில் இந்திரவில், வானில் இடுமாலோ.
ஊர்மனையில் ஊமன்எழ, ஓரி அழுமாலோ
ஓம எரி ஈம எரி போல் கமழுமாலோ; 224

கரி - ஆண்யானை. இற - முறிய; புலரும் - வற்றும். பிடி - பெண் யானை. பொழியும்-தங்கும். கறுத்து-குன்றி. முகில் - மேகம். கால வரும் - பெய்யும்.

வார்-கட்டு. வறிதே-வீணே. அதிரும்-ஒலிக்கும். இடும்-தோன்றும். மனை-வீடு. ஊமன்-பெரிய ஆந்தை. ஓரி-நரி. ஓமளரி-வேள்வித் தீ. ஈமம்-சுடலை. கமழும்-வீசும்.

விரி-மலர்ந்த. புலால்-இறைச்சி. மணி-இரத்தினம், ஓவியம்-சித்திரம். ஊறுபுனல் - ஊறுவரும் நீர். 'பூவியலும்' என்பது பாடம்.

விளைவு என்ன ஆகும்?

இவ்வாறு காளியிடம் முதுபேய் தான் கண்ட சகுனங்களைக் கூறிவிட்டு, ‘இந்தச் சகுனங்களால் நிகழக் கூடியனயாவை?’ என்று கேட்டு நின்றது. காளிதேவி பதில் சொல்லத் தொடங்கினாள்.

எனா, உரை முடித்தனை,
‘என்கொல் விளைவு?’ என்றே
வினா உரைதனக்கு எதிர்
விளம்பினள், அணங்கே; 226

எனா - என்று. உரை-சொல். விளைவு- விளையும் நன்மை. விளம்பினள் - சொன்னாள். அணங்கு - காளி.

இரு குறிகள் நல்லன!

உங்களுடைய குறிகளும் வட கலிங்க நாட்டில் நிகழ்ந்துள்ள குறிகளும் உங்களுக்கு நன்மை பயக்கக் கூடியனவே. இனி, நமது சோதிடப் பேய்கள் நனவிலும் கனவிலும் கண்டு கூறியவைகளை உங்களுக்குக் கூறுகின்றேன் - கேளுங்கள்:

உங்கள் குறியும் வடகலிங்கத்து
உள்ள குறியும், உமக்கு அழகே;
நங்கள் கணிதப் பேய் கூறும்
நனவும் கனவும் சொல்லுவாய்! 227

குறி-நிமித்தம். அழகு-நன்மை தரும். கணிதப் பேய் - சோதிடப் பேய். நனவு - விழிப்பில் கண்டவை.

பரணிப் போர் உண்டு!

‘பகை மன்னர்களுடைய படை வரிசையினை அழித்து வெற்றி கொண்ட முதற் குலோத்துங்க சோழனுடைய மதம் பொழியும் யானைகள், கால் விலக்குகளோடு கட்டுத்தறியில் போருக்குத் தயாராய் நிற்கின்றன. அதனால், உறுதியாக ஒரு பரணிப் போர் உண்டு!’ என்ற சோதிடப் பேய்கள் என்னிடம் கூறியுள்ளன. ‘அவை சொல்லியபடி நிச்சயமாக உங்களுக்கு இந்தப் பரணிப்போர் கிடைக்கும்’ என்று, காளி பேய்களிடம் சொன்னாள்.

‘நிருபர் அணிவென்ற அகளங்கன் மதயானை
நிகளங்களொடு நிற்பன அதற்கு
ஒரு பரணி உண்டு, என உரைத்தன; உரைப்படி
உமக்கு இது கிடைக்கும் எனவே- 228

நிருபர்-பகை மன்னர். அணி-படை வரிசை. நிகளம் யானையின் கலைக்கட்டும் சங்கிலி.

களிப்பால் நடித்தன!

உடனே பேய்கள் எல்லாம், தனித்தனியாக இருந்து பல பனை மரங்கள் துள்ளிக்குதித்து நடிப்பதைப்போல, 'உடல் பூரித்தோம்' எனவும், தலை பருத்தோம்' எனவும் கூறி மகிழ்ச்சியால் நடனமாடின. தளர்ச்சி அடையும்வரை ஆடினமையால், மேலும் நடனமாட வலி இல்லாதவையும் ஆயின; தங்களுடைய உதடுகளையும், உட்புறக் கன்னங்களையும் வாயில் சுரந்த நீரால் நாக்கைக் கொண்டு நக்கி நனைத்தன.

'தடித்தனம்! எனத், 'தலை தடித்தனம்!' எனப் பல
தனிப்பனை குனிப்ப எனவே,
நடித்தன நடிப்ப, வலியற்றன கொடிற்றையும்
நனைத்தன, உதட்டி னுடனே, 229

தடித்தனம் - பூரித்தோம்; பருத்தோம். குனிப்ப-நடித்தன. கொடிறு - கன்னம்.

பசியை மறந்தன

'பசிக் கொடுமையால் உண்டாக்கிய கூத்தை முற்றும் தவிர்த்து விடுங்கள்' என்று பேய்கள் ஒன்றோடு ஒன்று சொல்லிக் கொண்டு, மகிழ்ச்சி அடைந்தன. அவற்றினுடைய மெலிந்த விலா எலும்புகளெல்லாம் முறிந்து போகுமளவுக்கு விழுந்து விழுந்து அடிக்கடி சிரித்தனர். தங்களை வருத்திக் கொண்டிருந்த கொடிய பசியையும் அப்போது மறந்துவிட்டன.

'விலக்குக, விலக்குக! விளைத்தன' எனக்களி
விளைத்தன, இளைத்தன விலா;
அலக்குஉக அலக்குஉக அடிக்கடி சிரித்தன
அயர்த்தன பசித்த பசியே. 230

விலகுக-தவிர்க்க. விளைத்தன-விளைத்த கூத்தை. களி விளைத்தன - மகிழ்ச்சியடைந்தன. இளைத்தன-இனைத்தனவாகிய. அலக்கு- எலும்பு. உக -முறிந்துபோக. அயர்ந்தன-மறந்தன.

வயிறு நிரம்பப் போதுமா?

இவ்வாறு பேரிரைச்சலிட்டுக் கூத்தாடி மகிழ்ந்திருந்த பேய்க் கூட்டங்கள் காளியைப் பார்த்து, 'தேவி! கலிங்கப் போரில் கிடைக்கப் போகும் அந்த நிணக்கூழுணவை நாங்களெல்லாம் ஒன்றுசேர்ந்து இரைச்சலிட்டுக் குடித்தால் எங்களுடைய கூடுகள் போன்ற எங்களுடைய வயிறு நிரம்பி விடுமோ?' என்று கேட்டன.

ஆடி இரைத்து எழு கணங்கள்,
'அணங்கே! இக் கலிங்கக் கூழ்

கூடு இரைந்து உண்டுழி, எம்
கூடு ஆரப் போதுமோ?' 231

இரைத்து- இரைந்து; இரைச்சலிட்டபடி. கணங்கள்- பேய்க் கூட்டங்கள். அணங்கு-தேவி. கூழ்- உணவு. உண்டுழி-உண்டால். ஆர-நிறைய.

ஒட்டிக்கு இரட்டி!

உடனே காளி, ''போதுமா? போதாதா?'' என்று என் அருகிலிருந்து கூட்டம் போட்டுப் பேசாதீர்கள். இப்பொழுது நடைபெற இருக்கிற கலிங்கத்துப் போரானது, முன்பு இலங்கையில் நடந்து இராம இராவணப் போரைவிட, ஒன்றுக்கு இரண்டு மடங்கு மிகுதியாகும்'' என்று கூறினாள்.

அதைக் கேட்ட பேய்கள் தம் மனம் குளிர்ந்து மகிழ்ந்திருந்தன.

'போதும் போதாது' எனநீர்
புடைப் படலம் இட வேண்டா;
ஓதல் சூழ் இலங்கைப் போர்க்கு!'
ஒட்டிரட்டி கலிங்கப் போர்!'' 232

புடை - பக்கம். படலம் - கூட்டம். ஓதம் - கடம். ஒட்டிரட்டி - ஒன்றுக்கு இரண்டு மடங்கு.

10. அவதாரம்

(முதற் குலோத்துங்க சோழன் பிறந்து வளர்ந்து உயர்ந்து சிறந்தமை இப்பகுதியில் கூறப்பெறுகின்றது.)

திருமாலே தோன்றினான்

''முன்னொரு சமயம் இலங்கையைப் பொருதழித்த இராமனாகிய அந்தத் திருமாலே, பிறகு கண்ணனாகத் தோன்றிப் பாரதப் போரை முடித்தான். அந்தத் திருமாலே இப்பொழுது பகைவரை வென்று விளங்குகின்ற ஒளிவீசும் ஆணைச் சக்கரத்தையுடைய விசயதரன் என்னும் முதற் குலோத்துங்க சோழனாக இவ்வுலகில் பிறந்தான். இனி அவன் வரலாற்றைச் சொல்லுகிறேன். பேய்களே! கேளுங்கள்'' என்று காளி பேய்களை நோக்கிக் கூறத் தொடங்கினாள்.

'அன்று இலங்கை பொருது அழித்த அவனே, அப்
பாரதப் போர் முடித்துப் பின்னை
வென்று இலங்கு கதிர் ஆழி விசயதரன்
என உதித்தான்; விளம்பக் கேண்மின்; 233

அவனே - இராமனாகிய திருமாலே. முடிந்து - திருமாலே கண்ணனாகத் தோன்றி முடித்து. இலங்கு- விளங்குகின்ற. கதிர்-ஒளி.

ஆழி- ஆணைச் சக்கரம். விசயதரன்- குலோத்துங்கன். (மன்னர்களை எல்லாம் திருமாலாகக் கூறுகின்ற மரபின் படி, இவ்விடத்துக் குலோத் துங்கனையும் திருமாலின் அவதாரமாகக் கூறுகின்றனர்.)

அன்று கண்ணனாகப் பிறந்தான்

முன்னொரு நாள் தேவர் அனைவரும் திருமாலிடம் சென்று தங்களுடைய குறைகளைக் கூறி முறை வேண்டினர். திருமால் அவர்கள் வேண்டுகோளுக்கு இரங்கித் தேவகி என்பவளுடைய திருவயிற்றில் வாசுதேவன் என்னும் மன்னனுக்கு கண்ணன் என்னும் பெயருடைய மகனாக, மூன்று உலகங்களும் தொழும்படி பிறந்தார்.

'தேவர் எலாம் குறை இரப்பத், தேவகி தன்
திரு வயிற்றில் வசுதேவற்கு,
மூவுலகும் தொழ, நெடுமால் முன்னொரு நாள்
அவதாரம் செய்த பின்னை; 234

கண்ணனே குலோத்துங்கனானான்

அந்தக் கண்ணனே, திரும்பவும் உலக இருள் அனைத்தையும் நீக்க வேண்டியும், சூரியகுலம் இனிது ஓங்கவேண்டியும் சந்திரகுலத் துதித்த சாளுக்கிய அரசனாகிய இராசராசனுக்கு மனைவியும், சூரிய குலத்து அரசனாகிய முதல் இராசேந்திர சோழன் என்னும் கங்கைக் கொண்ட சோழனுடைய மகளும் ஆன திருமகள் போன்ற அம்மங்கா தேவியின் அழகிய திருவயிற்றில் குலோத்துங்கனாகத் தோன்றினான்.

''இருள் முழுவதும் அகற்றும் விதுகுலத்தோன் தேவி
இகல்விளங்கு தபனகுலத்து இராசராசன்
அருள் திருவின் திருவயிற்றில் வந்து தோன்றி
ஆல்இலையில் அவதரித்தான்; அவனே, மீள; 235

விது குலத்தோன் தேவி - சந்திர குலத்தைச் சேர்ந்த சாளுக்கிய மரபினனாகிய இராசராசனின் மனைவி அம்மங்கை. இகல்- வெற்றி. தபனன் - சூரியன். திரு-திருமகள் போன்ற அம்மங்கை. அவதரித்தல்- தோன்றுதல். மீள-திரும்பவும்.

துந்துமி முழங்கிற்று!

கண்ணன் முதற் குலோத்துங்க சோழனாகப் பிறந்ததும் 'மண் ணுலகமும், நான்கு மறைகளும் தங்கட்கு வரும் கேடுகளினின்றும் நீங்கின' என்று, விண்ணுலகத்தில் துந்துமி என்னும் பேரிகை வாத்தியம் அதிர்ந்து முழங்கிற்று!

இந்தப் பாடல் இப்படியும் வழங்கும்:

*இருள் முழுவதும் புவி அகல, இரவி குலம்
இனிது ஓங்க, இராசராசன்

அருள் திருவின் திரு வயிறாம் ஆலிலையின்
அவதரித்தான் அவனே, மீள.'

'வந்தருளி அவதாரம் செய்தலுமே
'மண்ணுலகும், மறைகள் நான்கும்,
அந்தரம் நீங்கின' என்ன, அந்தர
துந்துமி முழங்கி எழுந்தது ஆங்கே; 236

அவதாரம்-பிறப்பு. மறை-வேதம். அந்தரம்-துன்பம்; கேடு, அந்தரம் - விண்ணுலகம், துந்துமி - ஒருவகை வாத்தியம்.

மலர்க்கையால் எடுத்தாள்

மலர்மழை பெய்வதுபோல் மழை பெய்தது. துந்துமி முழங்கினமை, மலர்போல் மழை பெய்தமை ஆகிய இவ்விரு நற்குறிகளையும் கங்கைகொண்ட சோழனின் மனைவி பார்த்தாள். உடனே தனது மகள் அம்மங்கையினுடைய மகனாகிய குலோத்துங்கனை - தனது பேரனை - தாமரை மலர் போன்ற தன் கைகளால் வாரி எடுத்துக் கொண்டாள்.

'அலர் மழைபோல் மழை பொழிய, அதுகண்டு
கங்கை கொண்ட சோழன் தேவி,
குலமகள்தன் குலமகனைக் கோகனக
மலர்க்கையால் எடுத்துக் கொண்டே; 237

அலர்-மலர். தேவி-மனைவி. குலமகள்-அம்மங்கை. குலமகன் - குலோத்துங்கன். கோகனகம் - தாமரை மலர்.

பாட்டியார் கருத்து

எடுத்தவள், அவனுடைய அங்க அடையாளங்களை முற்றும் பார்த்தாள். அரசர்களுக்கு எல்லாம் அரசனாக விளங்கும் தகுதியை அறிந்தாள். 'என் மகன் வயிற்றுப் பிள்ளையாகிய இவன், எமக்குச் சுவீகார புத்திரனாகச் சூரிய குலத்தை வளர்த்து விளக்க வல்லவன் ஆவான்' என்று கூறி அவனைச் சுவீகாரம் எடுத்துக் கொண்டாள்.

'அவனியர்க்குப் புரந்தரனாம் அடையாளம்
அவயவத்தின் அடைவே நோக்கி
'இவன் எமக்கு மகன் ஆகி இரவி குலம்
பாரிக்கத் தகுவன்' என்றே, 238

அவனியர்- அரசர். புரந்தரன்-இந்திரன். அடைவு - முற்றும். மகன் - சுவீகார புத்திரன்; தத்துப் பிள்ளை. இரவி-சூரியன், பாரிக்கத் தக்கவன் - வளர்க்க வல்லவன்.

இரு குலத்து அரசரும் மகிழ்ந்தனர்

'சிறந்த குணங்களையுடைய இவன், சந்திர குலத்தில் பிறந்தவனாவான்' என்றும், 'உயர்ந்தோனாகிய இவன், சூரிய குலத்தில் பிறந்தவன்' என்றும் சொல்லி, முறையே சந்திர (தந்தை) குலத்தரசரும், சூரிய (தாய்) குலத்தரசரும் தனித் தனியே தங்களுக்குள் களிப்படைந்தனர்.

'திங்களின் இளங்குழவி செம்மல் இவன்' என்றும்
'செய்யப் பரிதிக் குழவி ஐயன் இவன்' என்றும்,
தங்களின் மகிழ்ந்து, இருகுலத்து அரசர்தாமும்,
தனித்தனி உவப்பது ஓர் தவப்பயனும் ஒத்தே. 239

குழவி - தந்தை. பரிதி-சூரியன். இருகுலத்து அரசர் - தாய் (சூரியன்), தந்தை (சந்திரன்) யர் குலத்தைச் சேர்ந்த அரசர்கள். உவப்பது - மகிழ்வது.

ஐம்படைத் தாலி அணிந்தனர்!

'முன்பு வசுதேவனுக்கு மகனாகப் பிறந்த கண்ணன் நிலமகளின் துயர்களைப் போக்கினான். இப்பொழுது அந்தக் கண்ணனே நிலமகள் துயர்துடைக்க முதற் குலோத்துங்க சோழனாகப் பிறந்துள்ளான்' என்று எல்லாரும் தெளிவுறும் வண்ணம், முதற் குலோத்துங்கனுக்குத் தண்டு, வில், வாள், சங்கு, சக்கரம் என்ற பெயருடைய கண்ணனுடைய கருவிகளை சேர்த்துக் கோத்து ஐம்படைத் தாலியாக அணிந்தனர்.

'பண்டு வசுதேவன்மகன் ஆகி, நில மாதின்
படர் களையும் மாயன் இவன் என்று தெளிவு எய்தத்
தண்டு, தனு, வாள், பணிலம், நேமி எனும் நாமத்
தன் படைகள் ஆன திரு ஐம்படை தரித்தே. 240

பண்டு-முன்பு. படர்-துன்பம். மாயன்-கண்ணன். தனு-வில். பணிலம் - சங்கு. நேமி-சக்கரம்.

நடை கற்றான்

முதற் குலோத்துங்கன் சீற்றமுடைய புலி வளர்க்கும் ஒப்பற்ற புலிக் குட்டியைப் போலவும், திக்கு யானை தழுவி வளர்க்கும் ஆண் யானைக் கன்றைப் போலவும், உலகில் எல்லா அறங்களும் ஒருசேர அடி வைக்கும்படி அடி எடுத்து வைத்து, அறத்தோடு மறச் செயல்களும் இனிது நடைபெறும்படி நடை பயின்றான்.

'சினப் புலி வளர்ப்பதொர் சிறுப் புலியும் ஒத்தே,
திசைக்களிறு அணைப்பதோர் தனிக்களிறும் ஒத்தே,
அனைத்து அறமும் ஒக்க அடி வைக்க அடி வைத்தே,
அறத்தொட மறத் துறைநடக்க நடை கற்றே. 241

சிறுப் புலி-புலிக் குட்டி. அணைத்தல் - தழுவி வளர்த்தல். ஒக்க - ஒன்றாக. மறத்துறை - வீரச் செயல்கள்.

மழை மொழிந்தான்!

தாய் முலை மிகுதியாகச் சுரந்த பால் அளிக்க, அதனைப் பருகி வரும் நாளிலேயே, குலோத்துங்கன் உலகத்துள்ளவர்க்கு அருள் சொரிந்தான். மனுநூல், சுருதி ஆகியவற்றிலுள்ள சொற்களின் பொருள் கள். விளக்கமாகத் தெரியுமாறு மழலைச் சொற்களால் அவற்றை உணர்த்தினான்.

'தாயர் தரு பால்முலை சுரக்க வருநாளே
தானும் உலகத்தவர் தமக்கு அருள் சுரந்தே,
தூய மனுவும் சுருதியும் பொருள் விளங்கச்
சொற்கள் தெளியத், தனது சொற்கள் தெரிவித்தே, 242

சுரக்க- பெருக. சுருல் - ஸ்மிருதி.

பூணூல் அணிந்தான்!

திருமாலின் அழகிய வலப்புறத்து மார்பில் உள்ளவன் செந் தாமரை மலரில் வீற்றிருக்கும் திருமகள் ஆவாள். அவளுடைய கழுத் திலுள்ள தாலிக் கயிற்றைப் போலக் குலோத்துங்கன் தனது அகன்ற மார்பில் முப்புரியாலான பூணூல் கிடந்து சிறப்புடன் விளங்க, இரண் டாம் பிறப்படைந்து சிறந்தான்.

'திருமார்பின் மலர் மடந்தை திருக்கழுத்தின்
மங்கலநாண் என்ன முந்நூல்
பெருமார்பில் சிறந்து ஒளிரப் பிறப்பு இரண்டா
வது பிறந்து சிறந்த பின்னர்- 243

மலர் மடந்தை-திருமகள்; மங்கல நாண்- தாலிக் கயிறு. முந்நூல் - முப்புரிநூல்; பூணூல்.

மறை கற்றான் !

திருமால் அறிவு நிறைந்த வாமனர் என்னும் சிறந்த அந்தணர் வடிவில் சென்று, மாவலிய இனிடமிருந்து மூன்றடி நிலத்தை யாசித் துப் பெற்றபோது சொல்லிச் சென்ற நான்கு வேதங்களையும், மறைய வர்கள் கேட்டுக் குலோத்துங்கன் மறுபடியும் கற்றான்.

'போதும் கொள் மாண் உருவாய்ப் புவி இரந்த
அஞ்ஞான்று, புகன்று, சென்ற
வேதங்கள் நான்கினையும் வேதியர்பால்
கேட்டருளி மீண்டும் கற்றே, 244

போதம் - அறிவு. மாணஉரு - பிரம்மச்சாரி வடிவம். வேதியர் - மறையர். திருமால் இவனென்றால் தான் 'மீண்டும் கற்றான்' என்றார்.

வீர வாள் ஏந்தினான்!

முதற் குலோத்துங்கன் 'எவ்விதக் குறையுமில்லாத நிறைந்த வாழ்வை அடைதல் மிகவும் அருகிலிருக்கிறது' என்று நிலமகள் நினைத்துக் களிப்படையும்படி, விந்திய மலையில் வசிக்கும் வீரச் செல்வியைத் தோளிலும், உடையில் அணியும் வீரவாளை அழகிய இடுப்பிலும் அணிந்துக் கொண்டான்.

'நிறை வாழ்வைப் பெறல் நமக்கும் அணித்து என்று
நிலப்பாவை களிப்ப, விந்தத்து
உறைவாளைப் புயத்து இருத்தி, உடைவாளைத்
திரு அரையில் ஒளிர வைத்தே. 245

அணித்து- அருகிலுள்ளது. நிலப் பாவை- நில மகள். விந்தத்து உறைவாள்-விந்திய மலையில் வசிப்பவள்; வீரச் செல்வி. அரை- இடுப்பு. ஒளிர-விளங்கும்படி.

யானையேற்றம் கற்றான்!

'இந்திரன் நான்கு தந்தங்களையுடைய ஐராவதம் என்னும் யானையைச் செலுத்தி எதிர்த்தவர்களை வென்று வருவான். ஆனால், நானோ ஒப்பற்ற இரண்டே தந்தங்களையுடைய யானையைச் செலுத்திப் பகைவரை' வெல்லுவேன்' என்று கூறிக் குலோத்துங்கன் யானையேற்றம் பயின்றான்.

'ஈர்இரு மருப்புடைய வாரணம் உகைத்தே
இந்திரன் எதிர்ந்தவரை வென்று வருமே; யான்,
ஓர்இரு மருப்புடைய வாரணம் உகைத்தே
ஒன்னலரை வெல்வன்' என, அன்னது பயின்றே, 246

ஈர் இரு மருப்பு- நான்கு தந்தம். வாரணம்-யானை; ஐராவதம். உகைத்து-செலுத்தி எதிர்ந்தவரை-பகைவரை. ஒன்னலரை-பகைவரை.

குதிரையேற்றம் பயின்றான்

'வானத்தைச் சுற்றிச் செல்லும் ஞாயிறு ஒரு நாளைப் போல இன்று வரைக்கும் ஏழு குதிரைகளைச் செலுத்தி உலக இருளைப் போக்கி வருகிறான். ஆனால் நானோ, வெற்றியையுடைய ஒரே குதிரையைச் செலுத்தி, இவ்வுலகத்துப் பொருந்திய துன்ப இருளைப் போக்குவேன்' என்று கூறிக் குலோத்துங்கன் குதிரையேற்றம் பயின்றான்.

'இற்றைவரையும் செல, அருக்கன் ஒருநாள் போல்
ஏழ்பரி உகைத்து, இருள் அகற்றி வருமே, யான்
ஒற்றை வயமான் நடவி இத் தரை வளாகத்து
உற்ற இருள் தீப்பன்' என, மற்று அது பயின்றே. 247

படைக்கலம் பயின்றான்!

சக்கரம், சங்கு, வாள், வில், தண்டு என்னும் படைக்கருவிகள் ஐந்தும் குலோத்துங்கனுக்கே உரியன. ஆதலின் அவன் அவற்றில் பழக்கம் கொண்டான் இல்லை! 'திக்கு விசயம் செய்யும்போது அவை உதவும்' என்று, அவனுடைய கைகள் அவற்றில் பழகில. ஆனால், அந்தச் சிவந்த தாமரை மலர்போன்ற கைகள் நோக்காமலும், சுமக்கா மலும் போர்க் கருவிகளைப் பயன்படுத்தும் முறைகளை மிகவும் எளிதில், பயின்றான்.

'சக்கரம் முதல் படை ஓர்ஐந்தும் முதல் நாளே
தன்னுடைய ஆன அதனால், ''அவை நமக்குத்
திக்கு விசயத்தின் வரும்'' என்று, அவை பயிற்றிச்
செங்கை மலர் நொந்தில் சுமந்தில தனக்கே. 248

பயிற்சி-பயின்றமையால். நொந்தில - நோகவுமில்லை. சுமந்தில-சுமக்கவுமில்லை.

பல்கலைத் தேர்ந்தான்

குலோத்துங்கன் பயின்ற பலவகைக் கல்விகளைக் கூறின் மிகை யாகும். அவன் கற்ற கல்விகளுக்கு ஒப்புக்கூற வேண்டியன். 'உலகத்து அரசர் எவரும் இவனுக்கு ஒப்பில்லை' என்று அவையினர் புகழ்ந்து கூறும்வண்ணம், அனைத்துக் கலைகளையும் துறைபோகக் கற்றுத் தேர்ந்திருந்தான்'' என்றே சொல்லல் வேண்டும்.

'உரைசெய் பல கல்விகளின் உரிமை பல
சொல்லுவது என்? உவமை உரை செய்யின், உலகத்து
அரசர் உளர் அல்லர்' என அவை புகழ,
மல்குகலை அவை அவை பயின்றே பிறகே. 249

உவமை - ஒப்பு. அவை-சபை. மல்கு-மிக்க. 'வல்லபிறகே' எனவும் படாம்.

இளவரசன் ஆனான்!

புகழினால் உயர்த்துப் பிடித்த புலிக்கொடியையுடைய மாம னாகிய வீரராசேந்திர சோழன் முதற் குலோத்துங்கனுக்கு இளவரசுப் பட்டம் கட்டிவைத்தான். பின்னர், குலோத்துங்கனுக்கு திக்கு விசயம் செய்து மாற்றரசர்களுக்குரிய செல்வங்களைக் கவரத் திருவுள்ளம் உண்டாயிற்று.

'இசையுடன் எடுத்த கொடி அபயன் அவ
னிக்கு இவனை இளவரசில் வைத்த பிறகே,
திசை அரசருக்கு உரிய திருவினை
முகப்பது ஒரு திருவுளம் மடுத்து அருளியே. 250

இசை-புகழ் எடுத்த-உயர்த்துப் பிடித்த. அபயன் - வீர ராசேந்திரன்; இராசேந்திரனின் மகன்; அம்மங்கையின் உடன் பிறந்தவன். அவனி-உலகம். திரு-செல்வம். முகப்பது-கொள்வது. 'திசை அளவும் உற்று அரசர்' எனவும் பாடம்.

போர் மேல் சென்றான்

இந்த எண்ணம் குலோத்துங்கனுக்கு நாளடைவில் வளர்ந்து வந்தது. வரவே, மதயானையின் முகத்தில், வளைந்த நகங்களால் குத்தி விளையாடும் இளஞ்சிங்கக் குட்டியைப் போல பகைவர்களுடைய போர்முனைகளை அழிக்க எறியும் படைக்கருவிகளைக் கையில் எடுத்தான்.

வளர்வதொர் பதத்தினிடை மத கரி
முகத்தினிடை வளைஉகிர் மடுத்து விளையாடு
இள அரி எனப் பகைஞர் எதிர்முனைகளைக்
கிழிய எறிபடை பிடித்து அருளியே. 251

கரி-யானை. வளைஉகிர்-வளைந்த நகம். மடுத்து- செலுத்தி. இள அரி-சிங்கக் குட்டி. முனை-போர்முனை. கிழிய-அழிக்க. எறி படை - எறியும் படைக்கலங்கள்; ஒருவகைப் போர்க்கருவியும் ஆகும்.

வடவரசரை வென்றான்

குதிரைகள் பூட்டிய தேரினையுடைய ஞாயிறு கீழ்த்திசையில் தோன்றி மேற்குத்திசை நோக்கிச் செல்லும்போது இருள் அழிதல் போல, வடதிசையில் உள்ள அரசர்களிடம் தோன்றும் வீரம் அழியும் வண்ணம், குலோத்துங்கன் தென் திசையிலிருந்து தனது குதிரைப் படையைச் செலுத்தி, வடவரசர்களுடைய வீரத்தை அழித்தான்.

'குடதிசை புகக் கடவு குரகத ரதத்து
இரவி குறுகலும், எறிக்கும் இருள்போல்
வடதிசை முகத்து அரசர் வரு கதம் உகத்
தனது குரகதம் உகைத்து அருளியே, 252

குடதிசை-மேற்குத் திசை. கடவும்-செலுத்தும். குரகதம்-குதிரை. ரதம்-தேர். இரவி-ஞாயிறு. குறுகலும்-கிழக்குத் திசையை அடைதலும். எறிக்கும்-அழிக்கப்படும். கதம்-வீரம். உகைத்து-செலுத்த.

வயிராகரத்தை எறித்தான்

சிவன் திரிபுரத்தை எரித்தபோது எழுந்த தீ இது என்னுமாறு, வட்ட வடிவமான புகையோடு கூடிய தீயைக் குவித்து வயிராகரம் என்னும் ஊரைத் தீ மூட்டிப் பகையரசர் தன்முன் கைகுவித்துக் தொழும் படி, குலோத்துங்கன் ஒப்பற்ற மதம் பொருந்திய யானையைச் செலுத்தினான்.

'புரம்எரி மடுத்த பொழுது, அதுஇது

எனத் திகிரி, புகைஎரி குவிப்ப, வயிரா-

கரம்எரி மடுத்து, அரசர் கரம் எதிர்

குவிப்பம் ஒரு கடவரை தனைக் கடவியே. 253

புரம்-திரிபுரம். அதுஇது என-அதனை ஒப்பது இது என்னுமாறு. திகிரி புகை-வட்ட வடிவமான புகை. கரம்-கை. கடம்-மதம். வரை - மலை. கடவி- செலுத்தி.

களம் கொண்டான்

குலோத்துங்கன், குளத்து நீர் அழியும் வண்ணம் மோதி ஒலிக்கும் ஒபபற்ற கடல் நீரைப் போல, பகையரசர் எதிரில் ஏவிவிட்ட குதிரைப் படையை அழிய வெட்டி, ஒப்பற்ற போர் மிகும்படி வஞ்சினம் மிறிவந்த வீரர்களின் தலைகளையும் வெட்டி மலைபோல் குவித்துக் களங்கொண்டான்.

'குளம் உதிரம் மெத்தியதொர் குரை கடல்

கடுப்ப எதிர் குறுகலர்கள் விட்ட குதிரைத்

தளம் உதிர வெட்டி, ஒரு செரு முதிர

ஒட்டினர்கள் தலை மலை குவித்து அருளியே. 254

உதிர-அழிய. மெத்தி-மோதி. குரை-ஒலி. குறுகலர்-பகைவர். தளம்-படை. செரு-போர். முதிர-மிக. ஒட்டினார்கள்-வீரர்கள். கடல் நீரே மேகமாகிப் பெருமழை பெய்வது உணர்க.

சக்கரக் கோட்டம் அழித்தான்

மனிதர்களின் தீய ஒழுக்கங்களைப் போக்கினும், சோழ நாட்டவர்க்கு அரசனும் ஆகிய குலோத்துங்கன், தனது அழகிய புருவமாகிய வில்லை வளைத்தான். அவ்வளவில் சக்கரக் கோட்டத்திலுள்ள பகைவர்கள் யமன் கோட்டம் போய்ச் சேர்ந்தனர்.

'மனுக் கோட்டம் அழித்த பிரான்

வளவர் பிரான் திருப் புருவத்

தனுக் கோட்ட, நமன் கோட்டம்

பட்டது, சக்கரக் கோட்டம்; 255

மனு-மனிதர்கள். கோட்டம்-தீதான நெறி. தனு-வில். கோட்ட-வளைக்க. நமன் கோட்டம் - எமன் ஊர். 'தவிரத்தபிரான்' என்றும் பாடம்.

சீதனம் பெற்றான்

போர்க்களங்களிலெல்லாம் பகையரசர்கள் படைகள் பின்வாங்கி ஓடின. அப்படித் தோற்றோடிய பகையரசர்களுடைய வெற்றி மகளைக் குலோத்துங்கன் மனம் புரிந்து கொண்டான். உடனே தோற்றோடிய

அரசர்கள் தங்களுடைய குதிரைகள், யானைகள், பொருட்குவியல்கள் ஆகியவற்றை அவனுக்குச் சீதனப் பொருள்களாகக் கொடுத்தனர்.

'சரி களம்தொறும் தங்கள் சயமகள்
தன்னை மன் அபயன் கைப் பிடித்தலும்
பரிகளும் களிறும் தனராசியும்
பாரிபோகம் கொடுத்தனர், பார்த்திபர். 256

சரி - பின்வாங்கி ஓடிய. சயமகள்-வெற்றி மகள். மன்-அரசன். கைபிடித்தல்- மணத்தல். பரி-குதிரை. களிறு-ஆண்யானை. தன் ராசி-பொருள் குவியல். பாரிபோகம்- சீதனப் பொருள்.

கைவேல் சிவந்தது

முதற் குலோத்துங்கனோடு போரிட்ட அரசர்களின் கண்கள் சிவக்கவில்லை. போரில் தோற்றோடிப் போன கால்கள் சிவந்தன! விருதராச பயங்கரன் என்னும் பெயரையுடைய குலோத்துங்கன் சிவந்த கையிலுள்ள வேல் சிவந்தது; அவன் புகழ் வெளுத்தது!

பொரு நராதிபர் கண்கள் சிவந்தில,
போரில் ஓடிய கால்கள் சிவந்தன!
விருத ராச பயங்கரன் செங் கையில்
வேல் சிவந்தது, கீர்த்தி வெளுத்ததே' 257

வீரராசேந்திரன் இறந்தான்

ஒப்பற்ற முதற் குலோத்துங்க சோழன் இவ்வாறு குதிரையைச் செலுத்தி வடக்கே போர் புரியச் சென்றிருந்த போது, அரசர்க்கரசரான வீரராசேந்திரன் தேவர்க்கு அரசனாய் விண்ணுக்கு சென்றான். அதன் பின்னர்த் தென்திசையில் உள்ள சோழ நாட்டில் நடந்தவற்றைச் சொல்லுவோம்.

'மா உகைத்து, ஒரு தனி அபயன்; இப்படி
வடதிசை மேற்செல, மன்னர் மன்னவன்
தேவருக்கு அரசனாய் விசும்பின் மேற்செலத்
தென் திசைக்குப்புகும் தன்மை செப்புவோம். 258

மா-குதிரை. மன்னர்-மன்னவன்-வீரராசேந்திரன். விசும்பு-வான்.

சோழ நாட்டில் நிகழ்ந்தவை

மறையவர் வேள்வி குன்றினர்; மனுநீதி முழுமையும் மாறுபாடு அடைந்தது; மறையவர்தம் ஆறு துறைகளும் வேறுபாடு அடைந்தனர்; மறைமுழக்கம் ஓதுவார் இன்மையால் ஒலி அடங்கிற்று!

சாதிகள் ஒன்றோடு ஒன்று தலை தடுமாறின. எல்லாரும் தங்கள் தங்களுக்குரிய ஒழுக்க நெறியில் நிற்காமல், அவற்றை மறந்தனர்.

ஒருவரை ஒருவர் மிஞ்சினர்; கடவுளின் கோயில்கள் பூசை யின்றி சோர்வடைந்தன; பெண்கள் கற்பு நெறிமாறின; அவரவர்குரிய கட்டுப்பாடுகளும் கெட்டொழிந்தன!

'மறையவர் வேள்வி குன்றி, மனு நெறி அனைத்தும் மாறித்,
துறைகள் ஓர் ஆறும் மாறிச், சுருதியும் முழக்கம் ஓய்ந்தே, 259

'சாதிகள் ஒன்றோடு ஒன்று, தலை தடுமாறி யாரும்
ஓதிய நெறியின் நில்லாது, ஒழுக்கமும் மறந்து போயே,
'ஒருவரை ஒருவர் கைம்மிக்கு, உம்பர் தம் கோயில் சாம்பி,
அரிவையர் கற்பின் மாறி, அரண்களும் அழிய, ஆங்கே- 261

ஆறுதுறை- ஆறு சாத்திர நூல்கள். சுருதி-மறை தலை தடுமாறி - பிறழ்ந்து. ஓதிய நூல்களில் சொல்லப் பட்ட. கைம்மிக்கு - மிஞ்சி. உம்பர்-கடவுள். அரண்- கட்டுப்பாடு. 'அரிவையார் கற்பின் சோம்பி' எனவும் பாடம்.

சோழநாடு அடைந்தான்

இவ்வாறு சோழநாடு சீர்கெட்டு இருந்தபோது, செறிந்த இருள் பரவியபோது, அதனை ஒழிப்பதற்கு அலை முழங்கும் கடலில் தோன்றும் ஞாயிற்றைப் போல, சோழ நாட்டவர் பிழைக்கும்படி, முதற் குலோத்துங்கன் வடநாட்டினின்றும் திரும்பி அங்கு வந்து தோன்றி னான்.

'கலி இருள் பரந்த காலைக்,
கலி இருள் காக்கத் தோன்றும்
ஒலிகடல் அருக்கன் என்ன,
உலகு உய்ய வந்து தோன்றி. 262

கலி-துன்பம்; வறுமை. கரக்க-கறைக்க; ஒழிக்க. அருக்கன் - ஞாயிறு.

நீதியை நிலைநிறுத்தினான்

முதற் குலோத்துங்கன் காத்தல் தொழிலுக்கு உரியவன். அவனே படைத்தல் தொழிலையும் தனது தொழிலாகக் கொண்டான். சீரழிந் தோரைச் சீர்திருத்தி முன்போல் நாட்டை நல்ல நிலைமைக்குக் கொணர்ந்தான்.

'காப்பு எலாம் உடைய தானே
படைப்பதும் கடனாக் கொண்டு,
கோப்பு எலாம் குலைந்தோர் தம்மைக்
குறியிலே நிறுத்தி வைத்தே. 263

காப்பு-காத்தல். கோப்பு-கட்டுக்கோப்பு; சீர்-குறி நன்னிலை.

திரு முழுக்கு

பரவிய நீரையுடைய நான்கு கடல்களும் நான்கு மறைகளும் முழங்க, மூவுலகத்திலுள்ளவர்களும் வாழ்த்த, முதற் குலோத்துங்கன் மங்கல நீர் ஆடினான்.

'விரிபுனல் வேலை நான்கும்
வேதங்கள் நான்கும் ஆர்ப்பத்;
திரி புவனங்கள் வாழ்த்தத்
திரு அபிடேகம் செய்தே. 264

புனல் - நீர். வேலை- கடல். புவனம் - உலகம்.

முடி புனைதல்

அப்போது, ஒளியுடைய வீரக்கழலை அணிந்த அரசர்கள் குலோத் துங்கனின் அடிமீது அறுகம் புல்லை எடுத்து வைத்து வாழ்த்தினர். 'மனு நீதி சிறந்து விளங்குவதற்காக' மறையவர் அவன் தலையில் முடியெடுத்துச் சூட்டினர்.

அறைகழல் அரசர் அப்பொழுது
அடிமிசை அறுகு எடுத்திட,
மறையவர் முடி எடுத்தனர்
மனுநெறி தலை யெடுக்கவே. 265

அறை-ஒலி. அறுகு- அறுகம்புல்.

அறம் முளைத்தன!

முதற் குலோத்துங்கனுடைய தலையில் சூடிய, வரிசை வரிசை யாக மணிகள் பலவற்றைப் பதித்த பெரிய முடியாகிய வயலின் மேல், முறைப்படி பெரியோர் சொரிந்த மங்கல நீரால், அற வழிகளாகிய விதைகள் அனைத்தும் முளைத்தன!

'நிரைமணி பல குயிற்றிய
நெடுமுடி மிசை விதிப்படி
சொரி புனலிடை முளைத்தன
துறைகளின் அறம் அனைத்துமே! 266

நிறை-வரிசை. குயிற்றிய- பதித்த. விதி-முறை. புனல்-நீர்.

புலிக்கொடி எடுத்தான்

முதற் குலோத்துங்கன், 'இந்த உலகம் பிறர்க்கும் உரியது' என்னும் பொதுத்தன்மையை நீக்கித், தனக்கே உரிமையாகக் கைப்பற் றிக் கொண்டு, மேலும் மேலும் மேன்மையடையும் புலிக்கொடியை எடுத்து நிறுத்தினான். அதுமுதல், கோயில்களில் பலவகை வாத்தியங்கள்

முழங்கக் கடவுளர்க்குத் திருவிழாவின் பொருட்டுக் கொடிகளும் ஏற்றப்பட்டன.

பொது அற உலகு கைக்கொடு
புலி வளர் கொடி, எடுத்தலும்,
அதுமுதல், கொடி எடித்தன,
அமரர்தம் விழவு எடுக்கவே. 267

பொது - பொதுத்தன்மை. அற - நீங்க. கைக் கொ(ண்)டு - தனக்கே உரிமையாகக் கைப்பற்றிக் கொண்டு. அமரர்-தேவர். முழவு-வாத்தியம். எடுக்க-உயர்த்த. கொடிஎடுத்தன-கொடியேற்றம் (துவசா ரோகணம்) செய்யப்பட்டன.

நிலவு எரித்தது! இருள் ஒளித்தது!

முதற் குலோத்துங்க சோழன் ஒலிக்கின்ற வீரக்கழலை அணிந் திருந்தான். அவனை வேற்றரசர் பலர் கூப்பிய கரத்தோடு சுற்றி வலம் வந்து வணங்கினர். இத்தகு சிறப்புடைய குலோத்துங்கனுடைய முத்து மாலைகளால் அலங்கரிக்கப்பட்ட வெண்கொற்றக் குடையின், நிலவு ஒளி விளங்கியது. அதனால் குடிமக்களின் துன்ப இருளும் மறைந்தது!

'குவி கைகொடு அரசர் சுற்றிய
குரை கழல் அபயன் முத்து அணி
கவிகையின் நிலவு எறித்தது,
கலி எனும் இருள் ஒளித்ததே! 268

குவி கை- குவித்த கை. குரை - ஒலி. கவிகை-வெண் கொற்றக் குடை. கலி - துன்பம். ஒளித்தது - மறைந்தது.

குடை நிழலின் செயல்

இந்த உலகத்தை விளக்கும் முதற் குலோத்துங்கனுடைய ஒப்பற்ற வெண்கொற்றக் குடையின், குடிமக்களுக்கு நன்மை தரு கின்ற வெள்ளொளி பொருந்திய நிழலினால், மலை அனைத்தும் சிவன் வாழும் வெள்ளிமலை போல விளங்கின!

'அரன் உறையும்படி மலைகள்
அடை விளங்கின- அனையோன்
ஒரு தனி வெண்குடை உலகில்
ஒளிகொள் நலம்தரு நிழலில்! 269

அரன் - சிவன். அடைய-அனைத்தும். அனையோன் - குலோத் துங்கன்.

புகழ் மேம்பாடு

ஒப்பற்ற கரிய கொடிய துன்ப இருளைப் போக்கி விளங்குகின்ற முதற் குலோத்துங்கனுடைய பெரிய புகழாகிய நிலவொளியில், கடல்கள் எல்லாம், நெடுமால் தூங்கும் வண்ணம் பாற்கடல் போல் விளங்கின.

எட்டுத் திக்குகளும் முதற் குலோத்துங்க சோழனுடைய நிழலில் சேர்ந்தன. நான்கு மறைகளும் முன்போல நல்ல முறைமையில் திகழ்ந் தன. சேர மன்னர்கள் குலோத்துங்கனுடைய திருவடிகளில் அடைக் கலமாகச் சேர்ந்தனர். பாண்டிய மன்னர்கள் கடல் தீவுகளில் சென்று மறைந்து வாழ்ந்தனர்.

குலோத்துங்கன் தனது இரண்டு கைகளாலும் அருளோடு வாரி இறைத்த பொருளாகிய பெருமழையைப்போல, அவனுடைய நாட்டில் தீக்கடை கோலினால் உண்டாக்கப்பட்ட நெருப்பால் இயற்றப்பட்ட மந்திர வேள்விகள் பருவந்தவறாமல் மழையை உதவின!

குலோத்துங்கன் வாரி வழங்கிய பரிசில்களைக் கவிஞர்கள் சுமந்து சென்றனர். மாற்றரசர்கள் வழங்கிய பகுதிப் பொருள்களைப் பகடுகள் சுமந்து வந்தன. அவனது பாதங்கள் சிற்றரசரிடும் காணிக்கைப் பொருளைச் சுமந்தன. முதற்குலோத்துங்கனுடைய தோள்கள் உலகத் தைச் சுமந்தன.

விரித்த கூரிய நகங்களையும், நெருப்பைப் போன்ற கண்களை யும் உடைய புலியினது உருவம் பொறித்த கொடியை இமயமலையில் பதிப்பதற்காகக் கரிகாற் சோழன் அடித்துத் தாழ்த்தித் திருப்பிய, செண்டு என்னும் கோலிலாவது வளைவு உண்டு! ஆனால், குலோத் துங்கனுடைய முறை வழங்கும் செங்கோலில் வளைவே இல்லை!

பெருஞ்சினத்துடன் குலோத்துங்கனோடு போர் புரிந்து, அவனை வணங்காத பகை வேந்தர்களின் கால்களில் பூட்டிய தளையாகிய விலங்குகளும், செய்யுள் நூல்களில் உள்ள ஆசிரியத்தளை, வெண் தளை போன்ற தளைகளும் அல்லாமல், வேறு எந்த இடத்திலும் எந்த விதத் தளையும் இல்லை!

மெல்லிய மயில் போன்ற சாயலையுடைய இளம்பெண்களின் சிறிய கால்களில் அணிந்துள்ள சிலம்புகள் உண்டாக்குகின்ற மாறுபட்ட இனிய ஆரவார ஒலியைத் தவிர, பகைமையால் உண்டாகும் ஆரவார ஒலி அந்நாட்டில் ஓரிடத்திலும் இல்லை!

‘அரி துயிலும்படி கடல்கள்
அடைய விளங்கின-கலியின்
ஒரு கரு வெம்கலி கழுவி,
உலவு பெரும் புகழ் நிழலில். 270

‘நிழலில் அடைந்தன, திசைகள்;
நெறியில் அடைந்தன, மறைகள்;
காலில் உடைந்தனர் உதியர்;
கடலில் அடைந்தனர் செழியர். 271

'கருணையொடும் தனது உபய
கரம் உதவும் பொருள் மழையின்,
அரணிய மந்திர அனல்கள்
அவை உதவும் பெரு மழையே! 272

'பரிசில் சுமந்தன, கவிகள்;
பகடு சுமந்தன, திறைகள்;
அரசு சுமந்தன, கழல்கள்
அவனி சுமந்தன, புயமும் 273

'விரித்தவாள் உகிர்விழித் தழற்புலியை
மீது வைக்க இமயத்தினைத்
திரித்த கோலில் வளைவு உண்டு, நீதி புரி
செய்ய கோலில் வளைவு இல்லையே. 274

'கதங்களில் பொருது இறைஞ்சிடா அரசர்
கால்களில் தளையும், நூல்களின்
பதங்களில் தளையும் அன்றி, வேறுஒரு
பதங்களில் தளைகள் இல்லையே! 275

'மென் கலாம் மடவார்கள் சீறடி
மிசைச் சிலம்பு ஒலி விளைப்பது ஓர்
இன் கலாம் விளைவது அன்றி, எங்குமொர்
இகல் கலாம் விளைவது இல்லையே! 276

அரி-திருமால். கவின்-அழகு. கலி-துன்பம். கழுவி-போக்கி.

நெறி-வழி; முறைமை. கழலில்-திருவடிகளில். உதியர்-சேரர். செழியர் - பாண்டியர்.

தனது-முதற் குலோத்துங்க சோழனது. உபய கரம் - இரண்டு கைகள். மழையின்-மழையைப்போல அரணி- தீக்கடை கோல். அம்-சாரியை. அரணிய மந்திர அனல்- வேள்வித் தீ.

கவிகள்-கவிஞர்கள். பகடு-எருமைக்கடா. திறை-கப்பம். அரசு - சிற்றரசர்கள். அவனி - உலகம். புயம் - தோள்.

வாள்-கூர்மை. உகிர் நகல். உகிர் நகம். தழல் - நெருப்பு. கோவில் - செண்டில். செய்ய கோவில் - செங்கோவில். 'மீது இருந்த' என்பதும் பாடம்.

கதம்-சினம். இறைஞ்சிடா-வணங்காத. அரசர் - பகை வேந்தர். தளை-விலங்கு. பதம்-சொல்; பதம்-இடம்.

மென்-மெல்லிய. கலாபம்-மயில். இன்கலாம்-இனிய மாறுபட்ட ஒலி. இகல் கலாம் - பகைப் பூசல்.

பொழுது போக்கு

முதற் குலோத்துங்க சோழன் தான் செய்தற்குரிய போர் எதுவும் வாராமையால், வீரர்களுடைய மற்போரையும், சொல் வல்லமையுள்ள புலவர்களினுடைய சொற்போரையும், இரண்டு இறகுகளையுடைய கோழிகளின் போரையும், வலிய மதயானைகளின் போரையும், பிற போர்களையும் கண்டு களித்துப் பொழுது போக்கியிருந்தான்!

மேலும், பல கலை நூல்களை ஆராய்ச்சி செய்தல், கலை வாணர்களின் இனிய கவிகளைக் கேட்டு மகிழ்ந்தல், பண்ணுடைய இசைப் பாடல்களைப் பாடக் கேட்டல், காதல் மாதர் முலைகளில் இன்பத்தை நுகர்தல், மனுநீதியில் சொல்லப்பட்ட நீதிகளை நுணுகி அறிதல், மறைகளைக் கேட்டுப் பயிலுதல் ஆகிய இவற்றிலும் பொழுதை இனிது போக்கி மகிழ்ந்திருந்தான்.

'வருசெறு ஒன்று இன்மையால், மற்போரும்,
சொற்புலவோர் வாதப் போரும்,
இருசிறை வாரணப் போரும், இகல் மதவா-
ரணப் போரும் இனைய கண்டே, 277

'கலையினொடும், கலைவாணர் கவியினொடும்,
இசையினொடும், காதல் மாதர்
முலையினொடு, மனுநீதி முறையினொடும்,
மறையினொடும், பொழுது போக்கி, 278

வாதப் போர்-வாக்குவதாப் போர். சிறை-இறகு. வாரணம்-கோழி. இகல்-வலிமை. மதவாரணம்-மதம் பொழியும் யானை.

கலை- பல் கலை நூல்கள். முறை-நீதி. மறை-வேதம்.

பரிவேட்டை ஆட நினைத்தான்

ஒருநாள், முதற் குலோத்துங்க சோழன், குளிர்ந்த சோலைகளுக்கு நீர் பாய்ந்து கலங்கும் கால்வாய்களையுடைய காவிரியாற்றங் கரையின் அருகே வேட்டையாடியிருந்தான். அப்போது அவனுக்கு ஓர் எண்ணம் தோன்றியது. உடனே அவன் அருகிலிருந்தவர்களிடம், 'பாலாற்றங்கரைக்கு அருகே பரிவேட்டை ஆடுவதன் பொருட்டுப் பயணம் செய்யக் கருதியிருக்கின்றோம்' என்று சொன்னான்.

'காலால் தண்டலை உழக்கும் காவிரியின்
கரை மருங்கில் வேட்டை ஆடிப்
''பாலாற்றங் கரை மருங்கு பரிவேட்டை
ஆடுதற்குப் பயணம்'' என்றே; 280

அருளுதலும்- ஆணையிட்டதும். திரை-அலை. படையொலி மிகவே கடல் ஒலி அடங்கிற்று.

வேட்டைக்குப் புறப்பட்டான்

முதற் குலோத்துங்க சோழன் தனது இயற்கையான உடல் அழகுக்கும் மேலும், எல்லா அணிகளையும் அழகுபெற அணிந்து கொண்டான். கணித நூலில் வல்ல அறிஞர்கள் ஆராய்ந்தறிந்து சொல்லிய குற்றமற்ற நல்ல நாளிலே, எவ்விதக் குற்றமும் இல்லாத நல்ல வேளையிலே, பரி வேட்டையாடப் பாலாற்றங்கரைக்குப் புறப்பட லானான்.

'அழகின்மேல் அழகுபெற, அணி அனைத்தும்
அணிந்து அருளிக், கணித நூலில்
பழகினார் தெரிந்து உரைத்த பழுது அறுநாள்
பழுது அற்ற பொழுதத்து ஆங்கே 281

பழுது அறுநாள்-குற்றமற்ற நல்ல நாள். பழுது அற்ற பொழுதத்து - குற்றமற்ற நல்ல வேளையில்.

தானம் அளித்தான்

முதற் குலோத்துங்க சோழன் பரிவேட்டைக்குப் புறப்பட்ட போது, அவனிடம் மறைவாணர் பலர் ஒன்றாக நின்று பாவமற்ற தானங்களைப் பெற்றனர். அடைக்கலமாக அடைந்த அரசர்கள். 'அஞ்சேல்' என்னும் அருள் தானத்தைப் பெற்றனர். கவிவாணர்கள் தத்தமது தகுதிக் கேற்ப முறையாக நின்று பொன்னைத் தானமாகப் பெற்றனர். யானைகளும் மதநீரைத் தானமாகப் பெற்றன.

'அனக தானம் மறைவாணர் பலர் நின்று பெறவே;
அபய தானம் அபயம் புகுதும் மன்னர் பெறவே
கனக தானம் முறைநின்று கவிவாணர் பெறவே,
கரட தானம் மதவாரணமும் அன்று பெறவே, 282

அனகம்- பாவமற்றது. அபயம்-அடைக்கலம். புகுதும்-புகுந்த. கனகம் -பொன். கரடம்-மதநீர் பாயும் இடம். வாரணம்-யானை.

யானை மேல் ஏறினான்

ஞாயிறு திங்களைக் குடையாகக் கவித்துப் பிடித்துக் கொண்டு உதயகிரியிலே தோன்றினாற்போல. முதற் குலோத்துங்க சோழன், வெற்றியுடைய வெண்கொற்றக் குடையைக் கவிழ்த்துப் பிடித்துக் கொண்டு, மதம் பொழியும் கொடிய யானையின்மேல் ஏறியிருந்தான். நிலவின் பக்கங்களில் அதன் எதிர் ஒளி சூழ்ந்திருத்தல் போல, அவனது வெண் கொற்றக் குடையின் இரு பக்கங்களிலும் வெண் சாமரைகள் பல அசைந்தன.

'மற்ற வெங்கட களிற்றின், உதயக் கிரியின்மேல்
மதி கவித்திட உதித்திடும் அருக்கன் எனவே,

கொற்ற வெண்குடை கவிப்ப, மிசைகொண்டு கவரிக்
குலம் மதிப்புடை கவித்த நிலவு ஒத்து வரவே.   283

கடம்-மதம். கிரி-மலை. மதி-நிலவு. அருக்கன்-ஞாயிறு. கவரி - வெண்சாமரை. குலம்-கூட்டம். புடை-பக்கம். நிலவு-நிலவின் எதிர் ஒளி. ஞாயிறு குலோத்துங்கனுக்கும், உதயகிரி யானைக்கும், திங்கள் வெண்கொற்றக் குடைக்கும், நிலவின் ஒளி வெண்சாமரைக்கும் உவமைகள் ஆகும்.

பல்லியம் முழங்கின

அப்போது, ஒப்பற்ற வலம்புரிச் சங்குகளின் ஒலியுடன் வேறு பல சங்குகளின் ஒலியும் முழங்கி ஆர்த்தன. கார்கால் மேகங்கள் முழங்கி ஆர்ப்பது போல, பலவகை வாத்தியங்களும் ஆரவாரித்து எழுந்து முழங்கின.

ஒரு வலம்புரி தழங்கு ஒலி ஏழவே,
உடன் அழங்கு பணிலம் பல முழங்கி எழவே,
பருவம் வந்து பல கொண்டல்கள் முழங்கி எழவே,
பல விதங்களொடு பல்லியம் முழங்கி எழவே,   284

வலம்புரி- வலம்புரி என்னும் சிறந்த சங்கு. தழங்கு - ஒலிக்கும். பணிலம் - சங்கு. கொண்டல்கள்-மேகங்கள். எழவே - எழுவதைப் போல. பல்இயல் - பல வகையான இசைக் கருவிகள்.

வேறு பல ஒளிகள் எழுந்தன

பல நாட்டு அரசர்களும் முதற் குலோத்துங்கனுக்குச் சிறப்புச் செய்யக் கருதி வந்து கூடி, அவனுடைய சீரையும் வெற்றியையும் மிகுத்துக் கூறதலால், இடைவிடாத ஆரவார ஒலி எழந்தது. அதனோடு கூடவே, மறையில் வல்லவர் நாள்தோறும் ஓதிவருகின்ற வேதங் களின் குற்றமில்லாத ஒலியும் ஆர்த்தெழுந்தது. இவ்வாறு இடை விடாமல் ஆர்த்தெழுந்த ஆரவாரத்தை, இவ்வுலகத்தவரும் விண் ணுலகத்தவரும் 'பெரிய கடலில் முழங்கி எழுகின்ற ஒலிதானோ!' என்று அறியாதவிதமாய் மயங்கினர்.

'மன்னர் சீர் சயம்மிகுத்து இடைவிடாத ஒலியும்,
மறைவலாளர் மறை நாள்வயின் வழாத ஒலியும்,
இன்ன மாகடல் முழங்கி எழுகின்ற ஒலி என்று,
இம்பர் உம்பர் அறியாத பரிசு எங்கும் மிகவே,   285

சீர் - சிறப்பு. சயம்-வெற்றி. மறைவலாளர்-மறையில் வல்லவர். நாள் வயின் - நாள்தோறும். வழாத - குற்றமில்லாத. இன்ன - இத்தகைய. மா - பெரிய. இம்பர் - இவ்வுலகத்தவர். உம்பர் - விண்ணுலகத்தவர்.

புலியூர்க் கேசிகன்

ஏழிசை வல்லபியும் உடனிருந்தாள்

'சோழ குலத்திற்கு மகுடம் போன்றவனான முதற் குலோத் துங்கன் வாழ்க!' என்று அவன் ஏற்படுத்திய பண்களை இன்பக் கடல் போலத் பாடத் தகுந்த இசை மாதும், ஏழு தீவுகளிலுள்ளவர்களையும் ஏழுவகையாக இசையால் வளர்க்கத்தக்க காதற் கிழத்தியும் ஆன ஏழிசை வல்லபி, அவனை விட்டுத் தனித்திருத்தல் அரிய செயல் என்று கருதி, அவன் ஏறியிருந்த யானையின் மேல், அவனை விட்டு நீங்காமல் அவனோடு அமர்ந்து வந்தாள்.

வாழி சோழ குலசேகரன் வகுத்த இசையின்
மதுர வாரி எனலாகும் இசைமாது அரிது எனா,
ஏழு பார் உலகொடு ஏழ் இசை வளர்க்க உரியாள்
யானைமீது பிரியாது உடன் இருந்து வரவே. 286

சேகரன் - மகுடம் போன்றவன்; குலோத்துங்கன். மதுகரம் - இனிமை. வாரி-கடல் இசைமாது-ஏழிசை வல்லபி; இவள் முதற் குலோத் துங்கனின் காதற் கிழத்தி ஆவாள்.

தியாகவல்லியும் சென்றாள்

குலோத்துங்கனின் ஆணையோடு தன் ஆணையையும் செலுத் தும் உரிமையுடையவளும், நிறைசெல்வியும், பட்டத்தரசியும் ஆன தியாகவல்லி, தனியே அவன் அருகே பெண்யானையின் மேல் ஏறிவந்தாள். நிலமாளும் அரசர்தம் மனைவியர் பொன்மாலை, மலர் மாலை ஆகியவற்றை அவளுக்கு திருத்தி அணிவித்துக் கொண்டு, அவளைச் சுற்றிச் சூழ்ந்து வந்தனர்.

'பொன்னின் மாலை மலர்மாலை பணி மாறி', உடனே
புவனி காவலர்கள் தேவியர்கள் சூழ்பிடி வரச்
சென்னி ஆணையுடன் ஆணையை நடத்தும் உரிமைத்
தியாகவல்லி நிறை செல்வி உடன் மல்கி வரவே. 287

பணி மாறி - அணிவிக்கும் தொழிலைச் செய்து கொண்டு. பிடி - பெண் யானை. சென்னி- சோழன்; குலோத்துங்கன். ஆணையை- தியாகவல்லி தன் ஆணையையும், உடன்-குலோத்துங்கனுக்குப் பக்கத்திலேயே. மல்கி- நெருங்கி. குலோத்துங்கனின் முதல் பட்டத் தரசி மதுராந்தகி என்பவள் ஆவாள். அவளைப் பற்றி இந்நூலில் யாண்டும் எதுவும் கூறப் பெறவில்லை. ஆதலால் அவள் கலிங்கப் போருக்கு முன்பே இயற்கை எய்தியிருக்கலாம். தியாகவல்லி இரண் டாவது பட்டத்தரசியாவாள். எழிசைவல்லபி காதற் கிழத்தி; வரிசை முறையில் மூன்றாவது மனைவி ஆவாள். அவளை முதலிற் கூறி யிருப்பது அவள்மீது அரசன் கொண்டிருந்த பேரன்பினைக் காட்டு வதாகும்.

மகளிரும் மன்னரும் சூழ வருதல்

முதற் குலோத்துங்க சோழன் தன் மனைவியர் ஏழிசை வல்லபி, தியாகவல்லி ஆகியவருடன் வந்தபொழுது , இளவரசியரும் அரசர்களும் சூழ வந்தனர். இளம் பெண்கள் யானை மீது ஏறிவந்தனர்; மன்னவர்கள் அழகிய குடைகளைக் கவித்துக் கொண்டு வந்தனர். இக் காட்சி, பெண் யானைகளின் மேல் ஏறி வருகின்ற பல பெண் யானைகளின் கூட்டங்கள் போலவும், நீதி செலுத்தும் மகுடம் தரித்த அரசர்களின் மகுடத்தின் மேல் வேறொரு மகுடம் தரித்து வருவது போலவும் இருந்தது.

'பிடியின்மேல் வரு பிடிக்குலம் அநேகம் எனவே,
பெய்வளைக் கை மடமாதர் பிடிமீது வரவே,
முடியின்மேல் முடிநிரைத்து வருகின்றன எனவே.
முறை செய் மன்னர்கள் பொற்குடை கவித்துவரவே. 288

பிடி - பெண் யானை. குலம்- கூட்டம். வளைபெய்கை என இயைக்க, மடமாதர்-இளம் பெண்கள்; அரசர்களின் பரிவார மகவிர். முடி-மகுடம். பொன்குடை- அழகிய குடை.

அரசரோடு வீரர் சூழ்ந்து வரல்

ஆண் யானைகளின் மேல் ஏறிவருகின்ற பல ஆண் யானைகளைப் போல, பகைவரைக் கொல்லும் ஆண் யானைகளின் மேல் வேறு ஒரு படை ஏறிவருவதுபோல, குற்றமற்ற பல வகைப் படைக் கலங்கள் எல்லாம் ஒளியை வீசித் திகழும் படியாக, வீரர்கள் அவற்றை தங்கள் கைகளில் பிடித்து வந்தனர்.

'யானைமீது வரும் யானையும் அனேகம் எனவே,
அடு களிற்றின் மிசைகொண்டு அரசு அநேகம்வரவே
சேனைமீதும் ஒரு சேனை வருகின்றது எனவே
தெளிபடைக் கலன் எலாம் ஒளிபடைத்து வரவே' 289

அடுகளிறு - கொல்லும் ஆண்யானை. மிசை - மேலிடத்தில் கொண்டு வருவது போல. தெளிந்தெடுத்த; குற்ற மற்ற. நிலா ஒளி - நிலவைப் போன்ற ஒளி.

முரசொலியும் கொடி நிரலும்

மேகங்களின் மேல் வேறு பல மேகங்கள் பேரொலி செய்து கொண்டு வருவது போல, வலிய யானைகளின்மேல் முரசங்கள் ஒலி முழங்கி வந்தன. துகில் கொடிகளின் மேல் துகில் கொடிக் கூட்டங்கள் வருவதுபோல, எரிய நீண்ட கொடிகளின் மேல் மேகங்கள் தொடர்ந்து வந்தன.

'முகிலின் மேல் முகில் முழங்கி வருகின்றது எனவே,
மூரி யானைகளின்மேல் முரசு அதிர்ந்து வரவே,
துகிலின் மேல் வரு துகிற்குலம் ஒக்கும் எனவே,
தோகைநீள் கொடிகளிமேல் முகில் தொடங்கி வரவே, 290

முகில்-மேகம். மூரி-கூட்டம்.

புழுதி எழுந்தது

தேர்களின் மேல் ஏறிவருகின்ற பல தேர்கள் போல, செம்பொன்னால் ஆகிய மேகலை என்னும் அணியை அணிந்த நிதம்பங்களையுடைய பெண்கள் வரிசை வரிசை வரிசையாகத் தேர்களில் வந்தனர். 'உலகத்தின் மேலும் வேறு ஓர் உலகம் உண்டு' என்று கண்டோர் சொல்லும் வண்ணம், புழுதிக்கூட்டம் மேலே எழுந்து வானத்தின் நடுவிலே போர்த்து வந்தது.

'தேரின்மீது வரு தேர்களும் அநேகம் எனவே,
செம்பொன் மேகலை நிதம்ப நிரை தேரின் வரவே;
பாரின்மீது ஒரு பார் உளதுபோலும்'' எனவே ,
படல தூளியும் எழுந்து இடையின் மூடி வரவே; 291

நிரை-வரிசை. பார்-உலகம். படலம்-கூட்டம். இடையின்-வானத்தின் நடுவில்.

படை செல்லும் காட்சி

ஆண் யானைகளின் மேலும், இளம் பெண் யானைகளின் மேலும், அலைவீசும் கடலுக்கு இணையான படைகள் இடையில் இடமின்றி வரிசையாகச் செல்லும் காட்சி, முதற்குலோத்துங்கன் இராமனாகப் பிறந்தபோது அல்லாமல், இந்தப் பிறவியிலும் பெரிய கடலின் அணைகட்டுதலைப் போன்று இருந்தது.

'யானைமேல் இளம் பிடியின்மேல் நிரைத்து
இடையறாது போம் எறி கடற்கு இணை
சேனை; மாகடற்கு அபயன் இம்முறைச்
சேது பந்தனம் செய்தது ஒக்கவே; 292

பிடி - பெண் யானை. நிரைத்து - வரிசையாக. இடையறாது - இடையீடு இன்றி. எறி- அலை வீசுகின்ற. இணை - ஒப்பானது. ஒக்க - ஒப்பாக. 'இடையறாத பொன் இலகடங்கள் அச்சேனை' எனவும் பாடம்.

பல்லக்கும் முத்துக் குடையும்

யமுனை ஆற்றின் நீர் கருமை நிறத்துடன் பெருகி வருவதைப் போல, உயர்ந்த நீலமணிகள் பதிக்கப்பெற்ற பல்லக்குகளின் கூட்டங்கள் வந்தன. கங்கையாற்றின் வெண்மையான நீரைப் போல உயர்ந்த

முத்துக்கள் பதிக்கப் பெற்ற குடைகளின் கூட்டங்கள் வந்தன. ''பல்லக்கு யமுனையாற்றைப் போலவும் குடைகள் கங்கையாற்றைப் போலவும் பெருகி வருவதைப் பாருங்கள்'' என்று கண்டோர் கூறினர்.

'நீல மாமணிச் சிவிகை வெள்ளமும்
நித்திலக் குலக் கவிதை வெள்ளமும்,
காலினால் வரும் யமுனை வெள்ளமும்,
கங்கை வெள்ளமும் காண்மின்!', என்னவே; 293

மா-உயர்ந்த. சிவிகை-குடை. வெள்ளம்-கூட்டம். நித்திலம்-முத்து. குலக் கவிகை-குடைக் கூட்டம். காண்மின்- பாருங்கள். காலால் வரும்- காலால் நடந்துவரும்.

புலிக்கொடிச் சிறப்பு

கெண்டை மீன், பாம்பு, கருடன், யானை, பன்றி, சிங்கம், சிறந்த கலப்பை, கோழி, வில் ஆகிய சின்னங்கள் பொறித்த ஆயிரக்கணக்கான கொடிகள் அசையவும், முதற் குலோத்துங்கனுடைய கொடிய புலிக்கொடி ஏனைய கொடிகள் எல்லாவற்றினும் மேலாகச் சிறந்து விளங்கிற்று.

'கெண்டை, மாசுணம், உவணம், வாரணம்,
கேழல், ஆளி, மாமேழி, கோழி, வில்
கொண்ட ஆயிரம் கொடி நுடங்கவே,
குமுறு வெம் புலிக்கொடி இலங்கவே. 294

மாசுணம்-பாம்பு. உவணம்-கருடன். வாரணம்-யானை. கேழல்-பன்றி. ஆளி-சிங்கம். மாமேழி-சிறந்த கலப்பை. நுடங்க - அசைய. குமுறு-முழங்கும். இலங்க-விளங்க. 'புலிக் கொடி குலாவவே' எனவும் பாடம்.

மகளிர் கூட்டம்

முதற் குலோத்துங்கன் செல்லும் வழியில் பெண்கள் கூடினர். புன்சிரிப்போடு காணப்பட்ட அந்தப் பெண்களின் கூட்டம் தொடை, கழுத்து, புடைத்துத் திரண்டு முன் எழுந்து தோன்றும் முலைகள், கண்கள், பேரொளி பொருந்திய முகங்கள், பூச்சூடிய கூந்தல்கள், கண்களுக்கு இனிய நடைகள், செவிக்கினிய சொற்கள் என்று சொல்லப்பட்ட இவை எல்லாவற்றினும் தமக்குதாமே ஒப்பு என்று சொல்லும்படியாக விளங்கிற்று.

'தொடைகள், கந்தரம், புடைகொள் கொங்கை, கண்,
சோதி வாள் முகம், கோதை ஓதி, மென்
நடைகள், மென்சொல் என்று அடைய ஒப்பிலா
நகை மணிக் கொடித்தொகை பரக்கவே. 295

கந்தரம்- கழுத்து. புடை-புடைத்தல்; முன் எழுந்து தோன்றுதல். சோதி வாள்-பெரிய ஒளி. கோதை-மாலை. ஓதி-கூந்தல். அடைய - முற்றும். மென் நடைகள்-இனிய நடைகள். அடைய - முற்றிலும். நகை-புன்சிரிப்பு. மணி-அழகிய. கொடி-பூங்கொடி போன்ற பெண் கள். தொகை-கூட்டம். பரக்க -பரவ. 'புடைகொள் கொங்கைகள்' எனவும் பாடம்.

மகளிர் தோற்றம்

முதற் குலோத்துங்கனைக் காணவந்த மகளிரிடத்தில் சோழ நாட்டிலுள்ள வளப்பமான பொருள்கள் எல்லாம் விளங்கின. பெண் களின் தொடைகள் மென்மையான வாழைபோன்று எல்லா இடங் களிலும் காணப்பட்டன. அவர்கள் கழுத்துக்கள் குளிர்ச்சி பொருந்திய பாக்கு மரம் போல எங்கும் தோன்றின. பூரிக்கும் கொங்கைகள் இளநீர் போன்று எங்கும் நிறைந்தன. மூக்குகள் பசுமையான குமிழம் பூக்கள் போன்று இருந்தன. உதடுகள் செவ்வாம்பல் மலர்களைப் போன்று எங்கும் விளங்கின. கண்கள் சிவந்த கெண்டை மீன்கள் போலக் காணப்பட்டன.

முதற் குலோத்துங்கனுக்கு எதிரில் நின்ற பெண்களின் வயிற்று மடிப்புகள் ஆறுகளில் அசைகின்ற அலைகளைப் போன்று இருந்தன; அவர்களின் நடைகள் அன்னங்களின் நடையினைப் போன்று காணப்பட்டன; இனிய சொற்கள் கரும்பு ஆலைகளில் மணம் வீசுகின்ற வெல்லப் பாகை ஒத்திருந்தன; இவ்வளவு முதல்களைப் பெற்றிருத் தலால் அம்மகளிரைக் கண்டோர், குலோத்துங்கன் வேறொரு சோழ நாட்டையும் ஏற்படுத்தி, வளஞ் செய்தனை ஒத்திருக்கும்' என்று பேசினர்.

'எங்கும் உள, மென்கதலி! எங்கும் உள
தண் கமுகம்! எங்கும் உள, பொங்கும் இளநீர்!
எங்கும் உள, பைங்குமிழ்கள்! எங்கும் உள,
செங்குமுதம்! எங்கும் உளசெங் கயல்களே! 296

'ஆறு அலை தரங்கம் உள, அன்ன நடை
தாமும்உள, ஆலை கமழ் பாகும் உளவாய்
வேறும் ஒரு பொன்னி வளநாடு செயதுங்கன்முன்
விதித்ததுவும் ஒக்கும் எனவே; 297

மென் கதலி - மென்மையான வாழை. தணகமுகம் - குளிர்ச்சி பொருந்திய பாக்கு மரம். பொங்கும்-பூரிக்கும். பைங்குமிழ்-பசுமை யாகிய குமிழம் பூ. செங்குமுதம்- செவ்வல்லி. கயல்-மீன். கதலி தொடைக்கும், கமுகு கழுத்துக்கும், இளநீர் முலைக்கும், குமிழம்பூ மூக்குக் கும், குமுதம் வாயிதழ்களுக்கும், கயல் கண்களுக்கும் உவமைகள் ஆகும்.

அலை-அசைகின்ற. தரங்கம்- அலை. ஆலை-கரும்பு ஆலை. கமழ்-மணக்கும். பாகு- வெல்லப்பாகு. பொன்னி-காவிரி. சயதுங்கன் - முதற் குலோத்துங்கன். விதித்ததுவும்-ஏற்படுத்தியதும்.

மலைக் காட்சி

முதற் குலோத்துங்கன் எல்லா இடங்களிலும் யானைகளின் வரிசைகளை வெற்றிகொண்டான். அவன் செல்லும் வழிகளில் உள்ள மலைகளின் காட்சி. வெற்றி வேலைப்பிடித்த முதற் குலோத்துங்க னுடைய கருணையைப் பெற்று நல்வாழ்வு வாழத் தஞ்சம் புகுந்த சேர மன்னரோடு சேர்ந்து, மலை நாடு முழுவதும் வந்தது போலக் காணப் பட்டது.

அந்த மலைப்போன்ற யானைக் கூட்டங்கள் துதிக்கைகளின் நுனியிலுள்ள உறுப்பிலிருந்து சொரியும் நீர்த்துளிகள், முதற் குலோத் துங்கனுக்கு அஞ்சித் தோற்று ஓடும் பாண்டியரால் விடப்பட்டு விட்ட, தென்திசைக்கண் இருந்த முத்துக்களை அள்ளிக் கொண்டு ஒப்பற்ற தென்றல் காற்று வருவதுபோன்று இருந்தது.

'வேழம்நிரை என்றமரை எங்கும் மிடைக்கின்ற அயில்
வென்றி அபயன் தன் அருளால்
வாழ அபயம் புகுது சேரனொடு கூடி மலை
நாட அடைய வந்தது எனவே. 298

'அக்கிரி குலங்கள் விடும் அங்குலியின் நுண் திவலை
அச் செழியர் அஞ்சிவிடும் அத்
திக்கில் உள நித்திலம் முகந்துகொடு வீசி ஒரு
தென்றல் வருகின்றது எனவே! 299

வேழம் - யானை. நிரை-வரிசை. மிடைகின்ற-நெருங்கிச் செல் கின்ற. அயில்-வேல். அபயன்-சோழன்; குலோத்துங்கன். அபயம்- அடைக்கலம். புகுது-புகுந்த. கூட-சேர. அடைய-முழுவதும். கிரி குலங்கள்-மலை போன்ற யானைக் கூட்டங்கள். அங்குலி-துதிக்கை. நுண்-சிறிய. திவலை-நீர்த்துளி. செழியர்-பாண்டியர். நித்திலம்- முத்து. முகந்து- அள்ளி. ஒரு-ஒப்பற்ற. என- என்று சொல்லும்படியாக.

தில்லைக் கூத்தனை வணங்கினான்

இத்தகைய ஆடம்பரங்களோடு புறப்பட்ட முதற் குலோத் துங்கன், தெற்கிலுள்ள காவிரியாற்றைவிட்டு வடக்கிலுள்ள பாலாற்றை நோக்கிச் சென்றான்' வழியில் மூன்று கண்களையும் கயிலை மலை யையும் உடையவரான பொன்னம்பலத்தில் நடம்புரியும் தில்லைக் கூத்தனை வழிபட்டு, அவரது திருவருளை பெற்று, விடையும் பெற்றான். பின்னர் அங்கிருந்து புறப்பட்டுத் திருவதிகை என்னும் சிறந்த நகரில் சில நாள் தன் படைகளோடு தங்கினான்.

'தென் திசையில் நின்று வடதிக்கின் முகம் வைத்தருளி
முக்கண் உடை வெள்ளி மலையோன்
மன்றில் நடமாடி அருள்கொண்டு விடைகொண்டு
அதிகை மாநகருள் விட்டருளியே. 300

முகம் வைத்து அருளி-புறப்பட்டுச் சென்று. மன்றில்- பொன்னம்பலத்தில்; சிதம்பரமாகிய தில்லையில். ஆடி-ஆடுபவன்; சிவன். அதிகை-திருவதிகை; திருவதிகை வீரட்டானம்; நடுநாட்டில் உள்ளது; பண்ருட்டியிலிருந்து 1 கி.மீ. தொலைவு. மா-சிறந்த. விட்டு அருளி-படையினை விட்டு தங்கியருளி.

காஞ்சியை அடைந்தான்

முதற் குலோத்துங்க சோழன் திருவதிகை என்னும் சிறந்த நகரத்திலிருந்து புறப்பட்டான். நடுவே சில இடங்களில் தங்கினான். ஆங்காங்கே சில வேடிக்கைகளைக் கண்டும் வேட்டையாடியும் பொழுதுபோக்கினான். வட்டமான முழு நிலவைப் போன்ற குடையை உடைய சிற்றரர் பலர் தன்னை எதிர்கொண்டு வணங்கும்படி, பலவகை வளப்பங்கள் பொருந்திய காஞ்சிபுரத்தை அடைந்தான்.

'விட்ட அதிகைப் பதியில் நின்று பயணம்,
பயணம் விட்டு விளையாடி அபயன்
வட்ட மதியொத்த குடை மன்னர் தொழ,
நண்ணினன் வளங்கெழுவு கச்சி நகரே. 301

பயணம்- புறப்பட்டு. பயணம் விட்டு-தங்கி. விளையாடி-வேட்டையாடி. தொழ- வணங்க. மன்னர்-சிற்றரசர். நண்ணினன்-சேர்ந்தான். வளம்- செழுமை. கெழுவு- பொருந்திய. கச்சிநகர்-காஞ்சிபுரம்.

கலிங்கப் பேய் ஓடி வந்தது

இவ்வாறு குலோத்துங்கன் வரலாற்றைக் காளி சொல்லிக் கொண்டிருந்தாள். அவள் சொல்லி முடிப்பதற்கு முன்னதாகவே, கலிங்கப் போரைக் கண்ட ஒரு பேயானது, அதன் கால்கள். பிடரியில் படும்படியாக விரைந்து ஓடிவந்தது. அந்தப் பேய்க்கு உண்டான மகிழ்ச்சியானது அதை முன்னே தள்ளிக் கொண்டு வரப் பேய் தேவியிடம் ஓடி வந்தது.

என்னும் இத மென்மொழி எடுத்து இறைவி
சொல்லுவதன் முன்னம், இகல் கண்டது ஒருபேய்
தன்னுடைய கால் தனது பின்பட,
மனத்து உவகை தள்ளிவர, ஓடி வரவே. 302

இது மென்மொழி - மிகவும் இனிய வரலாறு. இகல் - கலிங்கப் போர். உவகை - மகிழ்ச்சி.

கலிங்கப் பேயின் மொழிகள்

இவ்வாறு ஓடிவந்த கலிங்கப் பேய், காளியிடம், 'பசியால் மெலிந்து வருந்தும் பேய்களே! கலிங்கத்துப் போர்க்களத்தை அடைவீராக! எங்கும் கலிங்க வீரர்களின் இரத்தம், இரத்தம்! இளைத்த உங்கள் உடம்பு களைப் பெருக்கச் செய்யுங்கள்; பெருக்கச் செய்யுங்கள்!

'பசியினால் காய்ந்த உங்கள் வயிறுகள் குளிரும்படியாக மகிழ்ச்சி அடைந்து கலிங்கரின் இரத்தத்தைக் குடியுங்கள்! குடியுங்கள்! பேய்க் கூட்டங்களே, உடனே புறப்படுவீராக! புறப்படுவீராக!

'உணவு கிடைத்தும் உண்ணுதற்கு விரையாமல் பசியோடு வாடும் பாவிகளே! நீங்கள் இந்தப் பாலைவனத்தில் வாடும் பாவிகளே! நீங்கள் இந்தப் பாலைவனத்தில் என்ன காரியத்தை சாதிப்பதன் பொருட்டு இருக்கின்றீர்கள்! நான் இங்கே வருவதற்கு முன்னரே, வலிய சிறகுகளை உடைய கழுகுகளும் பருந்துகளும் அங்கே இருந்து இறந்து போன கலிங்க வீரர்களின் பிணங்களைத் தின்று, வயிறு வெடித்துப் போய்விட்டன. இனியும் காலம் தாழ்ப்பதால் பயனில்லை!

'கலிங்க நாட்டில் மடிந்து கிடக்கும் யானைகள், குதிரைகள் ஆகிய பிணங்களைப் புசிக்க நம்முடைய வயிறுகளே பற்றா! நம் வாய்களும் போதா! பழமையான பற்களோ என்றால், அவற்றைக் கடிந்து மென்று விழுங்கப் போதமாட்டா! என்றாலும், நாம் அவ்விடத் திற்கு விரைந்து போவோம்!

'அங்கே-கலிங்க நாட்டுப் போர்களத்திலே-தலைகள் மலைகள் போலக் கிடக்கின்றன. இரத்த வெள்ளம் அலைகளால் அலையும் கடலைப் போன்று உள்ளது. ஆதலால், தலைகளைப் புசிக்கவும் இரத்தத்தைக் குடிக்கவும் இப்போது உங்களுக்குப் பசி போதாது. நான்முகனை வரம்வேண்டி இப்போது இருக்கும் பசியைவிட மிகுதி யான பசியை நீங்கள் பெற வேண்டும்' என்று கூறிற்று.

'கலிங்கர் குருதி, குருதி!
   கலிங்கர் அடைய அடைய!
மெலிந்த உடல்கள் தடிமின்!
   மெலிந்த உடல்கள் தடிமின்!   303

'உணங்கள் வயிறு குளிர,
   உவந்து பருக, பருக;
கணங்கள், எழுக; எழுக,
   கணங்கள், எழுக, எழுக!   304

'என் செயப் பாவிகாள்; இங்கு
   இருப்பது? அங்கு இதற்கு முன்னே

புலியூர்க் கேசிகன்

வன்சிறைக் கழுகும் பாறும்
வயிறுகள் பீறிப் போன, 305

‘வயிறுகள் என்னில், போதா!
வாய்களோ போதா, பண்டை
எயிறுகள் என்னில், போதா,
என்னினும், ஈண்டப் போதும்! 306

‘சிரமலை விழுங்கச் செந்நீர்த்
திரைக்கடல் பருகல் ஆகப்,
பிரமனை வேண்டிப் பின்னும்
பெரும்பசி பெறவும் வேண்டும்! 307

குருதி- இரத்தம். அடைய- அடைவீராக! மெலிந்த-இளைத்த. தடிமின்- பருக்கச் செய்யுங்கள்.

உணங்கல்- காய்தல். உவந்து-மகிழ்தல். கணங்கள்- பேய்க் கூட்டங்கள். எழுக-புறப்படுங்கள்.

என்செய - என்ன காரியங்கள் செய்ய. பாவிகாள்- பாவிகளே! இங்கு - இந்த வறண்ட பாலை நிலத்தில். அங்கு- கலிங்கத்துப் போர்க் களத்தில். பாறு-பருந்து. பீறி- கிழிந்து. போன-போயின.

எயிறுகள்-பற்கள். ஈண்ட-விரைய. போதும்- போவோம்.

சிரம் - மலை - தலையாகிய மலைகள். செந்நீர்-இரத்தம். பருகல் ஆக-குடிக்கவும். பிரமன்-நான்முகன். பின்னும் - மேலும்.

பேய்களின் பேரின்பம்

கலிங்கப் பேய் கூறியவற்றை எல்லாம் கேட்டுக் கொண்டிருந்த பேய்கள், இறைச்சியை உடைய பிணங்களைத் தின்றவைபோல, மகிழ்ச்சியால் உடல் பூரித்தன! களிப்பினால் நகைத்தன ! ஒன்றின் மேல் விழுந்தன!

உணவு கிடைக்கும்படியான மகிழ்வுச் செய்தியைத் தெரிவித்த கலிங்கப் பேயிடம் மற்றைப் பேய்கள் ஓடி அதன் வாயை முத்த மிட்டன! “ இதற்கு முன் உணவு இல்லாமல், நாம் எல்லோரும் இனி இறந்துபோக வேண்டியதுதான் என்று கூறிய பேய்களின் பற்களை உடையுங்கள்” என்று கூறின!

உணவு கிட்டிவிட்டது என்ற மகிழ்ச்சியால், சில பேய்கள் தம் கையில் இருக்கும் பிள்ளைகள் கீழே விழுந்துவிடும்படியாகப் பெரிய துணங்கை என்னும் கூத்தை ஆடிக் கைகளைக் கொட்டின! பிறகு, வள்ளைப் பாட்டைப் பாடியும் ஓடியும் மற்றைப் பேய்களைத் தம்மோடு விளையாட வருமாறு கூப்பிட்டன!

எல்லாப் பேய்களும் சேர்ந்து, 'முதற் குலோத்துங்கனின் வரலாறு இது' என்று முன்பு கூறிய, அறையிலே பட்டியை அணிந்துள்ள காளிதேவியை, 'வாழ்க! வாழ்க!' என்று வாழ்த்தின! அதன் பிறகு, பின் விளைவை முன்னமே தாம் கண்ட நல்ல கனவினால் கூறிய கணிதப் பேய்களைக் கழுத்தில் கட்டிக்கொண்டு, மகிழ்ச்சிப் பெருக்கினால் துள்ளி விளையாடின!

என்ற ஓசை, தம் செவிக்கு
இசைத்தலும்,தசைப் பிணம்
தின்றபோல் பருத்து, மெய்
சிலிர்த்து மேல் விழுந்தமே! 308

ஓகை சொன்ன பேயின் வாயை
ஓடி முத்தம் உண்ணுமே;
சாகை சொன்ன பேய்களைத்
தகர்க்க பற்கள்!' என்னுமே. 309

பிள்ளை வீழ வீழவும்
பெருந் துணங்கை கொட்டுமே;
வள்ளை பாடி, ஆடி, ஓடி
'வா!' எனா அழைக்குமே! 310

'எனாஉரைத்த தேவி வாழி!
வாழி!' என்று வாழ்த்தியே,
கனாஉரைத்த பேயினைக்
கழுத்தினிற் கொடு ஆடுமே. 310

செவி-காது. இசைத்தல்-சொல்லுதல்; படுதல். தசை-இறைச்சி. மெய் - உடல். 'மெய் பருத்து' எனக் கூட்டுக.

ஓகை - உவகை; மகிழ்ச்சி. முத்தம் உண்ணும் - முத்தங் கொடுக்கும். சாகை - பசி மிகுதியால் சாதல். தகர்க்க - உடைப்பீராக.

பிள்ளை - ஒக்கலில் கைசேர்த்து இடுக்கியுள்ள பேயின் பிள்ளை கள். வீழ வீழவும் - விழுந்து விடும்படி. துணங்கை - இரண்டு கைகளை மடக்கியடிக்கும் ஒரு வகைக் கூத்து; பேய்க்கூத்து. வள்ளை - உலகைப் பாட்டு. வா எனா- வருக என்று. அழைக்கும் - பிற பேய்களை விளை யாட அழைக்கும்.

எனா - என்று. 'மனா உடுத்த தேவி' எனவும் பாடம். தேவி - காளி. கனா - கனவு. கொடு - கட்டிக்கொண்டு.

காளி போர்நிலை கேட்டல்

காளி தேவியானவள் அப்படிக் கூத்தாடிய பேய்களின் களிப் பினால் உண்டான மயக்கத்தைப் போக்கினாள். பகைவரைக் கொல்லும்

போர்களத்தின் செய்தியை நேரில் கண்டு அங்கிருந்து ஓடிவந்த பேயை அழைத்தாள். போர்க்களத்தில் நடந்ததை, நடந்தபடி கூடுதல் குறைதல் இன்றித் தெரிவிப்பாயாக!' எனக் கேட்டாள், அதன் பிறகு அப்பேய் அங்கு நடந்ததைக் காளி தேவிக்குக் கூறத் தொடங்கிற்று.

ஆடிவரு பேய்களின் அலந்தலை தவிர்த்து,
அடு பறந்தலை அறிந்து, அதனின் நின்று
ஓடிவரு பேயை, 'இகல் உள்ளபடி சொல்க!'
என உரைத்தனள், உரைத்தருளவே- 312

அலந்தலை-மயக்கத்தை. தவிர்த்து-போக்கி. அடு-கொல்லும். பறந்தலை- போர்க்களம். இகல்-போர். உரைத்தருள-கேட்ட அளவிலே.

11. காளிக்கு கூளி கூறியது

கலிங்க நாட்டிலிருந்து வந்த பேய் காளிதேவிக்குக் கூறிய போரின் வெம்மையான தன்மைகள் யாவும் இப்பகுதியில் கூறப்பட்டுள்ளன.

நாவாயிரம்! நாளாயிரம்!

''தேவி! கலிங்கப் போரில் வீரர்கள் பலர் இறந்து ஒழிந்தனர். ஆயிரம் யானைகளும் அழிந்தன. அந்தக் களத்தில் நிகழ்ந்த போரைச் சொல்ல விரும்புபவருக்கு ஒரு நாக்குப் போதாது; ஆயிரம் நாக்குகளாவது வேண்டும்! கேட்க விரும்புகின்றவர்களுக்கு ஒரு நாள் போதாது; ஆயிரம் நாட்களாவது வேண்டும்' என்று கலிங்கப் பேய் கூறிற்று.

மா ஆயிரமும் படக், கலிங்கர்
மடிந்த களப்போர் உரைப்போர்க்கு
நா ஆயிரமும், கேட் போர்க்கு
நாள் ஆயிரமும், வேண்டுமால்! 313

சிறியேன் விண்ணப்பம்

'கலிங்கப் போரைப் பற்றி ஒரு வாயால் சொல்ல ஒருவராலும் முடியாத, எனினும், அப்போரின் நிகழ்ச்சியை அறிவில் சிறியவனாகிய யான் சொல்லுகிறேன். தேவியே சிறிது கருணை செய்து கேட்டருள்க!' என்று, கலிங்கப் பேய் தேவியிடம் வேண்டிக் கொண்டது.

ஒருவர்க்கு ஒருவாய் கொண்டு உரைக்க
ஒண்ணா தேனும், உண்டாகும்
செருவைச் சிறியேன் விண்ணப்பம்
செய்யச் சிறிது கேட்டருளே! 314

ஒண்ணாது - முடியாது. ஏனும் - என்றாலும். செரு - போர்.

காஞ்சனம் பொழி காஞ்சி

முதற் குலோத்துங்க சோழன் எல்லா உலகங்களையும் தனக்கே உரிமையாகக் கொண்டிருந்தவன். மேலும், அவன் இரப்பவர்க்கு ஈகின்ற குணமுடையவனாகவும் விளங்கினான். அவனுடைய கைதாமரை மலர் போன்றது. அவனது கை வண்மைக்கு ஒப்பு என்று சொல்லும்படியாக, ஒரே காலத்தில், காஞ்சிமா நகரில் மேகங்கள் எல்லாம் வானில் திரண்டு எழுந்து, ஏழரை நாழிகை நேரம் பொன் மழையாகப் பொழிந்தன.

பார் எலாம் உடையான் அபயன் கொடைப்
பங்கயக் கரம் ஒப்புஎனப் பண்டொர் நாள்,
கார் எலாம் எழுந்து ஏழரை நாழிகைக்
காஞ்சனம் பொழி காஞ்சி அதன்கண்ணே. 315

பார் - உலகம். அபயன்- குலோத்துங்கன். பங்கயம் - தாமரை. கரம் - கை. கார் - மேகம். ஏழரை நாழிகை - மூன்று மணி நேரம். காஞ்சனம் - பொன்.

சித்திர மண்டபத்தில்!

மேருமலை பொன்னால் அமைந்து வான் அளாவி உயர்ந்தது, அதுபோல, குலோத்துங்கனுக்கென்று காஞ்சி நகரில் கட்டிய அரண் மனையும் மிகவும் உயரத்திலிருந்தது. மேருமலையும், பொன் மாளிகை யும் ஒன்றுபோலத் தோன்றியதால், மேருமலையை வழக்கமாக வலம் வரும் கதிர்களையுடைய ஞாயிறு, மலைக்கும் மாளிகைக்கும் இடையே வேறுபாடு தெரியாமல், ஐமுறுவான்! அந்த அரண்மனையின் தென் மேற்குத் திசையில் அழகுமிக்க சித்திரமண்டபம் ஒன்று இருந்தது. அதன்பால் -

'அம்பொன் மேரு அதுகொல்! இதுகொல்!' என்று
ஆயிரம் கதிர் வெய்யவன் ஐயுறும்
செம்பொன் மாளிகைத் தென்குட திக்கினில்,
செய்ய சித்திர மண்டபம் தன்னிலே! 316

வெய்யவன்-ஞாயிறு. மாளிகை-அரண்மனை. குடக்கு-மேற்கு.

நித்திலப் பந்தரின் கீழ்

வானம் போன்று உயர்ந்த பந்தலிலே, நட்சத்திரங்கள் நெருங்கி விளங்குவதைபோல் முத்துக்கள் பதிக்கப்பட்டிருந்தன. அவற்றிடையே முழு நிலவுக்கு ஒப்பாகும் என்று சொல்லும்படியாக விளங்கிய வெண்கொற்றக் குடை நிழல் செய்து கொண்டிருந்தது.

மொய்த்து இலங்கிய தாரகை வானின் நீள்
முகட்டு எழுந்த முழு மதிக்கு ஒப்புஎன

நெய்த்து இலங்கிய நித்திலப் பந்தரின்
நின்று வெண்குடை ஒன் நிழற்றவே! 317

மொய்த்து- நெருங்கி. இலங்கிய- விளங்கிய. தாரகை - நட்சத்திரம். முகடு-உச்சி. மதி-நிலவு. நெய்த்து-நெய்ப்பசை உடையதாய். நித்திலம் - முத்து. நிழற்ற- நிழலைத் தர.

குடையும் சாமரையும்

குலோத்துங்கன் சித்திர மண்டபத்தில் திருமாலைப் போன்று இருந்தான். நிலவைப் போன்ற வெண்குடை மேலே கவிந்துகொண்டு இருந்தது. இரண்டு பக்கங்களிலும் சாமரைகளை விசிறிக் கொண்டிருந்தனர். அந்தச் சாமரைகள், திருபாற்கடலில், இரண்டு பக்கங்களிலும் ஒப்பற்ற அலைகள் எழுந்தும் தாழ்ந்தும் திருமாலுக்குப் பணி செய்வதைப் போன்று இருந்தது.

மேல் கவித்த மதிக்குடையின் புடை
வீசுகின்ற வெண்சாமரை, தன் திருப்
பாற்கடல் திரைஓர் இரண்டு ஆங்கு இரு
பாலம் வந்து பணிசெய்வ போலவே. 318

மதி-நிலவு. புடை-பக்கம். சாமரை-கவரிமான் மயிரினால் ஆன விசிறி. திரை-அலை.

சிங்க ஏறு

முதற் குலோத்துங்கன் அழகிய இடமகன்ற இந்த உலகத்தை எல்லாம் தன் தோளிலே சுமந்து அரச பாரதத்தைத் தாங்கினான். பொன்னால் ஆகிய மேருமலையிலே புலிக்கொடியை எழுதினான். சிம்மாசனத்தில் ஒரு ஆண் சிங்கம் போல அழகுசிறக்க விளங்கி வீற்றிருந்தான்.

அங்கண் ஞாலம் அனைத்தும் புயத்தில் வைத்து
ஆடகக் கிரியில் புலி வைத்தவன்
சிங்க ஆசனத்து ஏறி இருப்பது ஓர்
சிங்க ஏறு எனச் செவ்வி சிறக்கவே. 319

அம்-அழகிய. கண்-இடம் அகன்ற. ஞாலம்- உலகம். புயம்-தோள். ஆடகக் கிரி-பொன் மலை ஏறு-ஆண்சிங்கம். செவ்வி-அழகு.

மூன்று தேவியர் இருந்தனர்

குலோத்துங்கன் - ஆதிசேடன் என்னும் பாம்பு தன் தலையிலே தாங்கி நிற்கும் உலகத்திற்கு ஒப்பற்ற தலைவன் பல நூல்களைக் கற்று தேர்ந்த நாவினை உடையவன். இரத்தத்தினால் ஆன அணி கலன்களை அணிந்த அவன் தோள்களில் சிங்கத்தை வாகனாமாகக்

கொண்ட வீரமகளும், செம்மை பொருந்திய திருமகளும் ஒருசேர அமர்ந்திருந்தனர்.

பணிப் பணத்து உறை பார்க்கு ஒரு நாயகன்,
பல்கலைத் துறை நாவில் உறைந்தவன்,
மணிப் பணிப் புயத்தே சிங்க வாகினி
வந்து செந்திரு மாதொடு இருக்கவே! 320

பணி-பாம்பு; ஆதிசேடன். பணம்-படம். பார்க்கு-உலகத்துக்கு. நாயகன்-தலைவன். மணி-இரத்தினம். பணி-அணிகலன்கள். புயம் - தோள். சிங்க வாகினி-சிங்கத்தை ஊர்தியாக உடையவள்; வீரமகள். திருமாது-திருமகள். நாவிலே கலைமகளும், தோள்களிலே மலை மகளும், திருமகளும் இருந்தனர் என்றார்.

தேவியர் சேவித்திருந்தனர்

கற்பக மரமும் வெட்கப்பட்டுத் ததை கவிழும்படி இருப்பவர் களுக்குப் பொன்னை அள்ளிக் கொடுக்கும் கையை உடையவன் முதற் குலோத்துங்கன். அத்தகைய கையையுடைய தோளில் வெற்றி மகளும் திருமகளும் நிலைத்து வீற்றிருப்பதுபோல, அவனுடைய பட்டத்து மனைவியான தியாகவல்லியும், காதற்கிழத்தியான ஏழிசை வல்லபியும் முறையே வலமும் இடமுமாக அவனை வணங்கி இருந் தனர்.

தரு மடங்க முகந்து தனம் பொழி
தன் புயம் பிரியாச் சயப் பாவையும்
திருமடந்தையும் போல், பெரும் புண்ணியம்
செய்ய தேவியர் சேவித் திருக்கவே. 321

தரு - கற்பகமரம். மடங்க - நாணமுற்றுத் தலை கவிழ. முகந்து - அள்ளி. தனம் - செல்வம். சயப்பாவை - வெற்றிச் செல்வி. திருமடந்தை-திருமகள். தேவியர்-மனைவியர். சேவித்து - வணங்கி.

அணுக்கிமார்கள்

நாடகத்தின் ஆதியாக விளங்கும் நாட்டிய வகைக்கண் எல்லா வற்றினும், நான்கு வகையாகக் கூறப்படுகின்ற பெரும் பண்வகைகளி னாலும் சிறப்புடையவர் என எண்ணத் தகுந்த, ஆடல் பாடல்களிலே அரம்பையர்கள் போன்றவரான அணுக்கிமார்கள் அநேகம் அவ்விடத்தே கூடியிருந்தனர்.

நாடகாதி நிருத்தம் அனைத்தினும்,
நால்வகைப் பெரும் பண்ணினும், எண்ணிய
ஆடல் பாடல் அரம்பையர் ஒத்துள
அணுக்கிமாரும் அநேகர் இருக்கவே. 322

நாடகம் - நாட்டியம். ஆதி - முதல். நிருத்தம் - தாண்டவம். நால்வகைப் பண்- பாலை, குறிஞ்சி, மருதம், செவ்வழி. அரம்பையர் - தெய்வப் பெண்கள். அணுக்கிமாரும் - அருகிருந்து இட்ட வேலையைச் செய்யும் பெண்களும். ஒத்தள-'ஒக்கும் அவ்' எனவும் பாடம்.

புகழ் பாடுவோம்

நின்றும் இருந்தும் ஏத்தக் கூடியவர்களும், தூயமங்கலப் பாடலை பாடும் பாடகரும் குலோத்துங்கனைப் பார்த்து 'நும் திருவடிகளில் விழுந்து வணங்கிய நட்புடைய சிற்றரசர்களுக்கெல்லாம் உம்முடைய திருவடிகளே பற்றுக்கோடும் பசும்பொன்னால் ஆகிய திருமுடியும் ஆகும்' எனப் புகழ்ந்து பாடினர்.

சூதர் மாகதர் ஆகிய மாந்தரும்,
துய்ய மங்கலப் பாடகர் தாமும், 'நின்
பாதம் ஆதரர் ஆயவர் கட்கு எலாம்
பைம்பொன் மௌலி' எனப் புகழ் பாடவே! 323

சூதர்-நின்று ஏத்துவோர். மாகதர்- இருந்து ஏத்துவோர். துய்ய - தூய. பாதம்-திருவடி. ஆதரர்-நட்புடைய சிற்றரசர். மௌலி-முடி.

இசை வல்லார் போற்றினர்

வீணை, யாழ், குழல், மத்தளம் ஆகிய இசைக் கருவிகளை வாசித்துக் காட்டுவதில் வல்லமையுடைய இசை வாணர்கள், குலோத்துங்கனிடம் வந்து வணங்கி, 'வேறு வேறான லய வகையிலும், தாங்கள் கேட்பதற்குத் தகுதியான வகையிலும் இசை கூட்டி அமைத்துள்ளோம். இவற்றை நீங்கள் கேட்டருள வேண்டும்' என வேண்டிக் கொண்டனர்.

வீணை, யாழ், குழல், தண்ணுமை வல்லவர்
'வேறு வேறு இவை நூறு விதம்படக்
காணலாம் வகை கண்டனம் ; நீ இனிக்
காண்டல் வேண்டும்!' எனக் கழல் போற்றவே! 324

தண்ணுமை- மத்தளம். கழல்-திருவடி.

கல்வியில் பிழை

முதற் குலோத்துங்கன் இசைநூல் இயற்றியிருந்தான். இசைவாணர்கள் அதனைக் கற்றனர். அவர்கள் தாளமும் உலவிப் பாடுதலும் கொண்டு, சிறிதும் தவறாத வகையில் அபயன் எதிரிலே பாடினர். அவ்வாறு பாடுபவர்க்கு மன்னர் பொன், குதிரை, யானை, ஊதுகொம்பு, முதலிய, பொருள்களைப் பரிசிலாகக் கொடுப்பர். இசை வாணர்கள் பாடிய இசையிலே குலோத்துங்கன் குற்றம் கண்டு விட்டான். அந்தப் பிழை குலோத்துங்கனைத் தவிர வேறு எவராலும்

காணமுடியதாகும். அவ்வளவு இசைப் புலமையுடையவன் குலோத்துங்கன்! அதனை அவர்களிடம் கேட்கவும் செய்தான்.

> தாளமும் செலவும் பிழையா வகை
> தான் வகுத்தன தன் எதிர் பாடியே,
> காளமும் களிறும் பெறும் பாணர் தம்
> கல்வியிற் பிழை கண்டனன் கேட்கவே!   325

செலவு- ஆளத்தி செய்தல்; ஏற்றி இறக்கி உலவிப் பாடுதல். தான் - குலோத்துங்கன். வகுத்த - ஏற்படுத்தின. காளம் - ஊதுகொம்பு. பாணர் - இசைபாடுவோர்.

மன்னவர் பணிமாறினர்

குலோத்துங்கன் கொடிய யானையின் மேல் இருந்து அரசர் பலருடன் போர் புரிந்தான். அவனுக்கு எதிர் நிற்க மாட்டாமல் குடை, சாமரம் ஆகியவற்றைக் களத்தில் எறிந்துவிட்டு மன்னர் பலர் ஓட்டம் பிடித்தனர். அவ்வாறு ஓடினவர்களைச் சோழ வீரர்கள் பிடித்து வந்தனர். அப்பொழுது, குலோத்துங்கன் யானையை விட்டு இறங்கிச் சித்திர மண்டபத்தே அமர்ந்திருந்தான். தோற்ற மன்னர்கள் தாங்கள் களத்தில் போட்டுவிட்டுச் சென்ற பொற்குடை சாமரை ஆகியவற்றை எடுத்துக் தங்கள் கையில் பிடித்துக் குலோத்துங்கனுக்குத் தொண்டு புரிந்து நின்றனர்.

> வெங் காற்றில் இழிந்தபின்! வந்து அடி
> வீழ்ந்த மன்னவர், வெந்திடும் முன்இடு
> தங்கள் பொற்குடை சாமரம் என்று இவை
> தாங்கள் தம் கரத்தால், பணி மாறவே!   326

இழிந்த - இறங்கிய. வெந்திடுதல் - முதுகு காட்டி ஓடுதல். இடு - களத்திலே போட்டு விட்டுப் போன. கரம்- கை. பணிமாற - குற்றேவல் புரிய.

அமைச்சர் முதலியோர்

முதற் குலோத்துங்க சோழனை நேரில் காண்பதற்காகச் சிற்றரசர் களும் பேரரசர்களும் அரண்மனை வாயிலில் வந்து வருந்திக் காத்திருந் தனர். வண்டை என்னும் நகரத்திற்குத் தலைவன் கருணாகரத் தொண்டைமான். அவன் குலோத்துங்கனுடைய அமைச்சர்களுள் ஒருவர். கருணாகரத் தொண்டைமானும், ஏனைய அமைச்சர்களும் குலோத்துங்கனின் திருவடிகளில் முடிவைத்து வணங்கியபின், அவனைச் சுற்றிலும் வீற்றிருந்தனர்.

> மண்ட லீகரும் மாநில வேந்தரும்
> வந்து உணங்கு கடைத்தலை, வண்டைமன்

புலியூர்க் கேசிகன்

தொண்டைமான் முதல் மந்திரப் பாரகர்
சூழ்ந்து, தன்கழல் சூடி இருக்கவே! 328

மண்டலீகர் - நாட்டின் உட்பிரிவுகள் ஆகிய மண்டலங்களின் தலைவர்கள்; சிற்றரசர்கள். உணக்கு - வருந்தி. கடைத்தலை - தலைவாயின். வண்டை - ஒரு நகரம்; கருணாகரனுடையது. மன் - தலைவன். மந்திரம்க்ஷ - சூழ்ச்சி; ஆலோசனை. பாரகர்-எல்லை கண்டவர்; அமைச்சர். கழல் - திருவடி. சூழ்ந்து - சுற்றி. சூடி - அணிந்து.

கப்பம் செலுத்தச் சென்றார்

அரசர் ஆணைப்படி அவர்தம் கட்டளைகளை எழுதி நிறைவேற்றக் கூடியவர். திருமந்திர ஓலை என்பவராவர். குலோத்துங்கனுடைய அரண்மனை வாயிலில் திறை செலுத்துவதன் பொருட்டு மன்னர்கள் காத்திருந்தனர். குலோத்துங்கனுடைய ஆணையின்றி உள்ளே செல்லமுடியாமையால் அவர்கள் திருமந்திர ஓலை குலோத்துங்கன் முன்போந்து வணங்கி, 'அரசர் பெரும! மன்னர்கள் கப்பம் செலுத்திக் காத்துக் கொண்டிருக்கின்றனர்' என்று அறிவித்தான். குலோத்துங்கனுடைய உடன்பாட்டைத் திருமந்திர ஓலை மன்னர்களுக்குக் கூறியதும் அவர்கள் எல்லாரும் உள்ளே சென்று, நெருங்கிக் கொண்டு நின்றனர்.

'முறையிடத், திருமந்திர ஓலையாள்
முன்வணங்கி, முழுவதும் வேந்தர்தம்
திறையிடப் புறம்நின்றனர்' என்றலும்,
செய்கை நோக்கில் வந்து, எய்தி நெருக்கவே. 329

முறையிட - அரசர்கள் முறையிட முன் - குலோத்துங்கனின் முன்னே. திறை - கப்பம். புறம் - வெளியே. செய்கை - உடன்பாட்டைச் செய்கை. எய்தி - குலோத்துங்கனை அடைந்து.

கூடியிருந்த அரசர்கள்

தென்னாட்டுப் பாண்டிய மன்னர், சேரர், கொல்லத்தை ஆண்ட கூபகர், சாவகர், சேதிபர், யாதவர், கன்னடர், வல்லவர், கைதவர், காடவர், கோசலர் -

மைசூர்ப் பகுதியை ஆண்ட கங்கர், கராளர், கவிந்தர், துமிந்தர், கடம்பர், துளும்பர், வங்கர், இலாடர், மராடர், விராடர், மயிந்தர், சயிந்தர்.

சிங்களர், வங்களர், சேகுணர், சேவணர், சீயணர், ஐயணர், கொங்கணர், கொங்கர், குலிங்கர், அவந்தியர், வத்தவர், மந்திரர், மாளுவர், மாகதர், மச்சர், மிலேச்சர், சூத்திரர், குத்தர், குடக்கர், பிடக்கர், குருக்கர், துருக்கர் -

ஆகிய நாற்பத்தெட்டு நாட்டு அரசர்களும் குலோத்துங்கனுடைய அரச அவையில் ஒன்றாகக் கூடியிருந்தனர்.

தென்னவர், வில்லவர், கூபகர்,
சாவகர், சேதிபர், யாதவரே,
கன்னடர், பல்லவர், கைதவர்,
காடவர், காரிபர், கோசலரே- 330

கங்கர், கராளர், கவித்தர்,
துமிந்தர், கடம்பர், துளும்பர்களே,
வங்கர், இலாடர், மராடர்,
விராடர், மயிந்தர், சயிந்தர்களே- 331

சிங்களர், வங்களர், சேகுணர்,
சேவணர், சீயனர், ஐயணரே,
கொங்கணர், கொங்கர், குலுங்கர்,
அவந்தியர், குச்சரர், கச்சியரே- 332

வத்தவர், மந்திரா, மாளுவர்,
மாகதர், மச்சர், மிலேச்சர்களே,
சூத்திரர், குத்தர், குடக்கர்,
பிடக்கர், குருக்கர், துருக்கர்களே- 334

'எல்லா நகரங்களையும், எல்லா நாடுகளையும் கருணையினால் எங்களுக்குக் கொடுத்தீர்கள். தாங்கள் எங்களைச் செலுத்துமாறு கட்டளையிட்ட பகுதிப்பொருள்களை நாங்கள் கொண்டு வந்திருக் கிறோம்' என்று மேலே கூறிய நாற்பத்தெட்டு மன்னர்களும் கூறிக் குலோத்துங்கனின் அடிகளைக் கரங்குவித்து வணங்கினர்.

'எந் நகரங்களும் நாடும்
எமக்கு அருள் செய்தனை, எம்மை இடச்
சொன்ன தனங்கள் கொணர்ந்தனம்'
என்று அடிசூடு கரங்களொடே- 334

அருள் செய்தனை - கருணையோடு கொடுத்தாய். இட - செலுத்த. தனம் - பகுதிப் பொருள். சுரம் - கை.

திறைப் பொருள்கள்

பல நாட்டு மன்னர்கள் இரத்தின மாலைகள், பொன் அணிக் கலன்கள், யானைகள், ஒட்டங்கங்கள், வலிய குதிரைகள், பொன்முடிகள், பொன் பெட்டிகள், குளிர்ச்சியுடைய முத்து மாலைகள், உயர்ந்த ஒன்பது வகை மணிகள், ஏகவடம் என்னும் ஒற்றைச்சர மாலைகள், விலை மதிக்க முடியாத பதக்கங்கள் ஆகியவற்றைக் குலோத்துங்க னுக்குத் திறைப் பொருளாகச் செலுத்தினர்.

இரத்தினக் குவியல்களும், பொன் குவியல்களும் ஒரே சமயத் தில் இருளையும் ஒளியையும் போல ஒளிவீசி விளங்கின. இரத்தினங்கள்

பதித்த காதணிகளும், சிறந்த பெண் யானைகளும் உயர்ந்த ஆண் யானைகளும், உயர்த்திப் பிடித்த கொடிகளும், அரசர் மனைவியராகிய பெண்களினுடைய நெற்றிப் பட்டங்களும், என்று சொல்லும் படியான பொருள்களை எல்லாம், பல நாட்டு அரசர்கள் குலோத்துங்கனிடம் திறைப் பொருள்களாகச் செலுத்தினர்.

முதற் குலோத்துங்கனின் அருளைப் பெற விரும்பிய பெருமை மிகு அரசர்கள் பலர், திறைப் பொருளின் பெருமையை எடுத்துரைத்தனர். யானைகளின் மிகுதியாகவுடைய அரசர்கள், நூறு யானைகளை ஏறத் தகுதியுடைவாகச் செலுத்தினர். மேலும், 'இவற்றிற்கு ஒப்பாக வேறு எவரேனும் ஒருவர் கொடுப்பாரானால், எங்கள் அரசாட்சியை விற்றாயினும், அவர்களுக்குச் சரிநிகராகக் கொடுக்க நாங்களும் இணங்குவோம்' என்றும் கூறினர்.

ஆரம் இவை; இவை பொற்காலம்;
   ஆனை இவை; இவை ஒட்டகம்;
ஆடல் அயம் இவை; மற்று இவை
   ஆதி முடியொடு பெட்டகம்;   335

ஈரம் உடையன நித்திலம்,
   ஏறு நவமணி கட்டிய
ஏகவடம் இவை; மற்று இவை
   யாதும் விலைஇல் பதக்கமே.   336

இவையும் இவையும் மணித்திரள்;
   இனைய இவை கனகக் குவை,
இருளும் வெயிலும் எறித்திட
   இலகும் இவை மகரக் குழை,
உவையும் உவையும் இலக்கணம்
   உடைய பிடி; இவை உள்பகடு!
உயிர்செய் கொடி இவை;
   உரிமை அரிவையர் பட்டமே!   337

'ஏறி அருள அடுக்கும் இந்
   நூறு களிறும், இவற்று எதிர்
ஏனை அரசர் ஒருத்தர் ஓர்
   ஆனை இடுவர் எனில், புவி
மாறி அருள அவர்க்கு இடை
   யாமும் இசைவம்' எனப் பல
மான அரசர் தனித்தனி
   வாழ்வு கருதி உரைப்பரே!   338

ஆரம்-மாலை. பொன் கலம்-பொன் அணிகள். அடல் அயம் - வலிய குதிரை. முடி - கிரீடம். பெட்டகம்-பெட்டி. ஈரம் - குளிர்ச்சி. நித்திலம் - முத்து. ஏறு-உயர்வு. நவமணி- ஒன்பது வகை மணிகள். ஏக வடம் - ஒற்றைச் சரமாலை.

மணி-இரத்தினம். இனைய-இத்தன்மையான ஆகிய. கனகம்-பொன். குவை-குவியல். இருள்-கருமை. வெயில்-ஒளி. எறி-வீசி. இலகு-விளங்குகின்ற மகரம்-சுறா மீன். குழை- காதணி. பிடி-பெண் யானை. பகடு - ஆண்யானை. அரிவையர் - பெண்கள். பட்டம்-நெற்றிப்பட்டம்.

இந்நூறு- இந்தநூறு. அடுக்கும்- தகுதியாகும். களிறு- ஆண் யானை. எதிர்-ஒப்பு. இடுவர்-எனில்-கொடுப்பார்கள் என்றால். புவி-பூமி; அரசாட்சி. மாறி-விற்று. இடை அருள- சமமாய்க் கொடுக்க. இசைவம்-இணங்குவோம். மானம்-பெருமை. கருதி- விரும்பி.

உளர் கொல்!

முதற் குலோத்துங்கன், 'அரசர்களே நீங்கள் சிறிதும் அஞ்சாதீர்கள்!' என்று கூறினான். தன்னை வந்தடைந்த மன்னர் எல்லார்க்கும் ஆதரவளித்தான். 'இங்கே திறை செலுத்தி நின்றவர்களைத் தவிர, செலுத்தாதவர்களும் இருக்கின்றனரோ?' என்று திருமந்திர ஓலையைக் கேட்டான்.

'அரசர், அஞ்சல்!' என அடி இரண்டும் அவர்
முடியின் வைத்தருளி, அரசர் மற்று
உரைசெயும் திறைகள் ஒழிய, நின்றவரும்
உளர்கொல்? என்ற அருளு பொழுதினில்- 339

அஞ்சல்-பயப்படாதீர்கள். அடி-பாதம். திறை- பகுதிப் பொருள். திறைகள் ஒழிய நின்றவர்-திறைகளைச் செலுத்தாதவர். உளர் கொல் - இருக்கின்றனரோ. அருளுபொழுதினிலே-கேட்ட சமயத்தில்.,

திருமந்திர ஓலையின் மறுமொழி

அப்போது, திருமந்திர ஓலை, 'அரசர் பெரும! செலுத்தக் கடமைப்பட்ட அரசர் அனைவரும் தங்கள் பகுதிப் பொருள்களைக் கொண்டு வந்து செலுத்தி உலங்கள் திருவடிகளை வணங்கினார்கள் ஆனால் வடக்கேயுள்ள கலிங்க நாட்டு மன்னாகிய அனந்தவன்மன் என்பவன் மட்டும் இரண்டு முறையாகப் பகுதிப் பொருளை எடுத்துக் கொண்டு வரவில்லை' என்று கூறினான்.

'கடவ தம் திறைகொடு அடைய வந்து அரசர்
கழல் வணங்கினார்கள், இவருடன்
வட கலிங்கர் பதி அவன் இரண்டு விசை
வருகிலன், திறைகொடு' எனலுமே! 340

கடவ - செலுத்தக் கடவதான. அடைய - அனைவரும்; பதி அவன் - அரசனான அனந்தவன்மன். விசை - முறை; தடவை. கொடு - கொண்டு.

முறுவல் கொண்டான்

இதனைக் கேட்டதும், அரச அவையிலிருந்த பல நாட்டு அரசர் அனைவரும், 'இனி விளைவது என்ன ஆகுமோ?' என்று நிலை யழிந்து உயிர் நடுங்கினர். முதற் குலோத்துங்கனின் முகத்திலோ, சிறிதளவும் கோபக் குறியே காணப்படவில்லை. ஆனால், பவளம் போலச் சிவந்து விளங்கும் அவன் வாயானாது புன்சிரிப்புக் கொண டதன் தன்மையை நாம் கொஞ்சமும் அறியாமே' என்று மன்னர்கள் கலங்கினர்.

'உறுவது என்கொல்!' என, நிலைகுலைந்து அரசர
உயிர் நடுங்க ஒளிர் பவள வாய்
முறுவல் கொண்ட பொருள் அறிகிலம்; சிறிதும்
முனிவு கொண்டது இலை வதனமே! 341

உறுவது - விளையும் கேடு. நிலைகுலைந்து - நிலையழிந்து. ஒளிர் - விளங்குகின்ற. முறுவல்-புன்சிரிப்பு; எள்ளல் வகையைச் சேர்ந்தது. அறிகிலோம்- அறியோம். முனிவு-கோபம். இலை - இல்லை. வதனம்-முகம்.

குலோத்துங்கனின் கட்டளை

வடகலிங்க வேந்தன் மிகவும் எளிமையானவன், என்றாலும், அவனுடைய நாடு இயற்கையான வலிய மலை அரணை உடையதாக அமைந்துள்ளது. அம் மலைகள் இடியும்படியாக நம் படை வீரர்கள் விரைந்து செல்க; வண்டுகள் மத நீரை உண்டு ஆரவாரம் செய்யும் படியாக மதத்தைச் சொரியும் மலைபோன்ற யானைகளைக் கைப்பற் றிக் கொண்டு வந்து சேருங்கள்! அந்தக் கலிங்கனையும் இங்கே கொண்டு வருக!' என்று முதற் குலோத்துங்கன் கட்டளை இட்டான்.

'எளியன் என்றிடினும் வலிய குன்று அரணம்
இடிய, நம் படைஞர் கடிது சென்று
அளி அலம்பு மத மலைகள் கொண்டு அணைமின்;
அவனையும் கொணர்மின்!' எனலுமே! 342

எளியன் - வலிமை இல்லாதவன். வலிய - வல்லமையுடைய. குன்று அரணம் - மலை அரண். இடிய - அவை அழிய. கடிது - விரைந்து. அளி - வண்டு. அலம்பு-ஆரவாரம் செய்யும். மதமலைகள் - மதத்தைப் பொழியும் மலைப்போன்ற யானைகள். அணைமின் - வந்து சேருங்கள். கொணர்மின் - கொண்டு வாருங்கள்.

தொண்டைமான் எழுந்தான்

முதற் குலோத்துங்க சோழன் வீரர்களை நோக்கி கூறி, கலிங்கத்தின் மீது படை எடுக்கக் கூறியதும், வேதத்தில் கூறியபடி பழங்காலத்திலிருந்த வந்த தன் குலத்திற்குத் திலகம் போன்றவனும், வண்டை என்னும் நகரத்திற்குத் தலைவனுமாகிய கருணாகரத் தொண்டைமான் மன்னனின் திருவடிகளை வணங்கி, 'வேந்தர் வேந்தே, ஏழு பிரிவுகளைக் கொண்ட கலிங்க நாட்டை நானே அழித்து வருகிறேன்' என்று கூறிப் போருக்கு எழுந்தான்.

இறைமொழிந்த அளவில், 'ஏழு கலிங்கம் அவை
எறிவன்!' என்று, கழல் தொழுதனன்-
மறை மொழிந்தபடி மரபின் வந்த குல
திலகன், வண்டைநகர் அரசனே!- 343

இறை-வேந்தன்; குலோத்துங்கன். அளவில்-உடனே. எறிவன்-அழிப்பேன். கழல்- திருவடி, மரபு-குலம். குல திலகன்- குலத்திற்குப் பொட்டுப் போன்று விளங்கக் கூடியவன். வண்டை நகர் அரசன்-வண்டை என்னும் நகர்க்கு அரசன்; கருணாகரத் தொண்டைமான்.

விடை அளித்தான்

வலிமை மிகுந்த கருணாகரத் தொண்டைமான் போர் புரிய விரும்பி, 'வடக்கிலுள்ள பகைவரை முழுவதும் அழிப்பேன்; எனக்கு விடை தாருங்கள்' என்று கேட்டாள். புலிக் கொடி உயர்த்திய முதற் குலோத்துங்க சோழன் கருணாகரன் விரும்பியபடியே விடை அளித்தான். அதே நேரத்தில்,

'அடைய அத்திசைப் பகை துகைப்பன்' என்று
ஆசை கொண்டு, அடல் தொண்டைமான்
'விடை எனக்கு' எனப், புலி உயர்த்தவன்
விடை கொடுக்க, அப்பொழுதிலே- 344

அடைய - முற்றிலும். பகை-பகைவர். துகைப்பன் - அழிப்பேன். அடல் - வலிமை. விடை என - விடை தருக என்று.

படைகள் திரண்டன

குலோத்துங்கனின் நால்வகைப் படைகளும் பிரளய காலத்து வெள்ளம் போல் போருக்குத் திரண்டெழுந்தன! படை எழுச்சியைக் கண்டவர்கள், 'இந்தப் படையின் கருத்துக் கடல்களைக் கலக்கு வதோ, மலைகளை இடித்து எறிவதோ. புள்ளிகளைப் படத்திலே உடைய ஆதிசேடன் என்னும் பாம்பின் கழுத்தை முறிப்பதோ, வேறு என்னவாக இருக்குமோ?'' என்று பேசிக் கொண்டனர்.

கடல் கலக்கல் கொல்! மலை இடித்தல் கொல்!
கடுவிடப் பொறிப் பண மணிப்
பிடர் ஒடித்தல் கொல்! படை நினைப்பு! எனப்
பிரள யத்தினில் திரளவே! 345

கலக்கல்-கலங்கச் செய்தல். கடுவிடம் - கொடிய நஞ்சு. பொறி - புள்ளி. பணம்-படம். பணி-பாம்பு; ஆதிசேடன். பிடர்-கழுத்து. நினைப்பு - கருத்து. பிரளயம்-வெள்ளம். திரள - ஒன்றுசேர.

திசை யானைகள் செவிடுபட்டன

படை புறப்பட்டபொழுது சங்குகள் ஒலித்தன; முரசுகள் முழங்கின; போர்ப்பறைகள் இரட்டித்தன; அழகிய துவாரங்களை உடைய ஊதுகொம்புகள் ஒலித்தன. இந்த ஓசைகளால் திசையானைகளின் காதுகளில் உள்ள தொளைகள் செவிடுபட்டன.

வளை கலிப்பவும், முரசு ஒலிப்பவும்,
மரம் இரட்டவும், வயிர மாத்
தொளை இசைப்பவும், திசைஇபச் செவித்
தொளை அடைதலைத் தொடரவே; 346

வளை - சங்கு. கலிப்பவும் - முழக்கவும். மரம் - போர்ப்பறை. இரட்டவும்-முழுங்கவும். வயிர்-ஊது கொம்பு. மா-அழகிய. இபம்-யானை.

இருள் பரந்தது

மயிற் பீலியால் விசிறி வடிவமாகச் செய்யப்பட்ட குடைகள் வரிசையாய் அமைந்து நெருங்கியிருந்தன. துணிக் கொடிகள் எங்கும் பரவியிருந்தன. இவை யாவும், பரந்த பெரிய நிலத்தில் ஒருங்கு சென்று, குளிர்ந்த நாற் சந்தியைப் போல எல்லா இடங்களிலும் வரிசை வரிசையாய் அமைந்து, ஞாயிற்றின் ஒளியை மறையச் செய்து இருளைப் பரப்பின!

குடை நிரைத்தலின், தழை நெருக்கலின்,
கொடி விரித்தலின், குளிர் சதுக்கம் ஒத்து
இடை நிரைத்தலின், பகல் கரப்ப உய்த்து,
இருநிலப் பரப்பு இருள் பரக்கவே! 347

நிரைத்தல்- வரிசையாய் அமைத்தல். தழை-மயிற் பீலியால் விசிறி வடிவமாகச் செய்யப்பட்ட குடை. சதுக்கம்- நாற் சந்தி. கரப்ப - மறைத்து. உய்த்து-செலுத்தி. பரக்க- பரவ.

ஒளி பரந்தது

வீரர்களுடைய அளவில்லாத கண்கள் நெருப்பின் அனலைப் பரப்பின. வீரர்கள் அணிந்திருந்த பொன்னாலாகிய வேலைப்பாடு

உடைய அணிகலன்கள் ஒளி வீசின. அவர்கள் கையில் இருந்து விளங்கிக் கொண்டிருக்கும் போர்க் கருவிகள் ஒன்றுடன் ஒன்று உராய்ந்து தீப்பொறிகளைச் சொரிந்தன. இவற்றால் முன்னர்த் தோன்றிய இருள் மறைந்தது. எங்கும் ஒளி பரந்தது.

அலகுஇல் கண் தழல் கனல் விரித்தலால்,
அரிய பொற்பணிக் கலன் எடுத்தலால்,
இலகு கைப்படை கனல் விரித்தலால்,
இருள் கரக்கவே, ஒளி பரக்கவே; 348

அலகுஇல் - அளவு இல்லாத. கண் - வட்டிகை எனவும் பாடம். தழல் - நெருப்பு. கனல்-நெருப்பு. கனல்- அனல்; நெருப்புப் பொறி. பணி - வேலைப்பாடு. எறித்தலால் - ஒளி வீசுதலால், இலகு- விளங்கு கின்ற. படை- போர்க் கருவி. சுரக்க - மறைய. பரக்க - பரவ.

கண்டவர் வியப்பு

'பெரிய உருவமும் வலிமையும் உடைய மலைகள் யானை களாகவும் மிக்க விரிவுடைய காற்றுக் குதிரைகளாகவும், மேகங்களே தேர்களாகவும், பரந்த வலிய கடலேபோர் வீரர்களாகவும் அமைந் தனவோ' என்று, கண்டோர் வியப்படையும் படி நால்வகைப் படையும் விளங்கின.

அகில வெற்பும் இன்று ஆனை ஆனவோ!
அடைய மாருதம் புரவி ஆனவோ!
முகில் அனைத்தும் அத்தேர்கள் ஆனவோ!
மூரி வேலை போர் வீரர் ஆனவோ! 349

அகில வெற்பு - எல்லா மலைகளும். இன்று - இப்பொழுது. மாருதம் - காற்று. அடைய-முழுதும். புரவி- குதிரை. முகில் - மேகம். மூரி - வலிமை.

படையின் பரப்பு

'இந்த உலகம் சிறியதாயிருந்ததால் குலோத்துங்கன் படை பெரியதாயிற்றோ? அல்லது, அவன் படை பெரிதாயிருத்தலால், இந்த உலகம் சிறிதாயிற்றோ?' என்று சொல்ல முடியாதபடி இருந்தது. எதிரில் வெகுண்டு போர் புரியும் வீரர்களுக்கு நிலத்தில் நிற்பதற்குரிய இடம் இல்லையாம்! பெரிய வானுலகத்தைத் தவிர அவர்கள் நிற்ப தற்கு இடமே எங்கும் இல்லையாம்!

பார் சிறுத்தலின், படை பெருத்ததோ!
படை பெருத்தலின், பார் சிறுத்ததோ!
நேர் செறுத்தவர்க்கு அரிது, நிற்பிடம்
நெடு விசும்பு அலால், இடமும் இல்லையே! 350

பார்-உலகம். சிறுத்தலின் - சிறியதாய் இருத்தலால். நேர் - எதிரில். செறுத்தவர்-வெகுண்டு போர் புரிவோர். நெடு-விசும்பு-பெரிய வானம். 'எதிர்த்தவர் வான் புகுவர்' என்பது குறிப்பு.

படை பொறுமை இழந்தது!

எல்லாத் திக்குகளிலும் பரந்துள்ள நால்வகைப் படைகளும் போர்புரிதலை விரும்பிப் பொறுமையை இழந்தன இந்த மண்ணுலகில் உள்ளவர்களாம், அந்த விண்ணுலகில் உள்ளவர்களும் வியப்படைந்து நின்று, அதனால் மனநடுக்கம் அடைந்தனர்.

என எடுத்து உரைத்து, அதிசயித்து நின்று,
இனைய மண்ணுளோர், அனைய விண்ணுளோர்,
மன நடுக்கு உறப், பொறை மத்தலால்
மாந்திரங்களைச் சாது சாதுரங்கமே! 351

அதிசயித்து - வியப்படைந்து. இணைய-இந்த. அனைய - அந்த. பொறை - பொறுமை. மறத்தல்-இழித்தல். மாதிரங்கள் - திசைகள். சாதுரங்கம் - நால்வகைப் படைகள். பொறை மறத்தல், புறம் மறைத் தல் எனவும் பாடம்.

யானைகள் சென்றன

முதற் குலோத்துங்கனின் படையிலுள்ள யானைகள் கடல்நீரைப் பொழிகின்ற மலைகளைப் போன்று உள்ளன; அவை விரிந்த இரண்டு கன்னங்களை உடையன; பொழியும் மத நீரை உடையன; 'நெருப்பை உண்டாக்கும் மேகங்கள் இருக்கின்றன' என்று சொல்லும்படி, அவற்றின் கண்களிலிருந்து நெருப்புப் பொறிகள் சொரிந்தன; மிகுந்த கோபத்தை உடையன; 'போரில் எதிர்க்கும் யானை, குதிரை ஆகியவற்றின் உடல்களைப் பிளந்து எறிய இரண்டு பிறைச் சந்திரர்கள் உள' என்று சொல்லும்படியாகச் சிறந்த தந்தங்களை உடையன; 'உலக உயிர்கள் எல்லாம் நடுங்கும்படியாக இடியும், வடவைக் கனலும் உண்டு' என்று சொல்லும்படியாகப் பேரொலி செய்தவண்ணமாக, மதம் பொழியும் யானைகளும் நெருங்கிச் சென்றன!

'கடல்களைச் சொரி மலை உள' என இரு
கட தடத்தினைப் பொழி மதம் உடையன;
'கனல் விளைப்பன முகில் உள' என விழி
கனல் சினத்தன; 'கரியொடு பரிகளின்
உடல் பிளப்பன பிறை சிலஉள' என,
உயர் மருப்பின்; உலகுகள் குலைதர
உரும் இடிப்பன வட அனல்உள' என,
ஒலி முழங்கின கட கரிகளும் மிடையவே! 352

கடம் - கன்னம். தடம் பெரிய. கனல் - தீப்பொறி. முகில் - மேகம்; மருப்பு - தந்தம். குலைதர- நடுங்க. உரும் இடி. வட அனல் - ஒருவகை நெருப்பு; வடவைக் கனல்; பெண் குதிரை முகம் போன்று வடிவம் அமைந்து கடல் நடுவே உளது என்பர்.

குதிரைகள் சென்றன!

முதற் குலோத்துங்கனின் படையிலுள்ள குதிரைகள், போர்க் களத்தில் வெல்வதாக வஞ்சினம் கூறும் மன்னர்களின் தலைகளைத் தம்முடைய கால்களால் அழிக்கக்கூடியன அரசனின் முடியில் உள்ள முத்துக்களை, வளரும் தம் புகழைப் போல் நிலத்தில் பரப்பக் கூடியன. நிலத்திலிருந்து எழும் புழுதிகள் அடங்கும்படியாக மேகத்தை மிதக்கக் கூடியன. மேக நீர்த்துளிகளுடன் ஒலிக்கும் கடல் அலைகளின் வரிசை களைப் போல, கடலால் சூழப்பட்ட இந்த உலகத்தை மிக்க விரை வாக வலமும் இடமுமாகச் சுற்றிவரக் கூடியன! கடலில் சேரும் இடி யைப் போலத் தம் கால்களை நிலத்தில் வைக்கக் கூடியன! நடையிற் சிறந்தன; விரைந்து செல்லக் கூடியன! இவ்வாறான குதிரைப் படை கள் விரைந்து சென்றன!

முனைகள் ஒட்டினர் முடியினை இடறுவ,
முடியின் முத்தினை விளைபுகழ் என நில
முதுகில் வித்துவ; நிலம்உறு துகள் அற
முகில் மிதப்பன; முகில்விடு துளியொடு
கனை கடல்திரை நிரை என விரைவொடு
கடல் இடத்தினை வலம் இடம்வருவன;
கடலிடத்து இறும் இடிஎன, அடி இடு
கவனம் மிக்கன; கதழ் பரி கடுகவே. 353

முனை - போர்க்களம். ஒட்டினர்- வஞ்சினம் கூறியவர். முடி - தலை. இடறுவ-அழிப்பன. விளை-வளரும். வித்துவ - பரப்புவன. துகள்-புழுதி. அற-நீங்க. முகில்-மேகம். கனை- ஒலிக்கும். திரை- அலை. நிரை- வரிசை. கடல் இடம்-கடலால் சூழப்பட்ட உலகம். இறும் - சேரும். கவனம் -நடை. கதழ் பரி- விரைவினையுடைய குதிரை. கடுக- விரைந்து செல்ல.

தேர்கள் சென்றன!

போருக்கு எழுந்த தேர்களின் சக்கரங்கள் பெரிய நிலத்தில் உள்ள மேடுகளை எல்லாம் தாக்கக் கூடியனவாய் இருந்தன: இரண்டு பக்கங்களிலும் சிறகுகள் இருந்தன; போர் வாய்க்கப் பெற்றால் எதிராய்ப் பறக்கக்கூடியன; நுகத்தடியில் பூட்டப்பெற்ற குதிரைகள் விரைந்து போருக்கு முற்பட்டால், அது தமக்கு மானக்கேடு என்று எண்ணும் தன்மையுடையன; சிறந்த தாமரையின் மொட்டுப் போலவும்,

பூப்போலவும் ஏற்படுத்தப்பட்ட உறுப்புக்களை உடையன; பலவகை வேலைப்பாடுகள் நிறைந்தன; போர்த் தொழில் நீங்கும்படி மிகுதி யாக நீரைச் சொரிவன! உலகங்களை எல்லாம் அளக்கக் கூடியனவாய் இத்தகைய தேர்கள் நெருங்கிச் சென்றன.

இரு நிலத்திடர் உடைபடும் உருளன;
இருபுடைச் சிறகு உடையன; முனைபெறின்
எதிர் பறப்பன; விடு நுகமொடு கடிது
இவுளி முற்படின், 'இல பரிபவம்' எனும்
ஒரு நினைப்பினை உடையன; வினையன;
உயர்செய் மொட்டொடு மலர்என நிறுவிய;
ஒழிதரச் செரு உறுபுனல் உமிழ்வன;
உலகு அளப்பன; இரதமும் மருவமே. 354

இரு-பெரிய. திடர் -மேடு. உருளன-சக்கரங்களை உடையன. புடை-புக்கம். முனை - போர்முனை. நுகம்-நுகத்தடி. இவுளி-குதிரை; பரிபவம் - மானக்கேடு - வினையன-வேலைப்பாடு அமைந்தன. உயர்செய் - சிறப்புப் பொருந்திய. நிறுவிய- ஏற்படுத்தப்பட்டன. செரு - போர். புனல்- நீர். உமிழ்வன-சொரிவன. மருவ-நெருங்க. 'விரவவே' எனவும் பாடம். செறுஉறு புனல்-பகை வீரரின் குருதிப் புனலும் ஆம்.

வீரர்கள் சென்றனர்

முதற்குலோத்துங்கன் படையில் வெற்றிச் சின்னங்களும் அவர்களுக்குரிய கடமைகளும் இவை இவை என்று பதித்த அடை யாளங்களை வீரர்கள் வரிசையாகக் கொண்டிருந்தனர். போரில் புறங்கொடாத வீரர்கள் முகத்திலும் மார்பிலும் பட்ட விழுப்புண் களைத் தாங்கியிருந்தனர். வானுலகும் ண்ணுலகும் எளிதில் கிடைப்ப தாயினும் முன்வைத்த காலைப் பின் வைக்காத வீரர்கள் இருந்தனர். நிலையில்லாத உடலைத் தாங்கி நிற்பது தமக்கு ஒரு சுமை என்றே கருதினர். உயிரைக் கொடுத்தாவது நிலையான புகழைத் தேடிக் கொள்ள முயன்றனர். 'ஒருவர்க்கொருவர் பின் வாங்குபவர் அல்லா' என்று சொல்லும்படியாக, ஒத்த சிறப்புடைய வீரர்கள் பலர் நெருங்கிச் சென்றனர்.

அலகில் வெற்றியும் உரிமையும் இவை என,
அவயவத்தினில் எழுதிய அறிகுறி
அவை எனப் படுவடு நிரை உடையவர்;
அடி புறக்கிடில் அமரர்தம் உலகொடுஇவ்
உலகு கைப்படும் எனினும், அது ஒழிபவர்;
உடல் எமக்கு ஒருசுமை என முனிபவர்; 355

உயிரை விற்றுஉறு புகழ்கொள உழல்பவர்;

ஒருவர் ஒப்பவர் படைஞர்கள் மிடையவே. 355

அலகுஇல்- அளவு இல்லாத. என-என்று கண்டோர் சொல்லவும். வடு-தழும்பு. நிரை-வரிசை. அடிபுறக்கிடில் - முன் வைத்த காலைப் பின் வைப்பதால். அமரர்-தேவர். கைப்படும் - எளிதில் கிடைப்பதானாலும். அது ஒழிபவர் - புறக்கிடுதலை நீக்குபவர். முனிபவர் - வெறுப்பவர். உறுபுகழ் - மிக்க புகழ். உழல்பவர் - முயல்பவர். ஒருவர்-ஒப்பவர்; ஒருவரை ஒருவர் நிகர்ப்பவர். படைஞர்கள்-படைவீரர்கள். மிடைய-நெருங்கிச்செல்ல.

வீரர் சிரிப்பொலி

வீரர்கள் இயல்பாகப் பார்க்கக்கூடிய தங்களுடைய ஒப்பற்ற கண்களால் கோபித்துப் பார்த்தனர்; 'வெடு வெடு' என்று சிரித்த வாயால் பேரொலி செய்தனர்! சிரிப்பொலி கேட்ட தேவர்கள் உடல் நடுங்கினர். எட்டுத் திக்குகளிலும் உள்ள மதம்பொழியும் யானைகள் திகைப்படைந்தன.

விழித்தவிழி கனல் விழித்த விருதர்கள்

விடைத்து வெடுவெடு சிரித்த வாய்

தெழித்த பொழுது, உடல் திமிர்க்க இமையவர்,

திசைக்கண் மதகரி திகைக்கவே; 356

விழித்த-இயற்கையாக விழித்த. விழித்த-கோபத்தால் விழித்த. விருதர்கள்-வீரர்கள். விடைத்து-பெருமிதம் கொண்டு. தெளித்த - ஒலி செய்த. திமிர்க்க - நடுங்க. திசை- எட்டுத் திக்குகள். திகைக்க- மலைப்படைய.

குதிரைகளின் வாய்நுரை

உலகம் முடிவடையும்போது ஒலிக்கும் கடல் அலைகள் வான மண்டலம் அளவும் பெருகி எழுவது போல, மேக மண்டலம் வரையில் பாய்ந்து வினங்கிய குதிரைகளின் வாயின் நுரைகள் தோன்றின. அவ்வாறு வெளிப்பட்ட நுரைகள் ஆகாய கங்கையினின்றும் தோன்றிய நுரைபோல விளங்கின.

உகத்தின் முடிவினில் உகைத்த கனைகடல்

உவட்டி எழுகில் முகட்டின்மேல்,

நகைத்து விடுபரி முகக்கண் நுரை, சுர

நதிக்கண் நுரைஎன, மிதக்கவே; 357

உகத்தின் - ஊழிக்காலத்தின். உகைத்த - பொங்கி எழுந்த. கனை - கனைக்கின்ற. உவட்டி-பெருகி. முகில்-மேகம். நகைத்து-விளங்கி. பரி-குதிரை. முகக்கண்-முகத்தில். விடு-வெளிப்படும். சுரநதி - கங்கையாறு.

யானைகளின் பிளிறல் ஒலி

முதற் குலோத்துங்கனின் யானைகள் இரண்டு கன்னங்களிலும் உண்டான மத நீரோடு கோபத்தால் கட்டுத் தறிகளை முறித்தன. இடியோசை போலப் பொருந்திய போரில் பகைவரைக் கலக்கின. பகைவரைக் கலக்கிய கள்ளம் இல்லாத யானைகள பிளிறின. மேகம் போன்ற அந்த யானைகளின் ஒலியைக் கேட்டு நீர் அருந்தச் சென்ற மேகங்கள் அஞ்சிப் பின்வாங்கின!

கழப்புஇல், வெளியில் சுளி கதத்தில் இருகவுள்
கலித்த சடம்இடி பொறுத்த போர்க்கு
உழப்பி வருமுகின் முழக்கி, அலைகடல்
குடிக்கும் முகில்களும் இடக்கவே; 358

கழப்பு-கள்ளத்தனம். வெளில்-யானை கட்டும் தூண். கவுள்-கன்னம். கலித்த-தோன்றிய. கடம்- மதநீர். உழப்பி-கலக்கி. குடிக்கும் -படியும். இடக்க-பின்வாங்க. 'பார் குழப்பி வருமுகின்' எனவும் பாடம்.

தேர்ப்படைகளின் ஒலி

முதற் குலோத்துங்கன் படையில் இருக்கும் தேர்களின் உருளைகள் உலகங்களை எல்லாம் ஒரு நொடிப் பொழுதில் சுற்றிவரக்கூடிய அவ்வளவு விரைவையுடையன. தேர்களில் கொடிச் சீலைகள் கட்டப்பட்டுள்ளன. திக்கு யானைகள் பொழியும் மதநீரில் இருக்கும் வண்டுகள், தேர்களில் கட்டியுள்ள கொடிச்சீலைகள் அசைவதனாலும் தேர்களின் பேரொலியினாலும் அஞ்சி எழுந்தன.

கடுத்த விசை உருள் தொடுத்த, உலகு ஒரு
கணத்தில் வலம்வரு, கணிப்புஇல் தேர்
எடுத்த கொடி, திசை இபத்தின் மதமிசை
இருக்கும் அளிகளை எழுப்பவே; 359

கடுத்த விசை - மிக்க வேகம். கணிப்புஇல் - அளவில்லாத. எடுத்த - கட்டிய. இபம்-யானை. அளி-வண்டு.

எழுந்தது சேனை

இவ்வாறு நால்வகைப் படைகளும் போருக்குப் புறப்பட்டன. அந்தப் படைகளின் சுமையைப் பொறுக்க முடியாமல் நிலத்தின் முதுகு முறிந்தது. படைகள் செல்லும் வேகத்தினால் காடுகளும் மலைகளும் நிலைகுலைந்து விழுந்தன.

எழுந்தது சேனை; எழலும்
இரிந்தது பாரின் முதுகு;
விழுந்தன கானும் மலையும்;
வெறுந் தரை ஆன, நதிகள் 360

இரிந்தது-முறிந்தது. பார் - உலகம். கான் - காடு. வெறுந்தரை - கட்டாந்தரை. நதிகள் - ஆறுகள். 'திசைகள்' எனவும் பாடம்.

அதிர்ந்தன திசைகள்

முதற் குலோத்துங்கனின் படைகள் விரைந்து செல்வதைப் பார்த்து நான்கு திக்குகளிலும் உள்ளவர்கள் நடுக்கம் அடைந்தனர். கடல்கள் எழும் ஒலி அடங்கின. வலிமை வாய்ந்த மலைகள் பிளவுப் பட்டன. புழுதியின் கூட்டம் மிகுதியாக உண்டாயிற்று.

அதிர்ந்தன, நாலு திசைகள்;
 அடங்கின, ஏழு கடல்கள்!
பிதிர்ந்தன மூரி மலைகள்;
 பிறந்தது தூளிப் படலம்! 361

அதிர்ந்தன - நடுக்கம் அடைந்தன. அடங்கின- ஒலி அடங்கின. பிதிர்ந்தன - சிதறின; பிளவுப்பட்டன. மூரி-வலிய. தூளி - தூசி; புழுதி. படலம்- கூட்டம்.

புழுதியாற் வறண்டன!

படை புறப்பட்டுச் செல்லும் போது நிலத்திலிருந்து உண்டாகிய புழுதியை வானம் விழுங்கியதால், அதன் வயிறு நிறைந்தது. புழுதி படிந்ததால் மேகங்களில் இருந்த நீரெல்லாம் வற்றி வறண்டுபோயின.

நிலத் தரு தூளி பருகி,
 நிறைந்தது வானின் வயிறு;
வலம் தரு மேக நிரைகள்
 வறந்தன, நீர்கள் சுவறி! 352

தூளி - புழுதி. வலம் - வலிமை. நிரைகள்-கூட்டங்கள். வறந்தன - வறண்டு போயின. சுவறி - வற்றி.

புழுதி தணிந்தது!

முதற்குலோத்துங்கனின் யானைகள் மலைகள் போன்று இருந்தன. அவை விளங்கும் ஒளியையுடைய நெற்றிப் பட்டங்களை அணிந்திருந்தன. மழை போன்று மதநீரைச் சொரிந்தன. குதிரைகளின் வாயிலிருந்து நுரைகள் சிந்தின. யானைகளின் மதநீரும், குதிரைகளின் நுரையும் சேர்ந்து எழுந்த புழுதிகள் எல்லாவற்றையும் தணித்து விட்டன!

தயங்கு ஒளி ஓடை வரைகள்
 தரும்கட தாரை மழையின்
அயங்களின் வாயின் நுரையின்,
 அடங்கின, தூளி அடைய!

புலியூர்க் கேசிகன்

தயங்கு-விளங்குகின்ற. ஓடை-நெற்றிப்பட்டம். வரை- மலைப் போன்ற யானை. கடம்-மதம். தாரை- நீர். அயம்-குதிரை. தூளி-புழுதி. அடைய - முழுவதும்.

இரவுத் தங்கி பகலில் சென்றன

கடல் போன்ற பெரிய படைகள் காலையில் தாம் செல்ல வேண்டிய திசையை அறிந்து சென்றன. படைகளால் எழுந்த புழுதி அப்படைகளாலேயே தணியும்படி நடந்து சென்றன. ஞாயிறு மறை யும் மாலைக் காலத்தில், பகலில் வழி நடந்த களைப்பு நீங்க இளைப் பாறி, இரவில் தங்கி, உறங்கி, ஒருநாளும் பகல்வேளையில் தவறாமல் இடைவழியே நடந்து சென்றன.

எழு தூளி அடங்க நடந்து, உதயத்து
ஏகும் திசைகண்டு, அது மீள விழும்
பொழுது ஏகல் ஒழிந்து, கடற்படை எப்
பொழுதும் தவிராது வழிக்கொளவே. 364

எழு-மேலே எழுந்த. தூளி- புழுதி. உதயத்து- காலை வேலை யில். அது-ஞாயிறு. ஏகல்-செல்லல், தவிராது-தவறாமல். வழிக்கொள-பயணம் செல்ல.

கருணாகரன் சென்றான்

முதற் குலோத்துங்க சோழன் குளிர்ச்சி பொருந்திய ஆத்தி மாலையை அணிந்தவன்; திரண்ட தோள்களை உடையவன்; அவன் கலிங்க நாட்டின் மீது படை எடுத்துச் செல்லுமாறு கட்டளையிட்டான். அப் படைக்கு கருணாகரத் தொண்டைமான் படைத்தலைவனாக இருந்தான். அவன் சோழர் படைக்குக் கண் போன்றவன். திருமாலின் அவதாரமாக விளங்கிய குலோத்துங்கனுக்கு சக்கராயுதம் போன்று விளங்கினான். இத்தகைய கருணாகரத் தொண்டைமான் யானை மீது ஏறிப் போர்க்குச் சென்றான்.

தண் ஆரின் மலர்த் திரள்தோள் அபயன்
தான் ஏவிய சேனை தனக்கு அடையக்
கண் ஆகிய சோழன் சக்கரம் ஆம்
கருணாகரன் வாரணம் மேற்கொளவே. 365

பல்லவ அரசன் சென்றான்

கருணாகரத் தொண்டைமான் தொண்டை நாட்டவர்க்கும், வண்டை நகரத்தினர்க்கும் மன்னன் ஆவான். இவனுக்கு முன் பிறந் தவன் பல்லவ வேந்தன்; காமதேனுவின் வழியில் வந்தவன்; தூய வெள்ளிய எருதுக் கொடியை உடையவன் இவன், தன் தம்பி கருணா கரத் தொண்டைமானுக்குத் துணையாக உதவிப் படைத் தலைவனாகப் - பெரிய யானையின் மேல் ஏறிச் சென்றான்.

தொண்டையர்க்கு அரசு முன்வரும் சுரவி,
துங்க வெள் விடை உயர்த்த கோன்,
வண்டையர்க்கு அரசு, பல்லவர்க்கு அரசு,
மால் களிற்றின்மிசைக் கொள்ளவே. 366

தொண்டையர்க்கு - தொண்டைநாட்டில் உள்ளவர்களுக்கு. முன்வரும் - முன் பிறந்த. சுரவி- காமதேனு. துங்க - தூய. வெள்விடை - வெள்ளிய எருது. கோன் - அரசன். மால் - பெரிய.

அரையனும் சோழனும் சென்றனர்

வேறுபாடு கொண்ட பகையரசர்களின் யானைகளைக் கைப்பற்ற ஒளிப்பொருந்திய முகத்தினையுடைய குதிரையின் மேல் ஏறி வாண கோவரையன் சென்றான் ஒப்பற்ற நெற்றிபட்டத்தையுடைய யானை யின் மேல் ஏறி முடி கொண்ட சோழன் சென்றான்.

வாசி கொண்டு அரசர் வாரணம் கவர,
வாண கோவரையன் வாள்முகத்
தூசிகொண்டு, முடிகொண்ட சோழன் ஒரு
சூழி வேழமிசை கொள்ளவே. 367

வாசி-வேறுபாடு. வாரணம்- யானை. கவர-கைப்பற்ற. வாள்-ஒளி. தூசி-குதிரை. சூழி - முகபாடம். வேழம்-யானை. கொள்ள-ஏறிச் செல்ல.

போர்மேற் செல்லல்

பல்லவ வேந்தன் பல்லவ நாட்டில் உள்ளவர்களுக்குத் தலைவன். அவன் முதற் குலோத்துங்கனின் கட்டளையை ஏற்றுப் பகைமேற் சென்றவன்; தன்னோடு போர்புரிய வந்த அரசர்கள் எல்லாரையும் புறமுதுகிட்டு ஓடும்படி செய்து வெற்றி பெற்றுத் திரும்பக் கூடியவன். இத்தகைய பல்லவ வேந்தனும், வண்டைநகர்த் தலைவனுமான கருணாகரத் தொண்டைமான், விளங்கும் நெற்றிப் பட்டத்தையும் சிறந்த நடையையும் உடைய ஆண் யானையின் மேல் ஏறிக் கொண்டு, வீரமும் வலிமையும் விளங்க, பசியொடு கூடிய புலி இரையை விரும்பிச் செல்வதைப் போலக், கலிங்க நாட்டின் மேல் போருக்குச் சென்றனன்.

மறித்து ஓடி எவ் அரசும் சரியவென்று
வரும் அனுக்கைப் பல்வர்க்கோன்; வண்டை வேந்தன்
எறித்துஓடை இலங்குநடைக் களிற்றின் மேற்கொண்டு
இரைவேட்ட பெரும்புலிபோல் இகல்மேற் செல்ல- 368

மறித்து - புறமுதுகு காட்டி. சரிய-பின்வாங்கும்படி. அனுக்கை - ஆணை. எறிந்து - ஒளிவீசி. ஓடை - நெற்றிப் பட்டம். இலங்கு - விளங்குகின்ற. இரை - உணவு. வேட்ட- விரும்பிய. இகல் - பகை.

ஆறு பல கடந்தனர்!

முதற் குலோத்துங்கனுடைய படைகள், பாலாற்றையும் குசைத் தலை ஆற்றையும், பொன் முகரியையும், கொல்லி ஆற்றையும் கடந்து, ஒப்பற்ற வடபெண்ணை ஆற்றையும் தாண்டிச் சென்றன.

மேலும், அப்படைகள் வயல்களின் வழியாகப் புகுந்து, மண் ணாறு, மழை நீரால் பெருகி வளப்பம் நிறைந்த குன்றி என்னும் ஆறு, நீர் நிறைந்து பெருகி வருகின்ற கிருஷ்ணையாறு ஆகியவற்றையும் கடந்து சென்றன.

உயர்ந்த கோதாவரி ஆறு, குளிர்ச்சி பொருந்திய பம்பா நதி, காயத்திரி என்று சொல்லப்பட்டு வரும் ஆறு, ஒப்பற்ற கௌதமி ஆறு, ஒலிக்கும் நீர் நிறைந்த கோடிபலி என்னும் ஆறு ஆகியவற் றையும் கடந்து அப்படைகள் சென்றன.

பாலாறு, குசைந்தலை, பொன்முகரிப்
பழஆறு, படர்ந்து எழு கொல்லி எனும்
நாலாறும் அகன்று, ஒரு பெண்ணை எனும்
நதி ஆறு கடந்து, நடந்து உடனே, 369

வயலாறு புகுந்து, மணிப் புனல்வாய்
மண்ணாறு, வளம்கெழு குன்றி எனும்
பெயலாறு, பரந்து நிறைந்து வரும்
பேர் ஆறும் இழிந்தது, பிற்படவே. 370

கோதாவரி நதி மேலாறொடு, குளிர்
பம்பா நதியொடு, சந்தப் பேர்
ஓதாவரு நதி, ஒரு கோதமையுடன்,
ஒளிநீர் மலி துறை பிறகு ஆக, 371

பாலாறு - மைசூர்ப் பீடபூமிக்கு அருகில் தோன்றி வட ஆர்க்காடு, செங்கற்பட்டு வழியாக ஓடுகிறது. குசைத்தலை - வட ஆர்க்காட்டிலுள்ள காவேரிப்பாக்கத்தில் தோன்றி, திருவள்ளூர் பொன் னேரிப் பகுதிகளில் செல்கிறது. பொன்முகரி - திருக்காளத்தியில் பாய்வது. வடபெண்ணை-மைசூர்ப் பீடபூமியில் தோன்றி அனந்த புரம், கடப்பை, நெல்லூர் வழியாகச் செல்கிறது. நதி ஆறு-ஆற்று வழி.

வயல் ஆறு-வயல் வழி. மணிப்புனல்-தெளிந்த நீர் வாய் - பொருந்திய. பெயல் -மழை. பேராறு-கிருஷ்ணா நதி. இழிந்தது - கடந்து சென்றது. பிற்பட - பின்னாகும்படி.

சந்தப் பேர் ஓதா வரு நதி - காயத்திரி ஆறு. கோதமை - கௌதமி ஆறு. மலி -நிறைந்து. துறை-இடம். பிறகு ஆக - பின்னாகும்படி.

சூறையிடல்

முதற் குலோத்துங்கனின் படை, கலிங்கத்தின் நாலா பக்கங் களிலும் உலக முடிவில் நிலைமாறி வரும் கடல்போல எதிர்த்துத் தேவர்களும் கலங்கும்படி உள்ளே புகுந்து, அங்குள்ள ஊர்களைப் பரவிவரும் நெருப்பால் கொளுத்தி, அவை முற்றிலும் அழியும்படி யாகக் கொள்ளையிட்டது!

> கடையில் புடைபெயர் கடல்ஒத்து, அமரர்
> கலங்கும் பரிசு கலிங்கம் புக்கு,
> அடையப் படர்எரி கொளுவிப் பதிகளை
> அழியச் சூறைகொள் பொழுதத்தே   372

கடை - முடிவு காலம். புடை பெயர் - நிலைக்கெட்டு. அமரர் - தேவர். பரிசு - தன்மை. படர் எரி - பரவும் நெருப்பு. கொளுவி - கொளுத்தி. பதி - ஊர். குறை - கொள்ளை.

கலிங்கர் நடுக்கம்

'முதற் குலோத்துங்கனின் படை கடல்போல் வந்துவிட்டது! வடக்கேயோ, கங்கையாறு இருக்கிறது! உயிர் தப்பி ஓடுவதற்குரிய இடம் எங்கே இருக்கிறது? இனி நமக்குப் பாதுகாப்பு எங்கே? இங்கே அரசன் யார்?' என்று கலிங்க நாட்டுக் குடிமக்கள் அலறினர்.

'கலிங்க நாட்டின் மதில்கள் இடிக்கப்படுகின்றன; ஊர்கள் தீ மூட்டப்படுகின்றன; புகை கிளம்புகின்றது; சோலைகள் எல்லாம் அழிக்கப்படுகின்றன! குடிமக்களாகிய நாங்கள் துன்புறுத்தப்படு கின்றோம்! இப்போது பகைவர் படைகள் சூழ்கின்றன' என்று குடிமக்கள் வருந்தினர்.

> "கங்கா நதி ஒருபுறம் ஆகப் படை
> கடல்போல் வந்தது! கடல் வந்தால்,
> எங்கே புகலிடம்? எங்கே இனி அரண்?
> யாரோ, அதிபதி, இங்கு?" என்றே.   373

> "இடிகின்றன, மதில்! எரிகின்றன, பதி!
> எழுகின்றன, புகை! பொழில் எல்லாம்
> மடிகின்றன! குடி கெடுகின்றனம்! இனி
> வளைகின்றன படை, பகை!" என்றே.   374

ஒருபுறம் - ஒரு பக்கம். புகலிடம் - சென்று அடைவதற்குரிய இடம். அரண் - காவல். அதிபதி - அரசன். என்று - என்று குடிமக்கள் சொல்லி.

பதி - ஊர். பொழில் - சோலை. மடிக்கின்றன - அழிக்கப்படு கின்றன. குடி - குடிமக்கள். கெடுகின்றனம் - துன்பப்படுகின்றோம். வளைகின்றன - சூழ்ந்து கொள்கின்றன.

புலியூர்க் கேசிகன்

முறையீடு

முதற் குலோத்துங்கனின் படைகள் கலிங்க நாட்டில் புகுந்து தீ மூட்டிக் கொள்ளையிட்டதும், கலிங்க மக்கள் அவர்களுடைய அரசனிடம் ஓடிச் சென்றனர். 'அரசே! உங்களுக்கெல்லாம் ஒப்பற்ற தலைவனாகிய முதற்குலோத்துங்க சோழனுக்குப் பகுதிப் பொருளைச் செலுத்துவதாகச் சொன்ன சொல் தவறிவிட்டது. நாங்கள் சொல்லும் பலவாகிய சொற்களை நீர் சிறிதும் எண்ணிப் பார்க்கவில்லை. இப் பொழுது நம்மை எதிர்த்து வந்துள்ள படை அவன் அனுப்பியுள்ள படையே ஆகும்' என்று கூறினர்.

''உலகுக்கு ஒருமுதல் அபயற்கு இடுதிறை
உரை தப்பியது; எமது அரசே! எம்
பல கற்பனைகளை நினைவுற்றிலை; வரு
படை, மற்று அவன் விடுபடை!'' என்றே. 375

ஒரு முதல் - ஒப்பற்ற தலைவன். அபயன் - குலோத்துங்கன். திறை - பகுதிப் பொருள்; கப்பம். உரைதப்பியது. சொல் தவறிவிட்டது. கற்பனைகளை-பின் விளைவை முன் அறிந்து கூறிய சொற்களை. நினைவுற்றிலை- சிந்தித்தாய் இல்லை. வருபடை-வந்தபடை. அவன் - குலோத்துங்கன். விடுபடை- ஏவிய படை.

கலிங்கர் நிலை

இவ்வாறு கலிங்க நாட்டு மக்கள் முறையிட்டபோது, ஒருவரைக் காட்டிலும் மற்றொருவர் சொல் தடுமாறினர்; உடல் நடுங்கினர்; இடுப்பில் கட்டியிருந்த ஆடைகள் அவிழ்ந்து வீழப் பெற்றனர்; எல்லா ரும் அரசன் எதிரில் சென்று தங்கள் குறைகளை எடுத்துரைத்தனர்; அவன் கால்களில் அடைக்கலமாக விழுந்து முறையிட்டனர்.

உரையிற் குழறியும், உடலிற் பதறியும்
ஒருவர்க்கு ஒருவர் முன் முறையிட்டே,
அரையில் துகில்விழ, அடையச் சனபதி
அடியிற் புகவிழு பொழுதத்தே- 376

குழறி-தடுமாற. பதறி- நடுக்கமுற்று. அரை- இடுப்பு. துகில் - ஆடை. அடைய - எல்லாம். சனபதி-அரசன்.

அனந்தவன்மனின் செயல்

மாறுபட்ட நிலைமையைச் சிறிதும் ஆராய்ந்து அறியாத வட கலிங்க நாட்டு மக்களுக்குச் சிறந்த மன்னனான அனந்தவன்மன் என்பவன், மிகவும் அஞ்சாமை உடையவனாய்க் கொடிய கோபத்தை மேற்கொண்டான். அதன் அடையாளமாக வெப்பம் உண்டாகப் பெருமூச்சுவிட்டான்; கையோடு கையைச் சேர்த்துக் கொட்டினான்;

உடல் வியர்க்கப் பெற்றான். அக் கோபக்குறியோடு குடிமக்களை நோக்கினான்.

அந்தரம் ஒன்று அறியாத வட கலிங்கர்
குலவேந்தன் அனந்த வன்மன்,
வெந்தறுகண் வகுளியினால் வெய்து உயிர்த்துக்
கை புடைத்து, வியர்த்து நோக்கி, 377

அந்தரம் - மாறுபட்ட நிலை. வெம் தறுகண் - கொடிய அஞ்சாமை. வெகுளி-கோபம். வெய்து உயிர்த்து - பெருமூச்சு விட்டு. புடைத்து - கொட்டி.

அனந்தவன்மன் கூற்று

'திக்கு யானைகளினுடைய மதநீரை வண்டுகள் உண்ணக் கொடுக்கும் பரந்த குடையை உடையவன் முதற் குலோத்துங்க சோழன். எல்லாத் திக்குகளிலும் தன் ஆட்சியைச் செலுத்தும் அவனுக்கே அல்லாமல், அவன் விடுத்த படைகளுக்கும் நான் வலிமையற்றவனோ?' என்று கோபித்து, அனந்தவன்மன், தன் பெரிய தோள்கள் குலுங்கும்படி நகைத்தான்.

'வண்டினுக்கும் திசையானை மதம் கொடுக்கும்
மலர்க் கவிகை அபயற்கு அன்றித்,
தண்டினுக்கும் எளியனோ?' என வெகுண்டு
தடம் புயங்கள் குலுங்க நக்கே. 378

மலர்க் கவிகை - பரவுதலையுடைய வெண்கொற்றக் குடை. அபயன் - முதற் குலோத்துங்க சோழன். தண்டு - அவனது படை. எளியவன் - வலிமையற்றவன். தடம் - பெரிய.

இகழ்ந்து பேசினான்

'கலிங்க நாடு, காடு, மலை, கடல் ஆகிய அரண்களை இயற்கையிலே பெற்றுத் தக்க பாதுகாப்புடன் இருப்பதைச் சிறிதும் சிந்தியாமல், முதற் குலோத்துங்கனுடைய அந்தப் படையும் நம்மை எதிர்க்க வருகின்றது போலும்?' என்று அனந்தவன்மன் இகழ்ந்து கூறினான்.

'கான் அரணும், மலை அரணும், கடல் அரணும்
சூழ் கிடந்த கலிங்கர் பூமி-
தான் அரணம் உடைத்து என்று கருதாது,
வருவதும் அத்தண்டு போலும்!' 379

கான்-காடு. அரண்- காவல். சூழ்கிடந்த - சூழ்ந்து இருக்கின்ற. அரணம் - காப்பு. கருதாது - நினையாமல். தண்டு - படை.

எங்கராயன் அறிவுரை

இவ்வாறு கூறிய அனந்தவன்மனை நோக்கி, 'அரசே! நான் ஒன்று சொல்லுகின்றேன்' என்று கூறி, எங்கராயன் என்னும் அமைச்சன் அறிவிக்கத் தொடங்கினான்.

'வேந்தே! மன்னர்கள் கோபிப்பார்களானாலும், அவர்கட்கு அடியவர்களாகிய அமைச்சர் முதலியோர் நன்மை விளைக்கும் சொற்களைச் சொல்லாமல் நீங்க மாட்டார்கள்.

'முதற் குலோத்துங்கனை அடைந்தவர்களை அல்லாமல்' ஏனைய எல்லா அரசர்களையும் அழிப்பதற்கு அவன் படையே போதுமானதாகும். முதற் குலோத்துங்க சோழனே நேரில் வரல் வேண்டும் என்பது இல்லை!

'முதற் குலோத்துங்க சோழன் ஏவிய படையினால் பாண்டிய மன்னர்கள் ஐந்து பேரும் அழிந்த அழிவை, நீ கேட்டதில்லையோ?

'முதற் குலோத்துங்க சோழன் போர்புரியும் பொருட்டுத் தன் படைகளைத் திரட்டிக் கொண்டு போகும் பொழுதே, புறமுதுகு காட்டிச் சேரர்கள் ஓடியதை, நீ கேள்விப்படவில்லையோ?

'கடற்படையைக் கைப்பற்றிக் கொண்டு, திருவனந்தபுரத்திற்கு தெற்கேயுள்ள விழிஞம் என்னும் ஊரை அழித்ததும், அதனைச் சார்ந்த காந்தளூர்ச் சாலையைக் கைப்பற்றியதும், அவன் படையைக் கொண்டேயாகும்.

'மத்தியப் பிரதேசத்தைச் சேர்ந்த சக்கரக் கோட்டத்தில் உள்ள வந்தவநாட்டை ஆண்ட தாராவர்ஷன் என்னும் வேந்தன் முதற் குலோத்துங்கனோடு மாறுபட்டுப் போருக்கு எழுந்தான். அப்பொழுது முதற் குலோத்துங்கன் போருக்கு புறப்பட்டான். அந்த அளவில் அவன் துன்பம் அடைந்ததும் இம் முறையே யாகும்.

'முன்பு ஒருநாள், முதற் குலோத்துங்கனின் படை அணி வகுப்புகளுடன் போருக்கு புறப்பட்டதும், மைசூர் நாட்டைச் சேர்ந்த அளத்தி என்னும் ஊரில் உள்ளவர் அடைந்த துன்பத்தையும் நீ அறியவில்லையா?

'படைத்தலைவர்களால் தாக்கிஅழிக்கப்பட்ட நவிலை என்னும் ஊரில், குலோத்துங்கனின் படைகள் வென்று ஓராயிரம் யானைகளைக் கைப்பற்றினவே?

'தாம் வருந்திப் பெற்ற இந்த நில உலகத்தை முதல் குலோத்துங்கனுடைய படையினால் இழந்துபோன அரசர்கள் இவ்வளவு பேர் என்று கணக்கிட்டுச் சொல்லவும் முடியாதே!

'முதற் குலோத்துங்க சோழனுடைய சக்கரம் போன்றவன் படைத் தலைவன் கருணாகரத் தொண்டைமான். அவன் பல போர்களில்

வெற்றி பெற்ற குலோத்துங்கனுடைய படைகளை எல்லாம் சேர்த்துக் கொண்டு வந்து விட்டான். இப்பொழுது நான் கூறும் சொல்லில் உனக்கு ஐயம் இருந்தால், நீ கருணாகரனோடு போர்செய்து, உன் ஆற்றலை உணா்ந்து கொள்!'

என்று கூறலும், எங்க ராயன், 'நான்
'ஒன்று கூறுவன்; கேள்!' என்று உணர்த்துவான்; 380

அரசர் சீறுவ ரேனும், அடியவர்
உரை செயாது ஒழியார், உறுதியே 381

ஏனை வேந்தை எறியச் சயதரன்
தானை அல்லது, தான்வர வேண்டுமோ ? 382

விட்ட தண்டினின், மீனவர் ஐவரும்
கெட்ட கேட்டினைக் கேட்டிலை போலும் நீ! 383

போரின்மேல் தண்டு எடுக்கப், புறக்கிடும்
சேரர் வார்த்தை செவிப்பட்டது இல்லையோ? 384

சோலை கொண்டு விழிஞம் அழித்ததும்,
சாலை கொண்டதும், தண்டு கொண்டே அன்றோ? 385

மாறுபட்டு எழு தண்டு எழ வத்தவர்
ஏறுபட்டதும் இம் முறையே அன்றோ? 386

தளத்தொடும் பொரு தண்டு எழப், பண்டொர்நாள்
அளத்தி பட்டது அறிந்திலை - ஐய! நீ? 387

தண்ட நாயகர் தாக்கும் நவிலையில்
கொண்டது ஆயிரம் குஞ்சரம் அல்லவோ! 388

உழந்து தாம்உடை மண்டலம் தண்டினால்
இழந்த வேந்தர் எனையர் என்று எண்ணுகேன் ! 389

கண்டு காண உன் புயவலி நீயும்! அத்
தண்டு கொண்டு, அவன் சக்கரம் வந்ததே! 390

இவ்வாறு அமைச்சன் எங்கராயன், அரசன் அனந்தவன்மனுக்கு அறிவுரை கூறினான்

என்று கூறவும் - இவ்வாறு அனந்தவன்மன் சொல்லவும் கூறுவன் - சொல்கிறேன். உணர்த்துவான் - அறிவிக்கத் தொடங்கினான். எங்கராயன், கலிங்க நாட்டு அமைச்சனும் படைத்தலைவனும் ஆவான்.

சீறுவர் - கோப்பிப்பர். ஏனும்-என்றாலும். அடியவர் - அமைச்சர் முதலானோர். ஒழியார்கள் - நீங்கமாட்டார்கள். உறுதி- நன்மை தருவன.

எறிய - அழிக்க. சயதரன்-குலோத்துங்கன். தானை-படை. வேண்டுமோ - வேண்டாம்.

தண்டு - படை. மீள்வர் - பாண்டியர். கெட்ட கேடு - அழிந்த அழிவு. கேட்டிலை போலும் - கேட்கவில்லையோ.

புறக்கிடும் - முது காட்டி ஓடிய. வார்த்தை - செய்தி. செவி-காது.

வேலை - கடல். விழிஞம்-ஓர் ஊர். சாலை-காந்தளூர்ச் சாலை. கொண்டதும் - கைப்பற்றியதும்.

மாறுபட்டு - பகைமை கொண்டு, எழு - புறப்பட்ட. தண்டு - குலோத்துங்கன் படை. வத்தவ நாட்டு அரசர். பட்டதும் - துன்பம் அடைந்ததும்.

தளத்தொடும் - அணிவகுப்புகளோடும். அளத்தி - ஓர் ஊர். ஐய - அரசே!

தண்ட நாயக்கர்-படைத் தலைவர். நவிலை-ஓர் ஊர். குஞ்சரம் - யானை.

உழந்து - வருந்தி. மண்டலம-நில உலகம். ஏனையர்-எத்தனை பேர். எண்ணுகேன் - கணக்கிட்டுச் சொல்வேன்.

கண்டு - போர் புரிந்து. புய வலி-தோள் வலிமை. சக்கரம் - திருமாலின் சக்கரம் போன்ற கருணாகரத் தொண்டைமான்.

இன்று சீறினும் நாளை நினைப்பாய்

இவ்வாறு எங்கராயன் முதற் குலோத்துங்கனுடைய படையின் வீரத்தையும், வெற்றியையும் எடுத்துக் கூறி, நீதியைக் கலிங்க மன்னன் அனந்தவன்மனுக்கு உணர்த்தினான். ஆனால், அனந்தவன் மனோ, மிக்க கோபம் கொண்டான். அப்பொழுது எங்கராயன், 'அரசர் பெரும! இன்று நீ என்னைக் கோபித்தாலும் நாளை குலோத்துங்கன் படையின் முன்னே நின்று போர் புரியும் காலத்தில் 'நான் கூறிய வற்றை எண்ணிப் பார்ப்பாய்' என்று கூறினான்.

இன்றி சீறினும் நானள அச்சேனை முன்
நின்ற போழதினில் என்னை நினைத்தியால்!'' 391

சீறினும் - கோபித்தாலும். அச்சேனை - அந்தக் குலோத்துங்க னிடம் படை. நினைத்தி - நினைப்பாய்.

அனந்தவன்மனின் ஆத்திரப் பேச்சு

எங்கராயன் கூறிய அறிவுரையை கேட்கப் பொறாத அனந்த வன்மன், அவனை நோக்கி கீழ்க்கண்டவாறு கூறினான்.

'என் கருத்துக்கு எதிராகச் சொல்லத் தேவர்களும் அஞ்சுவார்கள்! ஆனால் நீயோ நடுங்காமல் எடுத்துரைத்தாய்! நெடுநாட்களாகப்

போரில்லாமல் என் தோள் மலைகள் மெலிந்திருப்பதை நீ காண வில்லையோ?

'நீ தவறு உண்டாகும்படி என்னிடம் பேசினாய். அவ்வாறு பேசியும் நீ உயிர்த் தப்பினாய்! அரசனுக்கு நன்மை உண்டாகும்படி யாகச் சொல்வது, பெருமை கெடும்படியாகவா இருப்பது? குகையில் வாழும் இளஞ் சிங்கக்குட்டி முகத்திற்கு எதிரில் நெருங்கி அதனை தாக்குவதற்கு யானை வருமோ?''

'நீ அமைச்சனாக இருந்தும் உண்மையை உணராமல் சொல்லத் தகாத மொழிகளைச் சொன்னாய். என்னுடைய தோளின் வலிமை யையும், வாளின் ஆற்றலையும் கொஞ்சமும் அறியாமல், பேதைமை யினால் வேறு சில எளியவர்களைப் போல எண்ணிப் பேசிவிட்டாய்! நினைக்கும் நொடிப்பொழுதில் இந்தப் படையை வெல்லுதல் எனக்கு அருமையான காரியமோ?

என்று இவை உரைத்தலும், 'எனக்கு எதிர்
உரைக்க இமையோர்களும் நடுங்குவர்; புயக்
குன்று இவை செருத்தொழில் பெறாது நெடு
நாள் மெலிவு கொண்டபடி, கண்டும் இலையோ? 392

'பிழைக்க உரை செய்தனை! பிழைத்தனை!
எனக்கு உறுதி பேசுவது வாசி கெடவோ?
முழைக்கண், இளவாள் அரிமுகத்து, ''எளிது''
எனக், களிறு முட்டி எதிர் கிட்டி வருநோ? 393

'என்னுடைய தோள் வலியும், என்னுடைய
வாள் வலியும், யாதும் அறியாது, பிறர்போல்
நின்னுடைய பேதைமையினால், உரை செய்தாய்
இது; நினைப்பளவில் வெல்ல அரிதோ? 394

எதிர் உரைத்தல் - மாறுபட்டுக் கூறல். இமையோர்களும்- தேவர்களும். புயக்குன்று - தோளாகிய மலை. செருத்தொழில்- போர்த்தொழில்.

பிழைக்க - தவறு உண்டாக. பிறைத்தனை-உயிர் பிழைத்தாய். உறுதி-நன்மை. வாசி-இயல்பு; பெருமை. முழைக்கண்-குகையில். வாள் - ஒளி. அரி-சிங்கம். முட்டி- தாக்கி. கிட்டி-நெருங்கி. குகை- கலிங்க நாடு. இளஞ்சிங்கம்- கலிங்க வேந்தன். அனந்தவன்மன். யானை- குலோத்துங்கன் படை. யானையைச் சிங்கக்குட்டி அழிப்பது போலத் குலோத்துங்கன் படையை நான் அழிப்பேன்' என்ற அனந்த வன்மன் கூறினான்.

பேதைமை-அறியாமை. நினைப்பளவில்- நினைக்கும் போதில்; நினைத்த அப்போதிலேயே. அரிதோ - அருமையோ!

கலிங்கர்கோன் கட்டளை

இவ்வாறு ஆத்திரத்தோடு பேசிய அனந்தவன்மன் ''யானை, தேர், குதிரை, கொடிய படைவீரர் என்று சொல்லப்பட்ட நம்முடைய நால்வகைப் படைகளும், சோழர்குலத்தில் சிறந்தவனான முதற் குலோத்துங்கன் அனுப்பியுள்ள படைகளுக்கு எதிராகச் சென்று போர் தொடங்குவதாக!'' என்று கட்டளையிட்டான்.

'வேழம், இரதம், புரவி, வெம் படைஞர்
என்று இனைய நம்படை விரைந்து கடுகச்
சோழகுல துங்கன் விட வந்துவிடு
தண்டின் எதிர்சென்று, அமர் தொடங்குக!'எனவே 394

பண்ணுக வயக்களிறு, பண்ணுக
வயப் புரவி! பண்ணுக கணிப்பில் பலதேர்!
நண்ணுக, படைச் செருநர்! நண்ணுக,
செருக்களம்-நமக்கு இகல் கிடைத்தது எனவே! 395

மேலும், 'நமக்குப் போர்த் தொழில் கிடைத்துள்ளது! வெற்றி பொருந்திய யானைகளை அலங்காரம் செய்யுங்கள்! தேர்களை அழகு படுத்துங்கள்! குதிரைகளை விளக்கமாகச் செய்யுங்கள்! படை வீரர்களே! போர்களத்துக்கு விரைவாகச் சென்று சேருங்கள்! சேருங் கள்!' என்று கட்டளையிட்டான்.

வேழம்-யானை. இரதம்-தேர். புரவி-குதிரை. வெம்படைஞர்-கொடிய காலாட் படைவீரர்கள். கடுக-மிகவும். குலதுங்கன் - குலோத் துங்கன். விட-ஏவ. வந்துவிடு-வந்து இறுத்த.

மண்ணுக-அலங்காரம் செய்க. வயம்-வெற்றி கணிப்பு. இல் - அளவில்லாத. நண்ணுக-நெருங்குக. படை; செருநர் - படைவீரர். செருக்களம் - போர்க்களம். இகல் - போர்.

கலிங்கர் படையொலி

கலிங்க வேந்தன் அனந்தவன்மன் கட்டளையிட்டவுடன் ஏழு பிரிவுகளைக் கொண்ட கலிங்கநாடு முழுவதும் ஒப்பற்ற பேரிரைச்சல் உண்டாயிற்று; ஒலிக்கின்ற ஏழு கடல்களும் கலங்கி எழுவதனால் ஏற்படும் பெரிய ஒலிபோல, எட்டுத் திக்கில் உள்ளவர்களும் வியக்கும் படி, கலிங்கர் படை திரண்டு எழுந்தபோதும் பேரொலி உண்டாயிற்று!

கலிங்கம் அவை ஏழினும் எழுந்தது ஒரு
பேரொலி, கறங்கு கடல் ஏழும், உடனே
மலங்கி எழு பேரொலி எனத் திசை
திகைப்புற, வரும் தொனி எழுந்த பொழுதே. 396

கறங்கு - ஒலிக்கின்ற. மலங்கி- கலங்க. திகைப்புற - திக்கு முக்காடிப் போக. தொனி - ஓசை.

கரி பரிப் படைகள்

துவாரம் பொருந்திய துதிக்கையுடைய மதம் பொழியும் மலை போன்ற யானைகள், கடல் நீரைப் பருகிய மேகங்களின் இடிமுழக்கம் போல் பிளிறிக் கொண்டு சென்றன! வளைந்த வாயினையுடைய குதிரைகள், நுரைகள் சிந்தும் படியாகக் கடலில் மடங்கிவரும் அலை களைப் போலப் புறப்பட்டுச் சென்றன.

தொளைமுக மதமலை யதிர்வன,
தொடுகடல் பருகிய முகில் எனவே;
வளைமுக நுரைஉக வரு பரி,
கடலிடை மறிதிரை என எழவே! 397

தொளை-துவாரம். மதமலை-மதம் பொருந்திய மலை போன்ற யானை. அதிர்வன-முழங்குவன. தொடு-தோண்டப்பட்ட. வளை முகம் - வளைந்த வாய். உக -சித்த. மறி-சுருண்டு. திரை- அலை. எழ - போர் புரிய எழ.

குடை - சாமரை - கொடி

கலிங்கர் படைகள் கடல்போல் திரண்டு சென்றன. படைகளின் நடுவில் அணிபெற இட்ட குடைகளும், மன்னர்களுக்கு வீசப்படும் சாமரைகளும், படைக்கடலின் நுரை போல் தோன்றின! காற்றினால் அசையும் நெருங்கிய கொடிகள், அலைகள் மடங்கிவிழும் அந்த படைக் கடல் முழுவதும் கொண்ட மீன்கள் புரள்வனபோலக் காணப்பட்டன.

இடை இடை அரசர்கள் இடுகுடை
கவரிகள் இவை கடல்நுரை எனவே;
மிடைகொடி பிறழ்வன மறிகடல்
அடையவும் மிளிர்வன கயல் எனவே; 398

இடு குடை- அழகு பெற அணிந்த குடை. மிடை - நெருங்கிய. பிறழ்வன - அசைவன. மறிகடல்- அலைகள் சுருண்டு விழும் கடல். மிளிர்வன - புரள்வன.

படையின் புறப்பாடு

கலிங்கர் படை நெருங்கிச் சென்றமையால் வேல், வாள் முதலிய போர்க்கருவிகள் ஒன்றோடு ஒன்று மோதிக் கடலின் அலை போலக் 'கல கல' என்னும் ஓசையை உண்டாக்கின! சினந்து எழுந்த படைகள், உலகத்தை எல்லாம் அழிப்பதாகிய ஊழிக்காத்திலே பொங்கிவரும் ஒப்பற்ற கடல்போல் புறப்பட்டன.

அலகினொடு அலகுகள் கலகல
    எனும்ஒலி அலைதிரை ஒலி எனவே;
உலகுகள் பருகுவது ஒருகடல்
    இது!'' என, உடலிய படை எழவே;   399

அலகு - கருவி. அலை-அசையும். திரை - அலை பருகுவது - அழிப்பது. உடலிய- கோபித்து எழுந்த. எழ- புறப்பட.

தேர்களும் வீரர்களும்

விரைவாகச் செலுத்தப்படுகின்ற குதிரைகள் பூட்டிய தேர்கள், அலைகள் சுருண்டு எழும் கடலில் செலுத்தப்படும் கப்பல்கள் போலக் காணப்பட்டன! புகழைப் பெறுவதற்காகப் போரில் உயிரையும் பொருட்படுத்தாத வீரர்கள், கொல்லும் சுறாமீன்களின் கூட்டம் போலச் சென்றனர்.

விசை பெற விடுபரி இரதமும்
    மறிகடல் மிசைவிடு கலம் எனவே;
இசைபெற உயிரையும் இகழ் தரும்
    இளையவர் எறி சுறவு இனம் எனவே;   400

விரை-விரைவு. கலம்-மரக்கலம்; கப்பல். இசை-புகழ். இகழ் தரும்-பொருட்படுத்தாத. இளையவர்-வீரர். எறி-கொல்லும். சுறவு-சுறா மீன்கள். இனம் - கூட்டம்.,

படை சென்றதன் விளைவு

கலிங்கர் படை விரைந்து சென்றமையால் மரங்களெல்லாம் 'மொடு மொடு' என்னும் ஓசையோடு விரைந்து முறிந்து விழுந்து அழிந்தன! காடுகள் தூள் ஆயின! அருவிகள் நெருப்பின் தன்மையை அடைந்தன! சிறந்த மலைகள் புழுதியாயின! இவற்றால் படை செல்லச் சிறந்த வழி உண்டாயிற்று!

விடவிகள் மொடு மொடு விசைபட
    முறிபட, எறிபட, நெறிபடவே;
அடவிகள் பொடிபட, அருவிகள்
    அனல்பட அருவரை துகள் படவே;   401

விடலிகள் -மரங்கள். விசைபட- விரைந்து. எறிபட - அழிய. நெறிபட - வழி உண்டாக. அடவிகள்-காடுகள். பொடிபட - தூளாக. அனல்-நெருப்பு. வரை-மலை துகள் -புழுதி.

சினத்தீயும் முரசொலியும்

கலிங்க வீரர்கள், தங்கள் கால்களில் ஒலிக்கின்ற வீரக் கழலை அணிந்திருந்தனர்; வடவைத் தீயைப்போல, மிக்க கோபம் உடைய

வராய் இருந்தனர்! பெரிய கடலினது ஒலிபோலத், முரச வாத்தியங்கள் முறையாய் 'மொகு மொகு' என்று ஒலித்தன!

அறை கழல் இளையவர் முறுகிய
சின அழல் அதுவட அனல் எனவே;
முறை முறை முரசுகள் மொகு மொகு
அதிர்வன முதிர்கடல் எனவே; 402

அறை - ஒலிக்கின்ற. கழல்-வீரக்கழல். இளையவர் - வீரர். முறுகிய-மிக்க. வடஅனல்- வடவைத் தீ. அதிர்வன-ஒலிப்பன. அதிர்வு - முழக்கம்.

படைகளின் நெருக்கம்

படைகளின் நடுவில் சிறிதும் வெற்றிடம் காணமுடியாதபடி, போர்வீரர்கள் ஒருவர் உடம்பில் வேறொருவர் உடம்பு நெருங்கும்படி யாகச் சென்றனர். பொருந்திய ஒப்பற்றஇந்த உலகம் அழியவும், கண்டோர் நடுங்கவும், கண்களால் காண முடியாது என்று சொல்லும் படியாகப் படைகள் திரண்டு சென்றன.

ஒருவர்தம் உடலினில் ஒருவர்தம்
உடல்புக உறுவது ஓரபடி உறவே
வெருவர் மிடைபடை, நடு ஒரு
வெளி அற, விழிஇட அரிது எனவே; 403

உறுவது-பொருந்தியுள்ள. ஓர் படி-ஒப்பற்ற உலகம். உக-அழிய. வெருவர-நடுங்க. மிடை- நெருங்கிய. வெளி-வெற்றிடம். அற - இல்லாமல், விழிஇட- கண்களால் காண.

வீரர்கள் போருக்கெழுந்தனர்

கலிங்க நாட்டுப் படைகள்,'வெறுமையாகிய இடம் இல்லை' என்று சொல்லும் வண்ணம் நெருங்கின. அவை முதற்குலோத்துங் கன் ஏவிய படைகளுக்கு எதிரில், 'அவன் படையை வென்றுவிடலாம்' என்று எண்ணின. கலிங்கப் படைவீரர்கள் உணவைப் பெற்ற புலி யைப் போல, மிகுந்த ஆற்றலோடு, 'போரைத் தொடங்குங்கள்! தொடங்குங்கள்!' என்று ஆரவாரித்தனர்.

'வெளி அரிது என எதிர் மிடை படை
மனுபரன் விடுபடை அதன் எதிரே,
எளிதென இரைபெறு புலி என
வலியினொடு 'எடும், எடும்!' எனவே! - 404

வெளி-இடைவெளி; வெற்றிடம். அரிது-இல்லை. மிடை-நெருங்கிய. மனுபரன்-வேந்தன்; குலோத்துங்கன். விடு-ஏவிய. இரை - உணவு. எடும்-தொடங்குங்கள்!

12. போர் பாடியது

(கலிங்கத்தில் சோழப் படைக்கும் கலிங்கப் படைக்கும் நடந்த போர் நிகழ்ச்சியைக் காளிதேவிக்குக் கலிங்கப் பேய்கூறியது. அதனைப் பற்றிப் பாடப்பட்ட பகுதி இது.)

போரின் பேரொலி

சோழர் படையினரும் கலிங்கர் படையினரும் குதிரைப் படை யானைப்படைகளை ஏவிப் போர்புரியத் தொடங்கினர். 'இருதிறப் படையினரும் போர் தொடங்குங்கள்! போர் தொடங்குங்கள்!' என்று உரத்துக் கூவுதலாகிய ஒப்பற்ற போரின் ஓசையானது கடல் ஒலி யையும் வென்றது! பகைவர் மேல் குதிரைப்படையை ஏவுங்கள்! ஏவுங்கள்! ஏவுங்கள்! யானைப் படைகளை விடுங்கள்! விடுங்கள்! விடுங்கள்!' என்று வீரர்கள் உரைக்கும் ஓசையும் மிகுதியால் உண் டாயிற்று!

வீரர்கள் ஆரவாரித்தலாகிய போரில், அவர்களுக்குள்ள ஆவ லாலும் ஆண்மையாலும், யாவரும் அஞ்சும்படி, கட்டமைந்த வில் லிருந்து வேகத்தோடு துள்ளி விழுந்த நாண் ஓசையால், பொருந்திய திக்குகளாகிய இடங்கள் பிளந்தன. போர்க்களத்தில் அவரவர்கள் ஆரவாரித்ததலாகிய ஒப்பற்ற முழக்கத்தால் உலகங்கள் செவிடு பட்டன!

'எடும், எடும், எடும் என எடுத்தது ஓர்
இகல் ஒலி கடல்ஒலி இகக்கவே;
விடுவிடு, விடுபரி கரிக் குழாம்
விடும், விடும் எனும் ஒலி மிகைக்கவே; 405

வெருவர வரிசிலை தெரித்த நாண்
விசைபடு திசைமுகம் வெடிக்கவே-
செருவிடை அவரவர் தெரித்தது ஓர்
தெழி உலகுகள் செவிடு எடுக்கவே; 406

எடும்- தொடங்குங்கள். எடுத்து-உரைத்துக் கூவுவது. ஓர் - ஒப்பற்ற. இகல் ஒலி- போர் ஓசை. இகக்க-வெல்ல. விடு- ஏவு. பரி - குதிரை. கரி-யானை. மிகைக்க - மிகுதியாக.

வெருவர- அஞ்சும்படி. வரி சிலை-கட்டமைந்த வில். தெறித்த - துள்ளி எழுந்த. விசை-வேகம். படு-பொருந்திய திசை முகம்- திக்குகளாகிய இடங்கள். வெடிக்க-பிளக்க. செருஇடை-போர்க்களத் தில். இளையவர்-வீரர். தெழித்தது-ஆரவாரித்தது. ஓர் -ஒப்பற்ற. தெழி-முழக்கத்தால். உலகுகள்- உலகங்களில் உள்ளவர்கள். எடுக்க- பட.

இரு படைகளும் குதிரைகளும்

சோழர் படைகளும் கலிங்கர் படைகளும் ஒன்றை ஒன்று நேரில் எதிர்த்தது, அலைமோதும் கடலுடன் மற்றொரு கடல் எதிர்த்தாற்போல இருந்தது! போரில் சீறிவரும் குதிரைகளுடன் போர் புரிவது, கடலில் சுருண்டு விழும் அலைகளுடன் அலைகள் போர் புரிதலைப் போன்று இருந்தது!

ஏறி கடலொடு கடல் கிடைத்தபோல்
இரு படைகளும் எதிர் கிடைக்கவே;
மறி திரையொடு திரை மலைத்தபோல்
வரு பரியோடு பரி மலைக்கவே; 407

ஏறி - அலை வீசும். கிடைத்த போல் - எதிர்த்தாற் போல். எதிர் கிடைக்க- நேரில் எதிர்க்கவும். மறிதிரை- சுருண்டு விழுந்த அலை, மலைத்தபோல்-போர் புரிதலைப் போல். பரி மலைக்க - குதிரைகள் போர் புரியவும்.

யானைப் படையும் குதிரைப் படையும்

மதம் பொழியும் யானைகளோடு யானைகள் போர் புரிவது பெரிய மலைகளோடு மலைகள் போர் புரிவதுபோல் இருந்தது! தேர்களோடு தேர்கள் எதிர்த்துப் போர் புரிவது, மேகக் கூட்டங்களோடு மேகங்கள் எதிர்ந்துப் போர் புரிவது போல் இருந்தது!

கன வரையொடு முனைத்தபோல்
கட கரியொடு கரி முனைக்கவே;
இனமுகில் முகிலொடும் எதிர்த்தபோல்,
இரதமொடு இரதமும் எதிர்க்கவே; 408

கனம் - பெரிய. வரை- மலைகள். முனைத்த போல்-போர் புரிதல் போல். கடம்- மதம். கரி-யானை. முகில்-மேகம். இரதம்-தேர்.

வீரர்களும் அரசர்களும்

தாக்கும் புலிகளோடு புலிகள் ஆரவாரித்துப் போர் புரிவது போல், போர் புரியும் அரசர்களோடு அரசர்கள் ஆரவாரித்துப் போர் புரிந்தனர்! சிங்கங்களோடு சிங்கங்களின் கூட்டம் போர் புரிவது போல், அரசர்களோடு அரசர்கள் போர் புரிந்தனர்!

பொருபுலி புலியொடு சிலைத்தபோல்,
பொரு படரொடு படர் சிலைக்கவே;
அரியினொடு அரியினம் அடர்ப்ப போல்,
அரசரும் அரசரும் அடர்க்கவே; 409

பொரு புலி - தாக்கும் புலிகள். சிலைத்தல் - ஆரவாரித்துப் போர் புரிதல். பொருபடர்-போர் புரியும் வீரர்கள். படர் - வீரர்கள். சிலைக்க -

ஆரவாரிக்க. அரி- சிங்கம். அடர்ப்பபோல்- நெருங்கிப் போர்புரிவது போல்.

விற்போர்

இரண்டு பக்கங்களிலும் உள்ள வீரர்களின் கண்களில் கோபத்தீ எழுந்தது! அந்தக் கோபக் கனலில், மின்னல் போன்ற ஒளி வீசிற்று! வீரர்கள் கையிலுள்ள வளைந்த வில்களின் ஒலி, இடியோசை போல் ஒலித்தது! அந்த வில்லிலிருந்து கூர்மையாகிய அம்புகள் என்னும் மிக்க மழையும் உண்டாயிற்று!

விளை கனல் விழிகளின் முளைக்கவே
மினல் ஒளி கனலிடை எறிக்கவே;
வளை சிலை உரும் என இடிக்கவே
வலி கணை நெடுமழை படைக்கவே; 410

விளைகனல் -முதிர்ந்த கோபமாகிய நெருப்பு. முளைக்க - தோன்ற. மினல்-மின்னல். கனல்-நெருப்பு. எறிக்க-வீச; பிறக்க' எனவும் பாடம். சிலை- வில். உரும்-இடி, இடிக்க - ஒலிக்க. வடி- கூர்மை. கண் -அம்பு. நெடுமழை-மிக்க மழை. படைக்க - உண்டாக்க. ‘சிறக்கவே’ எனவும் பாடம். சிலை-வில். உரும்-இடி, இடிக்க - ஒலிக்க. வடி-கூர்மை. கண் - அம்பு. நெடுமழை-மிக்க மழை. படைக்க -உண்டாக்க. ‘சிறக்கவே’ எனவும் பாடம்.

இரத்த ஆறு

கலிங்கப் போர்க்களத்தில் இரத்தம் வெளி இடங்களில் எல்லாம் ஆறுபோலப் பரவிச் சென்றது! வெண்மையாகிய குடைகளின் கூட்டங்கள், வெண்மையாகிய நுரைபோல மிதந்து சென்றன! வீரர்கள் யானைகளை இரண்டு துண்டங்களாக வெட்டிப் போட்டனர். அவ்வாறு வெட்டப்பட்ட யானைகளின் உடல்கள், அந்த இரத்த ஆற்றின் கரை போன்று ஒன்றன் மேல் ஒன்றாக அடுக்கடுக்காகக் கிடந்தன!

குருதியின் நதி வெளி பரக்கவே,
குடைஇனம் நுரை என மிதக்கவே;
கரி துணிபடும் உடல் அடுக்கியே
கரை என இருபுடை கிடக்கவே; 411

குருதி -இரத்தம். நதி-ஆறு. வெளி-வெளியிடங்கள். பரக்க - பரவிப்பாய. இனம்-கூட்டம். கரி -யானை. துணிபடும் - துண்டுகளாக வெட்டப்படும். இருபடை - இரண்டு பக்கங்கள். கிடக்க - கிடந்தன.

யானைப் போர்

இருதிறப் படைளிலும் உள்ள மதம் பொருந்திய யானைகள், ஒன்றோடு ஒன்று எதிர்த்துப் போர் புரிந்தன. அவை மலைகளோ என்று

சொல்லும்படியாகப் பருத்து இருந்தன! அவ் யானைகள் கொம்புகளோடு கொம்புகளால் தாக்கிப் போர்புரியும் பொழுது, அவற்றின் தந்தங் களிலிருந்து தீப்பொறிகள் பறந்தன! அந் நெருப்புப் பொறிகள் மேலே எழுதலால், நிழலைத் தரும் கொடிசீலைகள் தீப்பிடித்துக் கொண்டன!

யானைகள், தந்தங்களால் ஒன்றோடு ஒன்று தாக்கிக் கொள்வ தால், தீப்பொறி பறந்தது! அதனால் நொடிப் பொழுதில் கொடிகள் தீப்பிடித்துக் கொண்டு எரிந்து போயின!' நிழலைத் தரும் கொடிகள் தீப்பிடித்து மறைந்து போயினவே' என்று நினைப்பதற்குள்ளாகவே, புதிய கொடிகளை உயர்த்ததுபோல், புகையாகிய கொடிகள் உயர்ந்து நின்றன!யானைகள் போர்புரிவதற்காக ஒன்றோடு ஒன்று நெருங்கின! அவற்றின் கன்னங்களிலே மதநீர் பெருகிற்று! யானையின் மதநீர் கரிய நிறமுடையது! வெண்மையான கொம்புகளில் கரிய மதநீர் படிந்து அந்த யானைகள் இடம் வலமாகிய இரண்டு பக்களிலும் துதிக்கை உடையன வலமாகிய இரண்டு பக்கங்களிலும் துதிக்கை உடையன போலக் காணப்பட்டன! கண்டோர், 'இவை என்ன, மூன்று போலக் காணப்பட்டன ! கண்டோர், 'இவை என்ன, மூன்று துதிக்கைகளை உடைய யானைகளோ?' என்று அஞ்சினர்;

போர்க்களத்தில் கொம்புகளையுடைய மலைபோன்ற யானைகள் எதிர் எதிராக நிறுத்தி வைக்கப்பட்டவை போன்று வரிசையாக நின்றன! மதச்சுவடுகளையுடைய அந்த யானைகள், ஒன்றன் துதிக்கையில் மற்றொன்றின் துதிக்கையைப் பின்னி இழுத்தன! இவ்வாறு அவை இழுப்பது, அவற்றின் இரண்டு கொம்புகளுக்கு நடுவில் வலிய கயிறுகளைப் பற்றித் திரித்தல் போல இருந்தது!

மருப்பொடு மருப்பு எதிர், பொருப்பு இவை
எனப், பொருமதக் கரி மருப்பி னிடையே,
நெருப்பொடு நெருப்பு எதிர் சுடர்ப் பொறி;
தெறித்து எழ, நிழல்கொடி தழல் கதுவவே; 412

நிழல்கொடி தழல் கதுவலின், கடிது
ஒளித்த அவை நினைப்பவர் நினைப்பதன் முனே,
அழல்படு புகைக் கொடி எடுத்தன,
புதுக்கொடி அனைத்தினும் நிரைத்தது எனவே; 413

இடத்திடை வலத்திடை இருத்திய
துணைக்கரம் நிகர்த்தன-அடுத்த கரியின்
கடத்து எழு மருத்திடை மடுத்தன;
சிறப்பொடு கறுததன அவற்றின் எயிறே; 414

எயிறுகள் உடைய நெருப்பை வலித்திடை
எதிர் எதிர் இருபணை இட்டு முறுக்கிய

கயிறுகள் இவைஎன, அக் கரடக்கரி
கரமொடு கரம் எதிர் தெற்றி வலிக்கவே! 415

மருப்பு-யானைக் கொம்பு. பொருப்பு - மலை. பொரு-போரிடும். மதக்கரி-மதம் பொருந்திய யானை. எதிர்-உண்டாகும். சுடர்-ஒளி. தெறித்து-சிதறி. தழல்-நெருப்பு. கதுவ-பற்றிக் கொள்ள.

கதுவல்- பிடித்தல். கடிது-விரைவாக. ஒளித்தவை-மறைத் தவை. முன்னே-முன்பே. அழல்-நெருப்பு. படுபுகை - உண்டாகிய புகை. எடுத்தன - உயர்த்து நின்றன. நிரைத்து என-வரிசையாக அமைத் தது போல.

இடத்துஇடை - இடது பக்கத்தினும். வலத்து இடை - வலது பக்கத்திலும். இருத்திய - அமைத்த. நிகர்த்தன- போன்றன. அடுத்த கரி - நெருங்கிய யானை. கடத்து-மதச்சுவடுகளின். எழு-பெருகும். மடுத்தன-பதித்தன. எயிறுகள் -கொம்புகள்.

பொருப்பு-மலை போன்ற யானை. இரு பணை - இரண்டு கொம்புகள். இட்டு-நிறுத்தி. முறுக்கிய-திரித்த. கரடம்-மதச் சுவடு. கரி - யானை. கரமொடு கரம் -துதிக்கையோடு துதிக்கை. தெற்றி- பின்னி. வலிக்க-இழுக்க.

குதிரைகளின் தோற்றம்

விரைந்து வீசுகின்ற ஊழிக்காற்றின் முயற்சியினால் உலக இறுதிக்காலத்தில் உலகை அழிக்க ஒளிவீசி எழுகின்ற வடமுகாக் கினியைப் போர்க்களத்தில் பொருதிய குதிரைக் கூட்டங்களில் அமைத்து வைத்ததுபோன்று இருந்தது. வடவைக் கனல் உலகத்தை அழிப்பது போலக் குதிரைகளும் பகைவர் கூட்டங்களை அழிக்க வல்லனவாம்!

முடுகிய பவன பதத்தில் உகக்கடை
முடிவினில், உலகம் உணச் சுடர்விட்டு எழு
கடுகிய வடஅனலத்தினை வைத்தது,
களம்உறு துரக கணத்தின் முகத்திலே; 416

முடுகிய-விரைந்து வீசுகின்ற. பவனம்-ஊழிக் காற்று. பதம்- முயற்சி. உகம் கடை- யுக முடிவு. உண-உண்ணந; அழிக்க. சுடர்- ஒளி. கடுகிய-கொடி வடஅனலம் -வடவைத் தீ. களம்-போர்க்களம். உறு-பொருந்திய. துரகம்-குதிரை. கணம்-கூட்டம்.

வீரர்களின் பெருமிதம்

போர்க்களத்தில் வீரர்கள் சிலர் களத்தில் பொருந்திய ஊழித் தீப்போன்ற குதிரைக் கூட்டங்களின் எதிரில் எதிர்த்துப் போரிடக் கோபங்கொள்ளாமல் நின்றனர். ஆனால், தம்மை எதிர்த்து வரும்

கொம்புகளையுடைய யானைகளுக்கு எதிரில் போர்புரிய மிகுந்த மகிழ்சியோடு இருந்தனர்! யானைகளின் கொம்புகள் தங்கள் மார்பு களுக்கு எதிர்வதை, வீரர்கள் தம் மனைவியரோடு கூடும் காலத்தில் முத்துமாலைகளைத் தரித்த இளைய மகளிரின் முலைகள் தம் மார்புக்கு எதிரிட்டுத் தாக்கும் அந்தப் புணர்ச்சிக்கால இன்பமாக எண்ணி மகிழ்வோடு வரவேற்று நின்றனர்!

களம் உறு துரக கணத்தின் முகத்து எதிர்
கறுவிலர் சிலர், கலவித்தலை, நித்தில
இளமுலை எதிர்பொரும் அப்பொழுது இப்பொழுது
என, எதிர் கரியின் மருப்பு எதிர் நிற்பரே! 417

துரகம்-குதிரை. கணம்-கூட்டம். கறு-கோபம். கலவித் தலை - கூடும் காலத்தில். நித்திலம்-முத்து. பொரும்-தாக்கும். கரி - யானை. நிற்பர் - நிற்பார்கள்.

வாள் வீரர்களின் சிறப்பு

கொம்புகளையுடைய யானைகள் வீரர்களைத் தாக்கின! வெட்டும் வாட்படையை உடைய வீரர்கள். அவற்றின் கொம்புகள் உடையும் படியாக மார்பிலே தாங்கி, கை வாளால் வெட்டினர். யானைகளின் கொம்புகளை முறித்து, அவற்றைக் கொன்று இறுமாந்திருந்தனர். வலிய வீரர்களின் அழகிய மார்பில் பதித்த கொம்புகளாகிய அவை, முலைகளில் சந்தனக் குழம்பைக் பூசிய வீரமகளின் முலைக்குறி போன்று அவ்வீரரின் மார்பிலே விளங்கின.

எதிர்பொரு கரியின் மருப்பை உரத்தினில்
இற எறி படையின் இறுத்து மிறைத்து எழு
சதுரர்தம் மணி அகலத்து மறுப்பு அவை
சயமகள் களபமுலைக் குறி ஒலிக்குமே! 418

பொரு-மோதிய. கரி-யானை. மருப்பு-தந்தம். உரம் -மார்பு. இற-ஒடிய. எறி படை-வீசும் வாள். இறுத்து-முறித்து. மிறைத்து-இறுமாந்து. சதுரர்கள் வலிய வீரர்கள். மணி-அழகிய அகலத்து - மார்பில். சயமகள் - வீர மகள். களபம்-சந்தனம். குறி-அடையாளம்.

குதிரை வீரர்களின் சிறப்பு

குதிரை வீரர்கள் தங்கள் குதிரைகளைப் பகைவர் படைக்கு எதிரில் செலுத்தினர். போர்களத்தில் காணப்பட்ட கடல் போன்ற படையை வரிசையாகக் கொன்று சாய்த்தனர். யானைகளைக் வெட்டி னர்; அவற்றின் மத்தகத்திலிருந்து வரிசையாக முத்துக்கள் உதிர்ந்தன. அம் முத்துக்கள் சந்தனக் குழம்பைப் பூசிய வெற்றிமகளின் முலைகளின் மேல் அணியத் தகுந்த முத்து மாலைகளைப் போன்று இருந்தன.

சயமகள் களப முலைக்கு அணியத்தகு
தனி வடம் இவைஎன, மத்தகமுத்தினை
அயம் எதிர் கடவி மதக்கரி வெட்டினர்
அலைபடை நிரைகள் களத்து நிரைக்கவே! 419

சயமகள் -வீர மகள். களபம்-சந்தனம். வடம்- மாலை. மத்தகம் -யானைத்தலைகள். அயம்-குதிரை; கடவி-செலுத்தி. கரி - யானை. நிரைகள் -வரிசைகள். நிறைக்க -வரிசையாய் இறந்து கிடக்க.

வில் வீரரின் சிறப்பு

கடல்போன்ற பெரிய படைகள் அணிவகுத்து நின்றன. வில் வீரர்கள் ஒப்பற்ற தங்கள் வில்லிருந்து சிறந்த அம்புகளை ஏவிப் படைகளின் தலைகளில் தாக்கினர். அம்புதாக்கப்பட்ட தலைகள் நெருப்புப் பிடித்து எரியத் தொடங்கின. தலைகளில் நெருப்புப் பிடித்து எரியும் போர்க்களம், விருப்பத்தால் செய்யப்படும் வேள்விச்சாலையையும் எரியும் மூங்கில் காட்டையும் ஒருவாறு ஒத்திருந்தது!

நெருப்புப் பற்றிக் கொண்ட மூங்கில் காட்டில் ‘சட சட என்னும் ஓசை எப்படி உண்டாகுமோ, அதைப் போல, கீழே இறங்கிப் பிடித்த கையிலுள்ள வில்லின், புகையும் நெருப்பும், பொருந்திய கொல்லும் ஆரவாரத்தையுடைய அம்புகளிலுள்ள குதையை வில்வீரர்கள் இழுப்பார்கள். தீப்பிடித்த மூங்கில் காட்டில் ‘சட சட’ என்று ஒலி உண்டாவது போல, வீரர்கள் வில்லை வளைத்து அம்பைத் தொடுத்து இழுத்து விடும் பொழுதும் பேரொலி உண்டாயிற்று!

வில் வீரர்கள் தங்கள் பகைவர்களை அழிப்பதற்காக வில்லில் கொல்லும் அம்புகளைத் தொடுத்து விடப்போகும் சமயத்தில், குதிரை வீரர்கள் தங்கள் குதிரைகளை அவர்களுக்கு எதிரில் செலுத்தித் தங்கள் கைவாளால் அவர்களை இரண்டு துண்டுகளாக வெட்டிச் சாய்த்தனர். வில்வீரர்கள் அவ்வாறு ஆன பின்பும், வெட்டுண்ட இரண்டு துண்டுகளில் ஒன்று, தாம் கொல்லக் குறிவைத்த தங்கள் பகைவரைக் கொல்லும்!

வெட்டுண்ட வீரர்களின் இரண்டு துண்டுகளில் ஒன்று தாம் எண்ணிய பகைவரைக் கொன்று தீர்த்தது! அவர்கள் வில்லிருந்து உருவிச் சென்ற, பிறைமதி போன்று ஒரு பக்கத்தில் வடிவம் அமைந்த அம்பானது, குதிரைகளைத் தம் மேல் செலுத்தும் வீரர்களின் கால்களையும் தலைகளையும் துண்டுகளாக நிலத்தில் தள்ளும்! இதைக் கண்ட யாவரும், ‘இது மிகவும் அருமையான செயலாகும்’ என்று வியப்புற்றனர்!

அலைபடை நிரைகள் நிறைந்த செருக்களம்
அமர்புரி களம்என, ஒப்பில விற்படை

தலைபொர எரிய நெருப்பினின் மற்றது
தழல்படு கழைவனம் ஒக்கினுமே ஒக்குமே! 420

தழல்படு கழைவனம் எப்படி, அப்படி
சட சட தமரம் எழப் பகழிப் படை,
அழல்படு புரையொடு இழிச்சிய கைச்சிலை
அடுசிலை பகழி தொடுத்து வலிப்பரே! 421

அடுசிலை பகழி தொடுத்துவிடப் புகும்
அளவினில் அயம்எதிர் விட்டவர் வெட்டின
உடல்சில இரு துணி பட்டன, பட்டபின்,
ஒரு துணி கருதும் இலக்கை அழிக்குமே!! 422

ஒரு துணி கருதும் இலக்கை அழித்து எழ,
உருவிய பிறைமுக அப்பகழித் தலை
'அரிது அரிது இதுவும் எனப் பரி உய்ப்பவர்
அடியொடு முடிகள் துணித்து விழுத்துமே! 423

அலைபடை - கடல் போன்ற சேனை. நிறை-அணி; வரிசை. செருக்களம்-போர்க்களம். அமர்புரி - விருப்பத்தால் செய்யும் களம்; யாகசாலை; 'அழல்புரி களம்' எனவும் பாடம். தலை பொர- தலைகள் தாக்க. தழல்படு-தீப் பிடித்த. கழைவனம்-மூங்கில் காடு. ஒக்கினும் ஒக்கும் - ஓரளவு ஒத்திருக்கும்!

தழல்படு-நெருப்புப் பற்றிய. கழைவனம்-மூங்கில் காடு. தமரம் - ஓசை. பகழி-அம்பு. அழல்-நெருப்பு. இழிச்சிய-இறக்கிப்பிடித்த. 'புகை பொழியப் பொழியச்சில' எனவும் பாடம். கைச்சிலை-கையி லுள்ள வில். அடுசிலை-கொல்லும் ஆரவாரம்.

சிலை-வில். அடுபகழி-கொல்லும் அம்பு. தொடுத்து- சேர்த்து. விட-ஏவ. அயம்-குதிரை. இருதுணி- இரண்டு துண்டுகள். கருதும் இலக்கை - கொல்ல எண்ணிய தங்கள் பகைவர்களை. அழிக்கும் - கொல்லும்.

ஒரு துணி-ஓர் உடல் துண்டம். உருவிய-வில்லில் இருந்து உருவிச் சென்ற. பகழி-அம்பு. அரிது அரிது இதுவும் என - அருமையாக இருக்கிறது. அருமையாக இருக்கிறது இச் செய்கையும் என்று பரி - குதிரை. உய்ப்பவர்-செலுத்தும் வீரர்கள். அடி-கால். முடி-தலை. துணித்து-வெட்டி. விழுந்தும்-வீழ்த்தும்; தள்ளும்.

குதிரை வீரரின் சிறப்பு

வில் வீரர்களின் இரண்டு துண்டுகளாக உடல்கள், குதிரை வீரர் களின் கால்களையும் தலைகளையும் வெட்டின. அப்பொழுது - இவை விழப்போகும் சமயத்தில் - தங்கள் தலைகளையும் கால்களையும்

அறுக்கும் கணைகளைக் குதிரை வீரர்கள் தங்கள் கைகளால் சேர்த்துப் பிடித்தார்கள்! அவ்வாறு அவர்கள் பெற்ற கணைகளில் நீண்டனவும் கூர்மையானவையுமான அம்புகளை வேகமாக மேலே வீசினர்; அவர்கள் வீசி எறிந்த கணைகள் வாள்வீரர்கள் பலருடைய உடல் களைத் துண்டாக்கின!

குதிரை வீரர்கள் கூர்மை நிறைந்த அம்புகளை உயர வீசினர்; அக்கணைகளால் வாள்வீரர்கள் துண்டுபட்டனர். அவ் வாள்வீரர்கள் காட்டுப் புதர்களை அழிப்பவரைப் போல, தமக்கு எதிர்ப்பட்ட, ஒலிக் கின்ற வீரக்கழலை அணிந்த வீரர்கள் போர்புரியும் களிப்பு நீங்கும்படி, அவர்களை வாளால் வெட்டினர்; எதிர்த்த வீரர்களின் உடல்கள் முழு வதும் இரண்டு பிளவுகள் ஆயின!

அடியொடு முடிகள் துணித்து விழப் புகும்
அளவு, அரிதொடை சமரத்தொடு அணைந்தனர்;
நெடியன சில சரம் அப்படிப் பெற்றவர்
நிறை சரம் நிமிர விடத்துணி உற்றவே! 424

நிறை சாம் நிமிர விடத்துணி வுற்றவர்
நெறியினை ஒடி அறிகிற்பவர் ஒத்து, எதிர்
அறைகழல் விருதர் செருக்கு அற வெட்டலின்,
அவர் உடல் இருவகிர் பட்டன, பட்டவே! 425

துணித்து- வெட்டுவதால். அரிதொடை - அறுக்கும் கணைகள். சமரத்தொடு-போரில்; 'அகலத்தொடு' எனவும் பாடம்! அணைத்தனர் - சேர்த்துப் பிடித்தனர். சரம்-கணை. நிறைசரம்-கூர்மை நிறைந்த அம்புகள். துணிஉற்ற -துண்டுகள் ஆயின!

நிமிர விட - உயரவிடுதலால். துணிவுற்றவர்- துண்டுபட்ட வாள் வீரர்கள். நெறி-வழி. ஒடி-புதர்கள். எறிகிற்பவர்-அழிப்பவர். அறை-ஒலிக்கின்ற. கழல்-வீரக்கழல். விருதர்-வீரர். செருக்கு-களிப்பு. அற-நீங்கும்படி. முட்ட-முழுவதும். வகிர்ப்பட்டன-பிளவுப்பட்டன.

கலிங்க வீரர் தடுத்தனர்

முதற் குலோத்துங்கனின் படைவீரர்கள், கலிங்க வீரர்களின் மீது படைகளை வழங்கினர். சோழர்கள் விடும் படைக் கருவிகள் தம்மேல் தாக்காதபடி கலிங்க வீரர்கள் தம் கேடயங்களை மதில்போல் வரிசை யாக அமைத்து அவற்றைத் தடுத்தனர்.

விடுத்த வீரர் ஆயு தங்கள்
மேல் விழாமலே நிரைத்து
எடுத்த வேலி போல்; கலிங்கர்
வட்டணங்கள் இட்டவே! 426

விடுத்த-சோழர் படை வீரர்கள் விடுத்த. நிரைத்து எடுத்த - ஒழுங்காய் அமைத்த. வேலி -மதில். வட்டணங்கள் - கேடகங்கள். இட்ட - வரிசையாய் அமைந்தன.

கேடகங்கள் துளைக்கப்பட்டன

சோழனின் வீரர்கள் படைகளை எறிந்தனர். கலிங்க வீரர்கள் கேடயங்களை மதில்போல், வரிசையாக அமைத்துத் தடுத்தனர். மேலும் சோழ வீரர்கள் வேற்படையை வீசினர். கலிங்கரின் கேடகங்கள் தொளைக்கப்பட்டன. அது வட்டமாக அமைந்த நீண்ட மதிலில் உண்டாக்கிய சிறிய வாயில்களை ஒத்திருந்தன.

இட்ட வட்டணங்கள் மேல்
எறிந்த வேல் திறந்த வாய்
வட்டம் இட்ட நீள மதிற்கு
வைத்த பூழை ஒக்குமே! 427

இட்ட-பிடித்த. வட்டணங்கள் மேல்-கேடகங்களில். வாய் - இடங்கள். இட்ட-அமைந்த. நீள்-நீண்ட. பூழை-சிறிய வாயில்; தொளை; 'நூழை' எனவும் பாடம்.

வாளும் உலக்கையும்

போரில் கொஞ்சமும் கலங்காத வாள்வீரர்கள், தம்மை எதிர்த்த உலக்கை வீரர்களை வாளால் வீசினர்! அந்த வாள் படை உலக்கைகளின் நுனியில் அழுந்தின. அப்போது அந்த உலக்கைள், உழவர்கள் நிலத்தை உழும் கலப்பைகளை ஒத்திருந்தன!

கலக்கம் அற்ற வீரர் வாள்,
கலந்த சூரர் கைத்தலத்து
உலக்கை உச்சி தைத்த போது
உழும் கலப்பை ஒக்குமே! 428

கலக்கம் அற்ற-கலங்காத. கலந்த - நெருங்கிய, சூரர்-வீரர், கைத்தலத்து - கையில். உச்சி-நுனி. தைத்த போது - அழுந்தின பொழுது.

துதிக்கையும் சக்கரமும்

வீரர்கள் சிலர் விடுத்த வலிய அம்புகள் தைத்தபோது, செருக்குடைய யானைகளின் துதிக்கைகள் அறுப்புண்டு சுருண்டு வீழ்ந்தன. அந்தத் துதிக்கைகள் சக்கரங்கள் போலக் கிடந்தன!

மத்த யானையின் கரம்
சுருண்டு வீழ, வன்சரம்
தைத்த போழ்தின், அக் கரங்கள்
சக்கரங்கள் ஒக்குமே! 429

மத்தம் - மதம்; செருக்கு. கரம்-கை. வன்சரம்-வலிய அம்புகள். தைத்த - அழுத்தின. போழ்தின் - சமயத்தில்.

யானையின் வீழ்ந்த முத்துக்கள்

வீரர்கள் கொடிய யானைகளின் தலைகளை வெட்டினர். அவற்றின் தலைகளிலிருந்து முத்துக்கள் விழுந்தன. அவ்வாறு உதிரும் முத்துக்கள் சிறந்த வீரர்களுக்குத் திருமணச் சடங்கில் பொரி களைச் சொரிவது போன்று இருந்தது!

    வெங் களிற்றின் மத்தகத்தின்
        வீழும் முத்து, வீர மா
    மங்கையர்க்கு மங்கலப்
        பொரி சொரிந்தது ஒக்குமே!   430

வெம்-கொடிய. களிறு-ஆண்யானை. மத்தகம்- தலை. வீழும் - உதிரும். மா-சிறந்த. மங்கலம் - திருமணம். பொரி-நெற்பொரி. ஒக்கும்-ஒப்பாகும்.

கேடகங்களுடன் வீரர்கள்

வீரர்கள் போரில் இறந்து நிலத்தில் விழுந்து கிடந்தனர். கீழ் மேலான கேடகங்கள் அவர்களுக்குப் பக்கத்தில் கிடந்தன. அந்தத் தோற்றம், புரண்ட தேர் உருளைகளோடு அத் தேர்களிலிருந்து நீங்கிய பாரும் விழுந்து கிடப்பதைப் போன்று இருந்தது!

    மறிந்த கேடகம் கிடப்ப,
        மைந்தர் துஞ்சி வைகிவேர்
    பறிந்த தேரின் நேமியோடு
        பார் கிடப்பது ஒக்குமே!   431

மறிந்த-விழுந்த. கேடயம்-கேடகம். மைந்தர்-வீரர். துஞ்சி-இறந்து. பறிந்த - நீங்கிய. நேமி - சக்கரம். பார் - தேரின் ஓர் உறுப்பு; மேற்சட்டம். கேடகம்- சக்கரம்.

தண்டும் மழுவும்

போரில் மகிழ்ச்சி கொண்ட வீரர்கள் சக்கரப்படையை விடுத் தனர். எதிர்த்துப் போர் புரியும் மற்ற வீரர்கள் அவற்றின் மேல் தண்டா யுதத்தால் மோதி அடித்தனர். தண்டாயுதத்தில் அந்த சக்கரப்படை அழுந்திற்று. அப்பொழுது சக்கரம் பதித்த தண்டாயுதங்கள், கூர்மை யான மழுவாயுதம் போன்று தோன்றின!

    களித்த வீரர் விட்ட நேமி
        கண்டு, வீசு தண்டிடைக்
    குளித்த போழ்து, கைப்பிடித்த
        கூர்மழுக்கள் ஒக்குமே!   432

களி-மகிழ்ச்சி. நேமி-சக்கரம். வீசுதண்டு இடை-மோதி அடித்த தண்டாயுதங்களில். குளித்த போழ்து - பதிந்த காலத்தில். மழு - கோடரி போன்றது.

குறையுடல்களும் பேய்களும்

தலையற்ற உடற்குறைகள் பேய்களுக்கு முன்பு துள்ளி ஆடின. பசி தணியப் பிணங்களை உண்ட பேய்க்கூட்டங்கள் களிப்படைந்து அவற்றிற்குப் பின்னே இருந்து விளையாடின குறையுடல்களாகிய பதுமைகளைப் பின்னிருந்து ஆட்டுவிக்கும் ஆட்டக்காரர்களைப் போல், பேய்க்கூட்டங்கள் அப்போது தோன்றின!

கவந்தம் ஆட முன்பு தம்
களிப்பொடு ஆடு பேய் இனம்,
நிவந்த ஆடல் ஆட்டுவிக்கும்
நித்த காரர் ஒக்குமே; 433

கவந்தம் - தலையற்ற உடற் குறைகள். பேய் இனம் - பேய்க் கூட்டம். நிவந்த ஆடல்- உயர்ந்த கூத்தாட்டம். பொம்மலாட்டமும் ஆம். நித்தகாரர் - ஆட்டக்காரர்; சூத்திரதாரர்.

ஒட்டகம் - யானை - குதிரை

ஒட்டகம் முதலிய ஊர்திகளில் ஏறிப் போர் புரிந்த வீரர்கள் முன்பே கொலையுண்டனர். அதனால் செலுத்துவார் இல்லாத ஒட்டகங் களும் யானைகளும், வாலை மேலே உயர்த்திய குதிரைகளும் முன்பே தோற்றுப்போன போர்த்தொழிலை விட்டு நீங்கிச் செல்லாமல், மீண்டும் போர் புரியத் திரும்பி வருவனபோல் களத்துக்கே திரும்பி வந்தன.

ஒட்டகங்கள், யானை, வால்
உயர்த்த மா, அழிந்த போர்
விட்டு அகன்று போகிலாது
மீள்வ போலம் மீளுமே. 434

வால் உயர்த்த மா-வாலை மேலே உயர்த்திய குதிரை- அழித்த - தோற்ற. போர்-போர்க்களம். அகன்று-நீங்கி. போகிலாது - போகாமல். மீள்வ - திரும்பி வருவன.

யானைகள் மேகங்களை ஒத்தன

யானைக் கூட்டங்கள் மிகுந்த இரத்தமாகிய வெள்ளத்தில் கொலையுண்டு வீறிட்டு விழுந்தன. அவை, மேகங்கள் ஒலிக்கின்ற கடலிலுள்ள நீரைக் குடிப்பதன் பொருட்டு, அந்தக் கடலில் சென்று படிவன போன்று இருந்தது.

பிறங்கு சோரி வாரியில்

பிளிற்றி வீழ் களிற்று இனம்,

கறங்கு வேலை நீர் உணக்

கவிழ்ந்த மேகம் ஒக்குமே! 435

பிறங்கு-விளங்குகின்ற. சோரி-இரத்தம். வாரி-வெள்ளம் பிளிற்று - வீறிட்டு. வீழ்- விழுந்த களிற்று இனம் - யானைக் கூட்டம். கறங்கு - ஒலிக்கும். வேலை- கடல். நீர் உண - நீரைப் பருக. கவிழ்ந்த - படிந்த.

வீரர் துருத்தியாளரை ஒத்தனர்

வீரர்கள் யானைகளின் துதிக்கைகளை வாளால் வெட்டினர். வெட்டிய துதிக்கைகளை வீரர்கள் தோள்களில் வைத்துக் கொண்டனர். அப்போது அவ் வீரர்கள் துருத்திகளைத் தோளில் வைத்து நீரை ஊற்றும் துருத்தியாட்களைப் போலத் தோன்றினர்.

வாளில் வெட்டி வாரணக் கை

தோளில் இட்ட மைந்தர் தாம்

தோளில் இட்டு நீர் விடும

துருத்தி யாளர் ஒப்பரே! 436

வாளில்-வாளால். வாரணம்-யானை. இட்ட- வைத்துக் கொண்ட. மைந்தர்- வீரர். இட்டு-வைத்து. நீர்விடும்-நீரைச் சொரியும். துருத்தி-நீரை வைத்துச் சொரியும் ஒருவகைத் தோற்பை.

வில் வீரர் செயல்

போரில் ஒருவரோடு ஒருவர் எதிர்த்தனர். சிலர் பகைவர் மேல் அம்பைச் செலுத்தினார். அவற்றிற்கு எதிராக விடுக்கக் கையில் அம்பு இல்லாத காரணத்தினால், வேறு சில வீரர்கள் தங்கள் வளைந்த வில்லைச் சுழற்றினர். அப்பொழுது எதிரி விடுத்த அம்பு மார்பில் ஊடுருவியது. அவ்வம்புகளை வீரர்கள் எடுத்து நீண்ட வில்லில் வைத்துத் தொடுத்துப் பகைவர்மேல் மீண்டும் தொடுத்தனர்.

நேர் முனையில் தொடுத்த பகழிகள்

நேர் வளைவில் சுழற்றும் அளவினில்,

மார்பிடையில் குளித்த பகழியை

வார் சிலையில் தொடுத்து விடுவரே. 437

நேர்முனை- எதிர்த்த போர். தொடுத்த-பூட்டிய. பகழிகள் - அம்புகள். நேர்-எதிராக. வளை வில்-வளைந்த வில். குளித்த-பதிந்த. வார் சிலை - நீண்ட வில்.

குதிரை வீரர் செயல்

வீரர்கள் சிலர் கொல்லும் தன்மையுடைய ஈட்டியைக் குதிரைகளின் மார்பில் வருந்தும்படி அழுத்தினர். அந்த ஈட்டியைக் குதிரையொடு

மேலே எடுத்தனர். 'வெற்றி மகளுக்கு உயர்த்துப் பிடித்த கொடிகள் அவை, என்று பார்த்தவர் சொல்லும்படியாக, அப்பொழுது அதனை அவ்வீரர்கள் எடுத்து வருவார்கள்.

அசைய உரத்து அழுத்தி, இவுளியை
அடு சவளத்து எடுத்த பொழுது, அவை
விசைய மகட்கு எடுத்த கொடி என,
விருதர் களத்து எடுத்து வருவரே! 438

அசைய-வருத்தும். உரத்து-மார்பில். அழுத்தி- பதித்து. இவுளி - குதிரை. அடுசவளத்து-கொல்லும் ஈட்டியில். எடுத்தபொழுது-தூக்கிப் பிடித்தபோது. விசையம்-வெற்றி. என - கண்டோர் சொல்ல. விருதர்-வீரர். ஈட்டி கொடி கட்டும் மூங்கில் போலவும், குதிரை கொடித்துணி போலவும் விளங்கியது என்க.

தொடை அறுந்த வீரர் செயல்

இரண்டு தொடைகளும அறுபட்டு வீரர்கள் நிலத்தில் விழுந்து கிடந்தனர். அப்போது அவர்களை எதிர்த்து அழிக்க, துதிக்கையை யுடைய யானைகள் ஓடி வந்தன. வீரர்கள் வலிமை அழியும்படி ஒரு தொடையை அவற்றின்மேல் சுழற்றி எறிவார்கள்; மீண்டும் எறிந்து தாக்குவதற்காக மற்றொரு தொடையை வைத்து வைப்பார்கள். கால் தொடை அறுபட்டு நீங்கினாலும், முழு மனவலிமையை வீரர்கள் விட்டிலர்.

இரு தொடை அற்று இருக்கும் மறவர்கள்,
எதிர் பொரு கைக்களிற்றின் வலி கெட
ஒரு தொடையைச் சுழற்றி எறிவர்கள்;
ஒரு தொடை இட்டு வைப்பர், எறியவே, 439

அற்று - நீங்கி. பொரு - போர் புரியும்; தாக்கும். வலிகெட-வலிமை அழிய. இட்டு வைப்பர் - வைத்து வைப்பர். எறிய-மீண்டும் எறிவதற்காக.

வாள் வீரர் மடிந்தனர்

இரு திறப்படைகளிலும் இருந்த வாள் வீரர்கள் வஞ்சகச் செயல் இல்லாமல் நேருக்கு நேராக நின்று போர் புரிந்தனர். இரண்டு பக்கத்து வீரர்களும் ஒரு சேர வாளால் வெட்டினர். இரண்டு பக்கத்து வீரர்களும் ஒரு சேர வாளால் வெட்டினர். இரு திறத்தினரும் நிலத்தில் ஒரே சமயத்தில் விழுந்தனர். அவ்வாறு அவர்கள் விழுந்து கிடக்கும்பொழுது இரண்டு பக்கத்து படையினரும் பேரொலி எழுப்பினர்.

இருவர் உரத்தின் உற்ற சுரிகையின்
எதிர் எதிர் புக்கு இழைக்கும் அளவினில்

ஒருவர் எனக் கிடைத்த பொழுதினில்
உபய பலத்து எடுத்தது, அரவமே! 440

உரம் - மார்பு. சுரிகை - உடையின் கண் உள்ள வாள். புக்கு - புகுந்து. இழைக்கும் - போர் புரியும். அளவினில் - காலத்தில். கிடைத்த - கிடந்த. உபய பலத்து- இரண்டு படைகளிலும். எடுத்தது- தோன்றியது. அரவம்-பேரொலி.

யானை வீரரோடு பொருநர்

போர் வீரர்களில் சிலர் தங்கள் மார்பில் தாக்குவதற்காகக் குனிந்த யானைகளின்மேல் பாய்ந்து கால்களை வைத்து ஏறினர். யானையின் மீது இருந்த பகை வீரர்களின் தலைகளை அறுத்தனர். அந்தத் தலைகள் நிலத்தில் விழுந்தன. தாங்கள் ஏறியிருந்த யானைகளிடத்தில், பகைவர் களைத் தாக்கிக் கொல்லுங்கள்' என்று அத் தலைகள் சொல்லுவன் போன்று இருந்தன!

பொருநர்கள் சிலர்தம் உரத்தினில் கவிழ்
புகர் முகம் மிசை அடிஇட்டு, அதன்பகை
விருதரை அரிவர், சிரத்தை; அச்சிரம்
விழுபொழுது, 'அறை' எனும் அக்களிற்றையே! 441

பொருநர்கள் - போர் வீரர்கள். உரத்தினில்- மார்பில். புகர்முகம் - யானை. மிசை-மேல். அடியிட்டு-கால்களை வைத்து ஏறி. அதன்- அந்த யானைகளின் மேல் இருந்த. விருதர்-வீரர். அரிவர்- அறுப்பர். சிரம்-தலை. அறை-தாக்கிக் கொல். எனும் -என்று சொல்லும்.

படைக்கருவி இல்லாதவர் செயல்

போர்களத்தில், வீரர்கள் கைகளில் படைக் கருவிகள் இல்லை! வேகமாக ஓடும் குதிரைகளை நிலத்திலே சாயும்படி கொல்ல நினைத் தனர். ஆனால் எறிவதற்கு எவ்விதக் கருவியும் இல்லாமையால், இதற்கு முன்பு சாகும்படியாகக் கொல்லும் யானைகளின் நெற்றியில் பதியும்படிவிட்ட பழைய தங்கள் கை ஆயுதங்களை நொடிப்பொழுதில் பிடுங்குவர் ஆயினர்!

விடுபடை பெறுகிலர், மற்று இனிச் சிலர்
விரை பரி விழ எறிதற்கு; முற்பட
அடுகரி நுதற்பட விட்ட கைப்படை
அதனையொரு நொடி வரையில் பறிப்பரே! 442

விடுபடை - விடும் படைக் கருவிகள். பெறுகிலர் - பெற்றிலர். விரை பரி-வேகமாகச் செல்லும் பரி. விழ-விழும் படி., எறி-கொல்வ தற்கு. முற்பட-முன்பு. அடுகரி-கொல்லும் யானை. நுதல்-நெற்றி. பட - அழுந்தும்படி. பறிப்பர் - பிடுங்குவார்கள்.

வீரர்கள் நாணினர்

வீரர்கள் கடுமையாகப் போரிட்டனர். அவ் வீரர்களை மார்பில் குத்திக் தாக்குவதற்காக யானைகள் குனிந்தன. வீரர்கள் அவற்றின் தலையில் தண்டினால் தாக்கினர். அவ்வாறு அடிக்கின்றபொழுது அந்த யானைகளின் மேல் இருப்பவர், 'இவை எங்களுடைய யானைகள்' என்ற கூறினர். ஆனால், தங்கள் இரண்டு விழிகளையும் திறந்து பார்க்கவும் அஞ்சினார்கள்! தம்மைப் போன்ற அப்படை வீரர்களுடைய செய்கையைக் கண்டு வெட்கங் கொண்டு, அவர்கள் மேல் படைக் கலங்களை விட்டார் அல்லர்!

அமர்புரி தமது அகலத்து இடைக் கவிழ்
அடுகரி நுதலின் அடிப்பர்! 'இக்களிறு
எமதுஎன' இருகண் விழிக்க, 'உட்கினர்'
என விடுகிலர், படைஞர்க்கு வெட்கியே. 443

அமர்-போர். அகலத்து இடை - மார்பில். கவிழ் - குனிந்த. அடுகரி-கொல்லும் யானை. நுதலில்-முகத்தில். உட்கினர் - அஞ்சினர். விடுகிலர்- படைகளைச் செலுத்திலர், வெட்கி-வெட்கம் அடைந்து. வீரர்கள் அச்சத்தால் இமையை மூடுவதும் இழுக்காகும்.

கருணாகரன் போரில் ஈடுபட்டான்

உலகத்தினரால் புகழப்படும் கருணாகரத் தொண்டைமான், வண்டை நகரில் உள்ளவர்களுக்குத் தலைவன்; முதற் குலோத்துங் கனுக்கு மந்திரியும் ஆவான். அவன், அளவில்லாத போர்மிகுந்த காலத்தில், தன்னுடைய ஒரு துதிக்கையையும், இரண்டு கொம்புகளை யும் உடைய போர் யானையைப் பகைவர் மேல் செலுத்தினான்.

அலகுஇல் செரு முதிர் பொழுது வண்டையர்
அரசன், அரசர்கள் நாதன் மந்திரி,
உலகு புகழ் கருணாகரன், தனது
ஒரு கை இரு பணை வேழம் உந்தவே! 444

அலகுஇல்-அளவு இல்லாத. செரு -போர். முதிர் பொழுது - மிகுந்த காலத்தில். நாதன்-தலைவன்; குலோத்துங்கன். இரு பணை- இரண்டு கொம்புகள். வேழம்- யானை. உந்த -செலுத்த.

இருபடைகளும் வெற்றிகாண முற்படல்

கருணாகரன் முற்பட்டுத் தன் யானையைப் பகைவர் மேல் செலுத்தியதும், இரண்டு படையினரும் மன எழுச்சி குன்றாமல் கொடிய போரைக் கோபித்துச் செய்தனர். அப்பொழுது முதற் குலோத்துங்கன் அனுப்பிய படைகளும், ஏழு பிரிவுகளைக் கொண்ட கலிங்க நாட்டுப் படைகளும், 'வெற்றி மாலையைத் தாங்களே முதலில் சூட்டிக்கொள்ள

வேண்டும்' என்று எண்ணின. அதனால், யாவரும் ஒன்றாகத் திரண்டு முற்பட்டுக் கடும்போர் புரிந்தனர்.

உபய பலமும் விடாது வெஞ்சமம்
 உடலு பொழுதினில் வாகை முன்கொள
அயன் விடுபடை, ஏழ் கலிங்கமும்
 அடைய ஒரு முகம் ஆகி முந்தவே!   445

உபய பலம்- இரண்டு படைகள். விடாது-தளராமல். வெம் - கொடிய. சமம்-போர். உடலுபொழுதினில்- கோபித்துச் செய்யும் காலத்தில். அபயன்-சோழன். வாகை-வெற்றிமாலை. அடைய-எல்லாம்.

இருபுறப் படைகளும் அழிந்தன

இரண்டு பக்கத்துப் படைகளும் அணிவகுத்து ஒருமுகமாகப் போரிடுவதற்கு விரைந்தன. இரண்டு படையினரும் போரிடுவதைப் பார்ப்பதற்குத் தேவர்களும் முன்னிடம் தேடிக் கொண்டு வந்தனர். மதம் பொழியும் யானைகள் பல துண்டுகள் ஆகும்படி வெட்டப்பட்டன. குதிரைக் கூட்டங்களும் தேர்க்கூட்டங்களும் முறையே சிதைந்து போயின.

அணிகள் ஒரு முகமாக உந்தின!
 அமரர் அமர் அது காண முந்தினர்!
துணிகள் பட மத மா முறிந்தன!
 துரக நிரையோடு தேர் முறிந்தவே.   446

அணி-படை வகுப்பு. ஒரு முகம் ஆக- ஒன்று சேரும்படி. உந்தின - செலுத்தப்பட்டன. அமரர்-தேவர். அமர்-போர். முந்தினர்-முற்பட்டனர். துணிகள் பட-துண்டுகள் ஆகும்படி. முறிந்தன - வெட்டுண்டன. துரகம்-குதிரை. நிறை-கூட்டம். முறிந்த - சிதைந்து போயின.

காலாட் படையின் அழிவு

போரில் வீரர்களின் உடல்கள் இரண்டு துண்டுகளாக வெட்டப்பட்டன. அவை நிலம் முழுவதும் நிரம்பின. வேறான வீரர் பலருடைய தலைகள் மலைகள் போல உருண்டன. உடல்களிலிருந்து பெருகிய இரத்த வெள்ளம், ஒலிக்கும் கடல்போல் எங்கும் பரவின. அந்த வீரர்களின் இரத்த வெள்ளத்தில் அவர்கள் குடல்கள் மிதந்து சென்றன.

விருதர் இரு துணி பார் நிறைந்தன;
 விடர்கள் தலை, மலையாய் நெளிந்தன;
குருதி குரைகடல் போல் பரந்தன;
 குடர்கள் குருதியின்மேல் மிதந்தவே.   447

விருதர் - வீரர்கள். இருதுணி - இரண்டு துண்டுகள். பார்-உலகம். விடர்கள்-வீரர்கள். நெளிந்தன - உருண்டன. குரைகடல்-ஒலிக்கும் கடல். பரந்தன-பரப்பின. குடர்-குடல்.

களத்தில் பேரொலி

யானைகள் தம் கூட்டங்களோடு உயிர் துறந்தன. கழுகு, நரி, காகம் ஆகியவை போர்க்களத்தில் கிடந்த பிணங்களைத்தின்றன. இரத்த வெள்ளத்தில் அலைகள் எட்டுத் திக்கு மலைகளின் எல்லை வரை சென்று நெருங்கின வெட்டுண்ட உடலில் உயிர் நீங்கும் நிலை யிலிருந்த வீரர்களின் துன்ப ஒலியும், கழுகு, நரி, காக்கை, ஆகியவற் றின் ஒலியும், போர் வீரர்களின் ஆரவார ஒலியும் சேர்ந்து, பலவகை யான பேரொலிகள் போர்க்களத்தில் எழுந்தன.

கரிகள் கருவிக ளோடு சிந்தின,
கழுகு நரியொடு காகம் உண்டன;
திரைகள் திசைமலை யோடு அடர்ந்தன;
திமில குமிலம் எலாம் விளைந்தவே! 448

கரிகள் - யானைகள்; 'கசைகள்' எனவும் பாடம். கருவிகளோடு - கூட்டங்களுடன். சிந்தின-நீங்கின. திரைகள் - அலைகள். அடர்ந்தன - நெருங்கின. திமில குமிலம் - பேரொலிகள். எலாம் - எல்லாம். விளைந்த - உண்டாயின.

அனந்தவன்மன் தோற்று ஓடினான்

அனந்தவன்மன் ஏழு பிரிவுகளையுடைய கலிங்க நாட்டில் உள்ளவர்களுக்கு மன்னன். அவன், கழுத்திலே கட்டிய கயிறு களை யுடைய மதம் பொருந்திய ஆயிரம் யானைகளைக் கொண்டு கருணா கரனை எதிர்த்து, 'நாம் போர் செய்வோம்' என்று பெருமிதத்தோடு வந்தான். ஆனால், அவன் முன்பு பேசிய பெருமிதம் அழியும்படி போரில் கருணாகரனுக்கு எதிரில் விழித்து நிற்க முடியாமல் தோற்று ஓடினான்.

கலிங்க வேந்தனான அனந்தவன்மன் முதற் குலோத்துங்கனின் படைத் தலைவனான கருணாகரனுக்கு எதிர் நிற்க முடியாமல் ஓடி ஒளிந்து கொண்ட இடம், 'முன்னமே' அவன் அறிந்து வைத்திருந்த குகையோ, பிறரால் கண்டறிய முடியாத நிலவறைப் பெரும்பள் ளமோ, மரங்கள் செறிந்த காடுகளோ? இவற்றில் எங்கு மறைந் தான்?' என்று கண்டறிந்து சொல்லமுடியாதபடி, ஏதோ ஓரிடத்தில் பதுங்கிக் கொண்டான்.

புரசை மதமலை ஆயிரம் கொடு
பொருவம் என வரும் ஏழ் கலிங்கர் தம்
அரசன் உரைசெய்த ஆண்மையும் கெட,
அமரில் எதிர்விழி யாது, ஒதுங்கியே! 449

அறியும் முழைகளிலோ, பதுங்கியது?
அரிய பிலனிடையோ, மறைந்தது?

செறியும் அடவியிலோ, கரந்தது?
தெரிய அரியது!' எனா அடங்கவே -   450

புரசை-யானையின் கழுத்துக் கயிறு. மத மலை-மதயானை. கொடு-கொண்டு. பொருவம்- போர் புரிவோம். உரை செய்த - முன்பு கூறிய. ஆண்மை- வலிமை. கெட- அழிய. அமர்-போர். ஒதுங்கி - மறைந்து.

முழை-குகை. பிலன்-கீழ் அறை. அடவி- காடு. தெரிய - தெரிந்து சொல்ல. அரியது-முடியாது. அடங்க-பதுங்கி இருக்க. பதுங்கி இருக்க. பதுங்கி, மறைந்து, கரந்து, அடங்க என்ற சொற்கள் யாவும் ஒரே பொருள் உடையவை.

கலிங்கர் நடுங்கினர்

எழு கலிங்க மன்னனான அனந்தவன்மன் போருக்கு எதிர் நிற்க முடியாமல் அஞ்சிப் போன இடம் தெரியாதபடி மறைந்து கொண்டான். களத்தில் கணக்கற்ற கலிங்கர் மாண்டனர். ஏழு பிரிவுகளைக் கொண்ட கலிங்க நாட்டில் உள்ளவர்கள் மிகுந்த நடுக்கத்துடன் கதறி ஓடினார்கள். சோழ வீரர்கள் போர் புரியும் திறனைக் கண்டு, 'இது என்னமாய வித்தையோ? நான்கு பக்கமும் சூழ்ந்து கொண்டு எரிக்கும் நெருப்போ? உயிரைக் குடிக்கும் எமனோ ஊழிக்காலத்தின் முடிவோ? வேறு எதுவுமோ? இன்னது தான் என்று துணிந்து சொல்ல முடியவில்லையே' என்று அலறி, மிகவும் அஞ்சினர் கலிங்கர்.

'எதுகொல் இது! இது மாயை ஒன்றுகொல்!
எரிகொல் மறலி கொல்! ஊழியின் கடை
அதுகொல்! என அலறா இரிந்தனர்
அலதி குலதியொடு ஏழ் கலிங்கரே.   451

இது-இப்போர். மாயை - மாய வித்தை. எரி-நெருப்பு. மறலி - எமன். ஊழியின் கடை - உலக முடிவு காலம். அலறா - அலறி. அலதி குலதி - அலைந்து அழிதல்; மிகுந்த நடுக்கம்.

கலிங்கர் சிதைந்தோடினர்

போரில் தோற்று ஓடும் கலிங்க வீரர்களில் இருவர் ஒன்று சேர்ந்து ஓடினாரிலர்! சிலர் கடலில் பாய்வர்! சிலர் கொடிய யானை களின் உடலில் மறைவர்! வேறு சிலர் தப்பிப் பிழைப்பதற்கு ஏற்ற வழியைத் தேடி, மேலும், அவ்வழிகளில் தொடர்ந்து செல்ல அஞ்சு வர்! வலிய குகைகளில் இறங்குவர்! இன்னும் சிலர் அடர்ந்த புதர்களில் நெருக்கிப் பதுங்குவார்கள்! இருவர் ஒருவழி போயிற்றிலர்.

பந்தய ஓட்டத்தில் ஒருவரை ஒருவர் முந்தி ஓட முனைபவர் போல, கலிங்க வீரர் உயிர் பிழைத்து ஓட ஒருவரை மற்றொருவர்

முந்தினர்! எங்குச் சென்றாலும் அவரவரைத் தொடர்ந்து வரும் தங்கள் உடம்பின் நிழலையே, 'தொடர்ந்து தம்மைத் துரத்தி வரும் தமிழர்' என்று நினைத்தனர்! மேலும் ஓடுவதற்கு அஞ்சியவர்களாய்' தஞ்சம்! தஞ்சம்' என்று கெஞ்சி, நடுங்கினார்கள்!

வழிவர் சிலர்; கடல் பாய்வர்; வெங்கரி
மறைவர் சிலர்; வழிதேடி வன்பிலம்
இழிவர் சிலர் சிலர்; தூறு மண்டுவர்;
இருவர் ஒருவழி போகல் இன்றியே! 452

ஒருவர் ஒருவரின் ஓட முந்தினர்;
உடலின் நிழலினை, வெருவி அஞ்சினர்,
'அருவர்! அருவர்' எனா இறைஞ்சினர்
அபயம்! அபயம்!' என நடுங்கியே. 453

வழிவர்-ஓடுவார்கள். பாய்வர்-குதிப்பார்கள். வெம்கரி - கொடிய யானை. வன்பிலம்-வலிய குகை. இழிவர்-இறங்குவர். தூறு - புதர். மண்டுவர்- நெருங்குவர். போகல்-செல்லுதல். இன்றி-இல்லாமல்.

ஒருவரின்-ஒருவரைக் காட்டிலும். அருவர் - தமிழர். வருவர்- வருபவர். எனா-என்று நினைத்து- இறைஞ்சினர் - வணங்கினார்கள். அபயம் - தஞ்சம். நடுங்கி-பாய்ந்து.

குகைகளில் நுழைந்தனர்

'முதற் குலோத்துங்கனின் படையில் உள்ள யானைகள் மேகங் கள் இடி இடிப்பன போல, வீறிட்டுக் கோபித்து எழுந்தன என்று சொல்லிக்கொண்டே, இருண்ட குகைக்குள் கலிங்கப் படையினர் நுழைந்தனர்! அங்கு வீரர்கள், 'இப்பொழுது நம் முதுகுகள் செய்த உதவியினால், நம்முடைய உயிர்கள் தப்பின' என்று பேசிக்கொண்டனர்.

மழைகள் அதிர்வன போல் உடன்றன
வானவன் விடுபடை வேழம்' என்று இருள்
முழைகள் நுழைவர்கள், போரில் இன்று நம்
முதுகு செய்யும் உபகாரம் என்பரே. 454

மழைகள்- மேகங்கள். அதிர்வன - முழங்குவன. உடன்றன - கோபித்து எழுந்தன. முழை-குகை. நுழைவர்-புகுவர். உபகாரம் - உதவி. என்பர் - என்று சொல்லுவார்கள். கலிங்கர் - முதுகுகாட்டி. ஓடினமையால் உயிர் தப்பினார் என்பதையே 'முதுகு செய்யும் உபகாரம்' என்றனர்.

கலிங்கம் இழந்த கலிங்கர்

ஏழு பிரிவினதாகிய கலிங்க நாட்டை ஒப்பற்ற வீரரான கருணா கரத் தொண்டைமான் அழித்த நாளில், கலிங்கர்கள் ஒவ்வொருவரும்

தம்முடைய மேலாடை விழுந்ததையும் கவனியாமல்,உயிர் தப்பிப் பிழைக்க இடுப்பில் உடுத்த ஓர் ஆடையுடனேயே ஓடினர்!

ஒரு கலிங்கம் ஒருவன் அழித்த நாள்,
ஒரு கலிங்கம் ஒருவர் உடுத்ததே. 455

ஒருவன் - ஒப்பற்ற கருணாகரன். அழித்த நாள்- அழித்த காலத்தில். ஒரு கலிங்கம் - ஓர் ஆடை. உடுத்தது - தரித்தது.

சோழர் யானை குதிரைகளைக் கைப்பற்றினர்

ஓராடையோடு உயிர் தப்பி ஓடிய கலிங்க வீரர்களைச் சோழ வீரர்கள் நெருங்கிச் சென்றனர். முதற் குலோத்துங்கனின் கட்டளைப் படி, கலிங்க வீரர்களின் யானைகளையும் குதிரைகளையும் கைப்பற்றினர். அவ்வாறு அவர்கள் கையில் அகப்பட்ட அந்த யானைகளையும் குதிரைகளையும் அளவிட்டுச் சொல்லுவதற்கு யாராலும் முடியாது.

அப்படிக் கலிங்கர் ஓட
அடர்ந்து எழு சேனை வீரர்
கைப்படும் களிறும் மாவும்
கணித்து உரைப் பவர்கள் யாரே? 456

அடர்ந்து -நெருங்கி. ஏழு-எழும். கைப்படு - கையில் அப்பட்ட. களிறு - ஆண் யானை. மா- குதிரை. கணித்தல்- கணக்கிட்டுச் சொல்லுதல்.

களிறுகளின் தன்மை

சோழ வீரர்கள் மேலும் சூழ்ந்த பல யானைகளைக் கைப்பற்றினர். வீரர்கள் விடுத்த படைக்கருவிகளால் அவை புண்பட்டிருந்தன அப் புண்களில் இருந்து இரத்தம் பெருகிற்று. அவற்றுடன், அவற்றின் கன்னங்களில் இருந்து மதநீரும் பெருக்கெடுத்தது. அம் மதநீரை வண்டுகள் அருந்தின! புண்களிலிருந்து பெருகிய இரத்தத்தைக் கழுகுகள் அருந்தின!

கலிங்க வீரர்கள் இறந்துபட்ட போர்க்களத்தில் படையின் அணி வகுப்புச் சிதறிற்று.தோற்ற யானைகளைக் கொண்டு பாகர்கள் மேலும் பகைவர்களைத் தாக்க எண்ணினர். அதனால், அவ் யானைகளைப் பகைவர்மீது ஏவினர். ‘போர் புரிவதால் இனிப் பயனில்லை’ எனக் கண்ட யானைகள், தம்மைச் செலுத்தும் பாகர்களையே தூக்கித் தரையிலே வீசி எறிந்தன. அந்த யானைகளைச் சோழவீரர்கள் கட்டி வைத்தனர். யோகியாரிடத்தில் மெய், வாய், கண், மூக்கு, செவி என்னும் ஐம்பொறிகளாகிய யானைகள் அடக்கப்பட்டு ஒடுங்கிக் கிடப்பதைப்போலக், கலிங்கரின் போர்யானைகள் சோழ வீரர்களிடம் சிக்கிச் செயலிழந்து அடங்கிக் கிடந்தன.

சோழ வீரர்கள் போரில் அரசர்களையும் சிறைப் பிடித்தனர். அகப்படுத்திய யானைகளும் பல. அரசர்களோடு யானைகளும் கட்டுப்பட்டு இருந்த நிலை, சில புலிகளுடன் மலைகளும் சேர்த்துக் கட்டப்பட்டவை போன்று விளங்கிற்று.

புண்தரு குருதி பாயப்
பொழிதரு கடமும் பாய
வண்டொடும் பருந்தினோடும்
வளைப்புண்ட களிறு அநேகம்! 457

ஒட்டு அறப் பட்ட போரில்
ஊர்பவர் தம்மை வீசிக்
கட்டு அறுத் தவர்போல் நின்று,
கட்டுண்ட களிறு அநேகம் ! 458

வரை சில புலிக ளோடு
வந்து கட்டுண்ட வேபோல்,
அரைசரும் தாமும் கட்டுண்டு
அகப்பட்ட களிறு அநேகம்! 459

புண்தரு- புண்களிலிருந்து வழிகின்ற. 'புண் தொறு' எனவும் பாடம். குருதி- இரத்தம். பாய-பெருக. பொழிதரு - கொட்டுகின்ற. கடம் - மதநீர். வளைப்புண்ட - சூழ்ந்து பிடிக்கப்பட்ட. களிறு - ஆண் யானைகள்; போர்க் களிறுகள்.

ஒட்டு-படையின் அணிவகுப்பு. அற-குலைய. ஊர்பவர் - பாகர். கட்டு - பற்று. அறுத்தவர் - விடுபட்டவர்; யோகியர். கட்டுண்ட - பிணிக்கப்பட்ட.

வரை-மலை. அரைசர்- மன்னர். தாமும் - யானைகளும். கட்டு உண்டு-கட்டப்பட்டு. அகப்பட்ட-கிடைக்கப் பெற்ற. அநேகம் - பல 'புலி' அரசர்களுக்கும், 'மலை' யானைகளுக்கும் உவமைகள் ஆகும்.

சோழ வீரர்கள் கைப்பற்றியவை

கருணாகரத் தொண்டைமான் சோழர் படைத்தலைவனாக வந்து கலிங்கரை வென்றான். அச்சமயத்தில் படைவீரர்கள் சிறந்த நடையினையும், வெற்றியையும் உடைய குதிரைகளையும், தேர்களையும், ஒட்டகங்களையும், ஒன்பது வகையான இரத்தினக் குவியல்களையும், பெண்களையும் பிற எல்லாப் பொருள்களையும் கைப்பற்றினர். அவ்வீரர்கள் கைப்பற்றிய பொருள் முழுவதையும் கணக்கிட்டுச் சொல்லுவது என்பதும் அருமையே ஆகும்.

நடை வயப்பரி, இரதம், ஒட்டகம்,
நவநிதிக்குவை, மகளிர், என்று

அடைய அப்பொழுது அவர்கள் கைக்கொளும்
அவை கணிப்பதும் அருமையே! 460

வயம்-வெற்றி. நவநிதி - ஒன்பது வகைச் செல்வங்கள். அடைய - எல்லாவற்றையும். கணிப்பது - அளவிட்டுச் சொல்வது. அருமை - முடியாததாகும்.

கருணாகரன் கட்டளை இட்டான்

முதற் குலோத்துங்க சோழனுடைய அமைச்சர்களில் முதன்மை யானவன் கருணாகரன். அவனுடைய படைவீரர்கள் கலிங்கரின் குதிரை, தேர், ஒட்டகம், குலமகளிர், நவநிதியம் முதலியவற்றைக் கைப்பற்றினர். பிறகு, 'ஏழு பிரிவுகளையுடைய கலிங்கர்களுக்குத் தலைவனான மன்னன் அனந்தவன்மனையும் பிடித்துக் கொண்டு செல்வோம்' என்று கூறி, அவன் ஒளிந்து கொண்டிருக்கும் இடத்தைக் கண்டறியுமாறு, கருணாகரன் தன் ஒற்றர்களுக்குக் கட்டளை இட்டான்.

இவை கவர்ந்தபின், 'ஏழு கலிங்கர்தம்
இறையையும் கொடு பெயர்தும்!' என்று,
அவன் இழிந்துழி அறிக' என்றனன்-
அபயன் மந்திரி முதல்வனே! 461

கவர்ந்த பின் - கைப்பற்றிய பிறகு. இறையை - மன்னனை; அனந்தவன்மனை. கொடு - கொண்டு. பெயர்தும் - செல்வோம். இழிந்த உழி-ஒளிந்திருக்கும் இடம்; 'இருந்துழி' எனவும் பாடம்.

ஒற்றர்கள் தேடினர்

கருணாகரன் கலிங்க வேந்தனை கண்டுபிடிக்குமாறு கட்டளை இட்டதும், அவன் சொற்கள் பின்னாகும்படி ஒலிக்கும் கடல் போன்ற ஒற்றர்களின் பெருங்கூட்டம் முன்னே சென்றது. ஒற்றர்கள் மலைகளின் பக்கங்களில் எல்லாம் சென்று தேடினர். அதுபோலவே, காடுகளிலும் சென்று திரிந்து இடங்கூட விடாமல் தேடிப் பார்த்தனர்.

உரைகள் பிற்படும் அளவில், ஒற்றர்கள்
ஒலி கடற்படை கடிதுபோய்
வரைகளில் புடை தடவி, அப்படி
வனம் இலைப்புரை தடவியே! 462

ஒற்றர்- வேவுகாரர். கடிது-விரைந்து. வரை- மலை. புடை - பக்கம். தடவி- தேடி. அப்படி-அவ்வாறே. வனம்-காடு. இலைப்புரை - சிறிது இடமும் விடாமல்; தழை நிறைந்த இடமும் ஆம்.

ஒற்றர்களின் பேச்சு

'கலிங்க வேந்தன் அனந்தவன்மன் ஒளிந்திருக்கும் இடத்தின் அடையாளத்தை நாம் காணவில்லை. ஆனால் வேறோர் அடை

யாளத்தை நாம் காணப்பெற்றோம். அந்தக் கலிங்க வேந்தனுடைய வலிமைமிகுந்த படை ஒரு மலையில் உச்சியைத் தொடர்ந்து நின்றது. அங்கு இருக்கும் படையின் அளவைக் கணக்கிட்டுச் சொல்ல முடியாது' என்று ஒற்றர்கள் சிலர் பேசிக்கொண்டனர்.

'சுவடு பெற்றிலம்' அவனை; மற்றொரு
சுவடு பெற்றனம்; ஒருமலைக்
குவடு பற்றியது அவன் அடற்படை;
அது குணிப்பு அரிது' எனலுமே. 463

சுவடு-அடையாளம். பெற்றிலம்- கண்டு அறியோம். அவனை - கலிங்க வேந்தனை. பெற்றனம் - கண்டோம். குவடு-உச்சி; சிகரம். பற்றியது - தொடர்ந்து நின்றது. அடல்-வலிமை. குணிப்பு - அளவிட்டுக் கூறுதல். அரிது முடியாது.

மலையை அடைந்தனர்

'எந்த மலையும், எந்தத் தீவும், எந்தக் காடும் இனிமேல் கலிங்கர் களுக்குக் காவலாக அமையப்போவது இல்லை' என்று சோழ வீரர்கள் சொல்லிக் கலிங்கர்கள் ஒளிந்திருக்கும் அந்த மலையையும் தீவுகளை யும் பகல் முழுவதும் தேடினர்; கடைசியாக ஞாயிறு மறையும் வேளை யில் கலிங்கர் மறைந்திருக்கும் மலையை எய்தினர்.

எக் குவடும், எக் கடலும், எந்தக் காடும்,
இனிக் கலிங்கர்க்கு அரணாவது'' இன்றே, நாளும்,
அக் குவடும் அக் கடலும் வளைந்து, வெய்யோன்
அத்தமனக் குவடு அணையும் அளவில் சென்றே. 464

குவடு-மலை. அரண்-காவல். இன்று-இல்லை. வளைந்து- சுற்றித் தேடி. வெய்யோன்- ஞாயிறு. அத்தமனக் குவடு- அத்தமனக் கிரி. அணையும்-சேரும்.

விடியளவும் வெற்பைக் காத்தனர்

முதற் குலோத்துங்க சோழன் போரில் வெற்றியைத் தரும் யானைப்படையை உடையவன். அவன், வேட்டையாடிப் பன்றியைத் தொழுவத்தில் அடைத்து வீரர்களைக் காவல் வைப்பான். அப்பொழுது வீரர்கள் மிகவும் கருத்தாய் இருந்து காவல் புரிவர். அவர்களைப் போலவே, ஒற்றர்கள் வேல், வில் ஆகிய படைக்கலங்களை வேலியாக வளைத்துக் கலிங்கர் மறைந்திருந்த மலையை விடியும் வரையிலும் கண்விழித்துக் காத்திருந்தனர்.

தோலாத களிற்று அபயன், வேட்டைப் பன்றி
தொழு அடைத்துத் தொழுவதனைக் காப்பார்போல,
வேலாலும் வில்லாலும் வேலி கோலி,
வெற்பு அதனை விடியளவும் காத்த நின்றே! 465

புலியூர்க் கேசிகன்

தோலாத- தோல்வி அடையாத. களிறு-யானை. அபயன் - முதற்குலோத்துங்க சோழன். தொழுவம்- கொட்டில்; விலங்குகளை அடைக்கும் பெரிய கூண்டு. வெற்பு-மலை; 'வேட்டைப் பன்றி' அனந்தவன்மனைக் குறிப்பால் சுட்டியது.

மலை சிவந்தது

கலிங்க வீரர்கள் ஒளிந்திருந்த மலையும் செந்நிறமான மலையாக ஒளிபெற்றுத் தோன்றியது. அதற்குக் காரணம் என்னவோ? செங்கதிரோன் எல்லா நாட்களிலும் காலையில் உதிக்கின்ற உதயமலை இதுதானோ?' என்று கண்டோர் சொல்லும்படியாக, பகைவரின் மிகுதியான இரத்தம் அந்த மலையின் நாலா பக்கங்களிலும் பரவும்படி, கலிங்க வீரரைச் சோழ வீரர்கள் அழிக்கும் காலத்தில் தோன்றின!

செம்மலையால் ஒளி படைத்தது யாதோ? 'என்றும்,
செங்கதிரோன் உதயஞ்செய் உதயம் என்னும்,
அம்மலையோ இம்மலையும்' என்னத் தெவ்வர்
அழிகுருதி நதிபரக்க அறுக்கும் போழ்தில்! 466

செம்மலை -செந்நிறமுள்ள மலை. தெய்வர்- பகைவர். அழி குருதி- மிக்க இரத்தம். பரக்க-பரவும்படி. அறுக்கும்-அழிக்கும்.

சிலர் திகம்பரரானார்

கலிங்க நாட்டினர் மிகுதியான மலைகளை உடையவர். கலிங்க வீரர்களுள் உயிர் பிழைத்தோர் அனைவரும் நாட்டை விட்டு மலைகளில் சென்று தங்கிப் பழிப்பை உண்டாக்கினர். அக் கலிங்க வீரர்கள் 'உயிர் தப்பினால் போதும்' என்று புதர்களில் புகுந்து ஓடினர். அதனால் தலைமயிரும், உடுத்திருந்த ஆடையும் முட்களில் சிக்குண்டு பறிக்கப் பட்டனர். புதர்களில் பறிக்கப்பட்டவை போக மிகுதியான மயிர்களையும் பிடுங்கி எறிந்துவிட்டு, 'நாங்கள் திகம்பரர்கள்' என்று சொல்லிச், சோழ வீரர்களிடமிருந்து ஓடி உயிர் பிழைத்தார்கள். இந்த நிலையினராக அம்மலையருகில் பலர் இருந்தனர்.

வரைக் கலிங்கர் தமைச் சேர மாசை ஏற்றி
வன் தூறு பறித்தமயிர்க் குறையும் வாங்கி,
அரைக் கலிங்கம் உரிப்புண்ட கலிங்கர் எல்லாம்,
'அமணர்' எனப் பிழைத்தாரும் அநேகர் ஆங்கே! 467

வரை-மலை. சேர-முற்றும். மாசை-பழிப்பை. ஏற்றி-உண்டாக்கி. வன்தூறு-வலிய புதர்கள். குறை-மிகுதி. அரை இடுப்பு. கலிங்கம் - ஆடை. உரிப்புண்ட-களையப்பட்ட. அமணர்-சமணர்; திகம்பரர்.

சிலை வேதியரானார்

மலையில் மறைந்த கலிங்க வீரர்களைச் சோழ வீரர்கள் பிடித்தார்கள். கலிங்கர் கொடிய வில்லின் கயிற்றைச் சுருட்டிப் பூணூலாகத்

தரித்துக் கொண்டனர். தங்கள் வேதியர் வேடத்தில் சிறிதும் குறை யாமல் இருந்தனர். 'ஐயா! நாங்கள் வேதியர்களே! கங்கையில் நீராட வந்தோம் சோழ வீரர்களாகிய உங்களைக் கண்டு பயந்தோமே அன்றி, நாங்கள் கலிங்க வீரர்கள் அல்லர்' என்று பகைமையை ஒழித்துப் பொய் யுரைத்துப் பலர் உயிர் பிழைத்தனர்.

வேடத்தால் குறையாது, முந்நூல் ஆக
வெஞ்சிலை நாண் மடித்து இட்டு '' விதியால் கங்கை
ஆடப் போந்து அகப்பட்டோம்; கரந்தோம்'' என்றே,
அரிதனை விட்டு உயிர் பிழைத்தார் அநேகர் ஆங்கே! 468

முந்நூல் - மூன்று புரியான பூணூல். வெம்-கொடிய. சிலை-வில். நாண் - கயிறு. இட்டு - தரித்து. கரந்தோம் - மறைத்தோம். அரி - பகைமை. ஆங்கு - அவ்விடத்து.

சிலர் புத்த துறவியரானார்

சோழ வீரர்களுக்குத் தோற்ற கலிங்கர், இரத்தத்தில் மூழ்கிய கொடிச் சீலைகளை, புத்த மதத்தினருக்கு அடையாளமாக 'காவி ஆடை' என உடுத்துக் கொண்டனர்; உடம்பிலேயும் போர்த்துக் கொண டனர். குடுமியைக் களைந்து மொட்டையடித்துக் கொண்டனர். 'நாங்கள் பௌத்தத் துறவிகள்; எங்கள் உடைகளைப் பார்த்தாலே தெரிந்துக் கொள்வீர்களே! வேறு நாங்கள் என்ன சொல்ல வேண்டும்?'' என்று சொல்லிப் பலர் உயிர் பிழைத்தார்கள்!

குறியாகக் குருதி கொடி ஆடைஆகக்
கொண்டு உடுத்துப், போர்த்துத்தம் குஞ்சி முண்டித்து,
'அறியீரோ, சாக்கியரை உடை கண்டால்? என்
'அப்புறம்?' என்று, இயம்பிடுவர் அநேகர் ஆங்கே! 469

குறி-அடையாளம். குருதி- இரத்தம். குஞ்சி-குடுமி. முண்டித்து - மொட்டையடித்து. சாக்கியர்-புத்த துறவியர். இயம்பிடுவர்- சொல்லிப் பிழைப்பர். 'அப்பிரமண்ணியம் இடுவர்' என்றும் பாடம்.

சிலர் பாணர் ஆனார்

வேறான கலிங்க வீரர்கள் சிலர், 'நாங்கள் தெலுங்கர்கள்; சோழர் படையினால் கலிங்கப் படைகள் இறந்துக் கிடக்கின்ற நிலையைக் கண்டு திகைப்படைந்து நின்றோம்' என்று சொல்லி, யானைகளின் மணிகளைத் தாளமாகப் பிடித்துக் கொண்டு, சோழ வீரர்களை வணங் கினர். நாங்கள் உங்களுக்கு அடங்கி வாழும் பாணர்கள்' என்று சொல்லிப் பலர் உயிர் பிழைத்தனர்.,

'சேனைமடி களம் கண்டோம்; திகைத்து நின்றோம்;
தெலுங்கரேம்!' என்று, சில கலிங்கர் தங்கள்

ஆனை மணியினைத் தாளம் பிடித்துக் கும்பிட்டு
'அடிப் பாணர்! எனப் பிழைத்தார் அநேகர் ஆங்கே; 470

மடி-இறந்த. களம் -போர்க்களம். அடிப்பாணர்- உங்கள் அடிகளைக் கும்பிட்டு வாழும் பாணர்கள். 'பிடித்துப் பாடி' எனவும் பாடம்.

கலிங்க வீரர் முற்றும் அழிந்தனர்

சோழ வீரர்கள் தங்கம் பகைவர்களைப் பின் தொடர்ந்து சென்று தேடிப் பிடித்து முற்றும் முன்பே அழித்து விட்டனர். எழு கலிங்க நாட்டில் ஓவியர்கள் சுவர்களில் வரைந்து வைத்த வீரச் சித்திரங்களைத் தவிர, உயிருடைய வீரர்கள் என்று எவருமே இலர். வேற்று உருக் கொண்டு திகம்பரர். வேதியர், சாக்கியர், பாணர்களாகத் திரிபவர் களைத் தவிர, வீரர்களாகக் கலிங்க நாட்டில் உலவுபவர் எவருமே இலர்!'

இவர்கள்மேல் இனி ஒருவர் பிழைத்தா ரில்லை;
எழுகலிங்கத்து ஓவியர்கள் எழுதிவைத்த
சுவர்கள்மேல் உடல் அன்றி, உடல்கள் எங்கும்
தொடர்ந்து பிடித்து அறுத்தார், முன் அடைய ஆங்கே! 471

இவர்கள் மேல் - வேற்றுருக் கொண்ட இவர்களைத் தவிர. எழு கலிங்கத்து-ஏழு பிரிவினையுடைய நாட்டி. அன்றி - அல்லாமல். அடைய-முழுமையும், இதனால், தமிழ் வீரர்கள் அந்நாட்டிற் கண்ட அழுகிதான ஓவியங்களை அழியாது போற்றினர் என அறியலாம்.

அடி சூடினான் தொண்டைமான்

வண்டை நகரத்தவரின் தலைவனான கருணாகரத் தொண்டை மான், கடற்கரையை அடுத்த கலிங்க நாட்டை அழித்தான்; அங்கே வெற்றித் தூண்களை நிலைநிறுத்தினான்; மதம் பொழியும் யானை களையும், வெற்றி பொருந்திய குதிரைகளையும், அங்குக் குவிந்து கிடக்கும் செல்வங்களையும் கொண்டு வந்தான். ஒளிவீசும் வாள்படை யையும், தெய்வத்தன்மையையும் உடைய முதற்குலோத்துங்க சோழ னுடைய திருவடிகளை, அவன் விருப்பத்திற்கேற்பத் தன் தலையில் அணிந்தான்!

கடற் கலிங்கம் எறிந்து, சயத் தம்பம் நாட்டிக்
கடகரியும் வயமாவும் தனமும் கொண்டு,
சுடர்ப்படை வாள் அபயன் அடி அருளினோடும்
சூடினான் வண்டையர்கோன் தொண்டை மானே! 472

எறிந்து-அழித்து. 'சயத்தம்பம்- வெற்றித்தூண் நாட்டி - நிலை நிறுத்தி. கடகரி- மத யானை. வயமா- வெற்றி பொருந்திய குதிரை. 'கடகரி குவிதனமும் கவர்ந்து தெய்வம்' எனவும் பாடம். சுடர்-ஒளி.

அபயன் - முதற் குலோத்துங்க சோழன். அருளினோடும் - அருளாலும். சூடினான் - அணிந்தான். வண்டையர் கோன் - கருணாகரத் தொண்டை மான்.

13. களம் பாடியது ★

முதற் குலோத்துங்க சோழனுடைய படைத் தலைவனான கருணாகரத் தொண்டைமான் கலிங்க நாட்டவரோடு புரிந்த போர்க் களத்தில் வீரச் செய்திகளை ஆசிரியர் இப் பகுதியில் வருணித்துக் கூறியுள்ளார்.

களச் சிறப்பு

'பதினெட்டு ஆண்டுகள் நடைபெற்ற தேவர் - அசுரர் போர், பதினெட்டுத்திங்கள் நிகழ்ந்த இராமாயணப் போர். பதினெட்டு நாள் நடந்த மாபாரதப் போர் ஆகியவை தாம் இவ்வுலகில் சிறப்புப் பெற்று இருக்கின்றன' என்று எல்லாரும் சொல்லிவந்த நீங்காத பேச்சுக்கள் நீங்கும்படி, கருணாகரன் கலிங்கரனோடு புரிந்த போர்களமானது, அவற்றிலும் மிகச் சிறந்து விளங்குகின்றது.

'தேவாசுரம், ராமாயணம்
 மா பாரதம், உள என்று
ஓவா உரை ஓயும்படி
 உளது, அப்பொரு களமே! 473

தேவாசுரம் - தேவர் அசுரர் போர். ஓவா-ஒழியாத. உரை-சொல்; பேச்சு. பொருகளம் - கருணாகரன் போர் புரிந்த கலிங்க போர் களம்.

பேய் வேண்டக் காளி அணுகல்

நஞ்சு பூண்ட கழுத்தை உடையவர் சிவபெருமான். அவர் கண்டு களிக்கின்ற அமுதை ஒத்தவள் காளிதேவி. அவளிடம் கலிங்கப் பேய், 'தேவி! எமனது கொலைக்களமாகிய இந்தப் போர்களத்தை வந்து பார்த்தருளுவாயாக' என்று வேண்டிக் கொண்டது. உடனே, காளிதேவி புறப்பட்டுக் கலிங்கப் போர்களத்தை அடைந்தாள்.

'காலக் களம் அது கண்டருள் -
 இறைவீ! கடிது' எனவே,
ஆலக் களம் உடையான் மகிழ்
 அமுது அக் களம் அணுகி, 474

காலன்-எமன். இறைவீ! - காளியே! கடிது-விரைவில். ஆலம் களம் உடையான்- நஞ்சைக் கழுத்தில் உடையவன். மகிழ் அமுது - களிக்கும் அமுது போன்றவளாகிய காளிதேவி.

★ களம் காட்டியது எனவும் பாடம்.

புலியூர்க் கேசிகன் 193

காளி களம் கண்டு வியத்தல்

களம் அடைந்த காளி, ‘இந்தக் கொடிய போர்களம் இருந்த வண்ணம் தான் என்னே!’ என்று வியப்படைந்தாள். தன்னுடன் வந்திருந்த பேய்க் கூட்டத்தைப் பார்த்துப் போர்க்களத்தின் சிறப்பைக் காணுமாறு சொல்லத் தொடங்கினாள்;

‘என்னே ஒரு செரு வெங்களம்!’
எனவே அதிசயம் உற்று,
அந் நேரிழை அலகைக் கணம்
அவை கண்டிட, மொழியும்- 475

செரு-போர். நேர்இழை-செவ்வையாகிய அணிகளை அணிந்த காளி. அலகை-பேய். கணம் - கூட்டம்.

யானையும் கப்பலும்

போர்க்களம் எங்கும் ஒரே இரத்த வெள்ளம். அவ்வெள்ளத்தில், உடம்பில் உண்டான புண்களிலிருந்து இரத்தம் வடிதலையும், பின்னங் கால்களில் அசைவையும் உடைய யானைகள், ஒன்றன் பின் ஒன்றாக நீந்திச் செல்கின்றன. இந்தக் காட்சி, கடலில் கப்பலின் பின்னே கப்பல் தொடர்ந்து செல்லுதலை ஒத்திருக்கின்றது; பேய்களே பாருங் கள்! பாருங்கள்!

உடலின்மேல் பல காயம் சொரிந்து, பின் கால்
உடன் பதைப்ப உதிரத்தே ஒழுகும் யானை,
கடலின்மேல் கலம் தொடரப் பின்னே செல்லும்,
கலம்போன்று தோன்றுவன, காண்மின், காண்மின்! 476

காயம்-புண். சொரிந்து- இரத்தத்தைப் பொழிந்து. பதைப்ப - அசைய. உதிரம் - இரத்தம். ஒழுகுதல்-நீந்திச் செல்லுதல். கலம் - கப்பல்.

குதிரையும் குதிரைத் தறியும்

பெரிய குதிரைகள் தம்மீது இட்ட சேணங்கள் சரியும்படியாகப் பாய்ந்து செல்கின்றன! அப்படிச் செல்லும்போது அவற்றின் கால்கள் கொழுப்பாகிய சேற்றில் அழுந்துகின்றன. இந்நிலையில் புதைந்த கால்களை எடுக்க முடியாதபடி குதிரைகள் வரிசையாக நிற்கின்றன. இந்தக் காட்சி, இரத்த வெள்ளத்தை அடைக்க வரிசையாக அமைந்த குதிரை மரங்களை ஒத்திருக்கின்றது பாருங்கள்!

நெடுங் குதிரை மிசைக் கலணை சரியப் பாய்ந்து
நிணச் சேற்றில் கால் குளிப்ப நிரையே நின்று,
படுங் குருதிக் கடும் புனலை அடைக்கப் பாய்ந்த
பல குதிரைத் தறி போன்ற பரிசு காண்மின்! 477

மிசை-மேலே. கலணை - சேணம்; தவிசு-'கலணை' எனவும் பாடம். நிணம்-கொழுப்பு. குளிப்ப-அழுந்த. நிரை-வரை. கடும் புனல் - பெருவெள்ளம்; விரைந்து பாயும் நீர். பல குதிரைத் தறி- வெள் ளத்தை அடைத்துத் தடுக்க அமைக்கும் மரப்பலகை. பரிசு-தன்மை.

வீரர் முகமலர்ந்து கிடந்தமை

விருந்தினரும் ஏழைகளும் தம்மிடமிருந்து உணவைப் பெற்று ஒருசேர இருந்து உண்ணுதலைப் பார்க்கும்போது, மேலும் மேலும் களிப்பால் முகமலர்ச்சி அடையும் இல்லறத்து உயர்ந்த பெரியவர்கள் போல, பருந்துகளும் கழுகுகளும் தம் உடலையே உண்ணக் களத் தில் இறந்து கிடக்கும் வீரர்கள், தாமரை மலர் போன்ற தங்கள் முகம் மேலும் மலர்ந்து காணப்படுகின்றார்கள். பேய்களே! அவர்களைப் பாருங்கள், பாருங்கள்!

விருந்தினமும் வறியவரும் நெருங்கி உண்ண,
மென்மேலும் முகம் மலரும் மேலோர் போலப்
பருந்தினமும் கழுகினமும் தாமே உண்ணப்
பதுமமுகம் மலர்ந்தனைப் பார்மின்! பார்மின்! 478

வீரர்களும் கருமிகளும்

தாங்கள் இறக்கும் வரையிலும் மற்றவர்களுக்கு ஒரு சிறு பொருளும் உதவி செய்யாதவர்கள் உலோபிகள். அவர்களை விரும்பி அடைகிறார்கள் மூடர்கள். அந்த மூடர்களைப் போல, கொலையுண்ட வீரர்களின் உடம்பில் நிலைத்திருக்கும் உயிர் நீங்கும் வரையிலும், அவர்களின் அருகிலேயே இருந்து விட்டு, பின்னும் அவர்களை விட்டு நீங்காதிருக்கின்றன நரிக்கூட்டங்கள். அவற்றைப் பாருங்கள்!

சாம் அளவும் பிறர்க்கு உதவா தவரை நச்சிச்
சாருநர்போல, வீரர் உடல் தரிக்கும் ஆவி
போம் அளவும் அவர் அருகே இருந்து விட்டுப்
போகாத நரிக் குலத்தின் புணர்ச்சி காண்மின்! 479

சாம் அளவும்-சாகும் வரையும். நச்சி-விரும்பி. சாருநர்- அடை வோர். தரிக்கும்- நிலைத்திருக்கும். ஆவி- உயிர். போம்-அளவும்- போகும் வரையும். புணர்ச்சி-கூட்டம்.

வண்டும் விலைமாதரும்

யானைகள் போர்க்களத்தில் பெருமழை பெய்வது போல மதநீரைச் சொரிந்து கொண்டிருந்தன. அந்த மதநீர் பொழியும் வரை யிலும் வண்டுகள் யானைகளைப் பற்றியிருந்தன. யானைகள் இறந்து விட்டன! மதநீரும் ஒழிந்து விட்டது. அந்தச் சமயத்தில் கருணாகரனது வெற்றி கண்டுதேவர் பூமழை பொழிந்தனர். உடனே வண்டுகள் மேலே

பறந்து சென்றுவிட்டன. இக் காட்சி விலைமகளிர் பொருள் இருக்கும் வரையிலும் ஒருவனைப் பற்றியிருந்தது, அவனிடத்திலிருந்த பொருள் முற்றும் தீர்ந்தபின், வேறொருவனைப் பற்றுவது போல் இருக்கிறது பாருங்கள்!

மா மழைபோல் பொழிகின்ற தான வாரி
மறித்து விழும் கடகளிற்றை வெறுத்து, வானோர்
பூ மழைபோல் பாய்ந்து, எழுந்து, நிரந்த வண்டு
பொருட் பெண்டிர் போன்றவையும் காண்மின்; காண்மின்! 480

தானம்-மதநீர். வாரி-பெருக்கு. மறித்து-ஒழித்து. கடம் களிறு-மத யானை., வானோர்-தேவர். நிரந்த-பரவிய. பொருட் பெண்டிர்-பொருளையே விரும்பும் பெண்கள்; விலை மாதர்.

கொடியோடு கிடக்கும் யானைகள்

போர்க்களத்தில் பெரிய இரத்த வெள்ளம். அதில் மத யானைகள் மாய்ந்து விழுந்து கிடக்கின்றன. அவற்றோடு அரசர்க்குரிய கொடிகளும் சாய்ந்து படிந்து கிடக்கின்றன. இக்காட்சி, சுடுகாட்டில், நெருப்பாகிய படுக்கையில் கணவர்களோடு கற்புடைய மகளிர் உடன் கட்டை ஏறிக் கிடத்தலை ஒத்திருக்கின்றது பாருங்கள்!

சாய்ந்து விழும் கடகளிற்று னுடனே சாய்ந்து,
தடங்குருதி மிசைப்படியும் கொடிகள், தங்கள்
காந்தருடன் கனல் அமளி அதன்மேல் வைகும்
கற்புடை மாதரை ஒத்தல் காண்மின்! காண்மின்! 481

கடம்-மதம். குருதி-இரத்தம். மிசை-மேலே. காந்தர்- கணவர். கனல்- தீ. அமளி- படுக்கை. வைகும்- தங்கும்.

கணவரைத் தேடும் மகளிர்

கற்புடைய மகளிர் சிலர், ‘தங்கள் கணவருடன் தாங்களும் சேர்ந்து உயிர் விடுவதன்முன், போர்களத்தில் வீரச் சாவு பெற்றுக் கிடக்கும் தங்கள் கணவரின் முகங்களை ஒரு முறையேனும் காண வேண்டும்’ என்னும் பெருவேட்கையால் களம் புகுந்தனர். ‘எம் கணவர் எந்த இடத்தில் கிடக்கின்றார்?’ என்று எல்லோரும் தனித்தனியாகக் காளியின் மெய்க்காப்பாளர்களாகிய சாதகரைக் கேட்டனர். அவர் ஒன்றும் பதில் சொல்லாமையால், தாங்கள் தங்கள் கைகளால் களம் முழுமையும் தடவிப் பார்த்தார்கள். அப்பொழுதும் காண முடியவில்லை. சுடலைக்கு எடுத்துப் போயிருப்பார்களோ என்ற எண்ணம் உதித்தது. உடனே அங்குச் சென்றார்கள் அங்கே பிணங்களைத் தின்னும் பேயாகிய ‘இடாகினி’ என்னும் பேய் இருந்தது. அதனிடம், ‘எம் கணவர் எங்கே கிடக்கிறார்?’ என்று கேட்டுப் பார்க்கிறார்கள். இதையும் பாருங்கள்!

'தம் கணவருடன் தாமும் போக என்றே
சாதகரைக் கேட்பாரே, தடவிப் பார்ப்பார்;
'எம் கணவர் கிடந்த இடம் எங்கே!' என்று என்று
இடாகினியைக் கேட்பாரைக் காண்மின், காண்மின்! 482

சாதகர் - காளிதேவியின் மெய்க்காப்பாளர். இடாகினி - சுடலைக்குக் கொண்டு வரப்படும் பிணங்களைத் தின்னும் பேய் வகை.

ஆவி சோரும் மனைவி

போர்புரியக் களத்துக்கு சென்ற வீரனொருவன், அங்கு உதடுகளை மடித்துகொண்டு கிடந்தான். அவனைக் கண்டாள் அவள் மனைவி. அவன் ஒன்றும் பேசவில்லை. வெற்றியுடன் மீளவும் இல்லை. அவனைப் பார்த்து, நீ இதழ் மடித்துக் கிடப்பதற்குக் காரணம் என்ன? அழகிய உதடுகளில் ஏதேனும் வடுபட்டாயோ?' என்று கூவிப் புலம்பினாள். வெறுப்பு மிகுதியால் அவனருகே, நின்று தானும் உயிர்விடுகின்றாள். அவளையும் பாருங்கள்!

வாய் மடித்துக் கிடந்தலைப் மகனை நோக்கி,
'மணி அதரத்து ஏதேனும் வடு உண்டாயோ?
நீ மடித்துக் கிடந்தது! எனப் புலவி கூர்ந்து,
நின்று ஆவி சோர்வாளைக் காண்மின், காண்மின்! 483

வாய்-உதடு. தலைமகன்- கணவன். மணி-அழகிய. உதரம் - உதடு. புலவி-வெறுப்பு. கூர்ந்து-மிக்கு. ஆவி-உயிர். சோர்தல் - உயிர் விடுதல்.

கணவனைத் தழுவி உயிர்விடும் பெண்

தன் கணவனுடைய உடம்பை நிலமகளும் தாங்குதற்கு விடாமல், தன் மார்போடு அணைத்துக் கொண்டு, தேவருலகத் தெய்வப் பெண்கள் அவனுடைய உயிரைத் தழுவுவதற்கு முன்பே, தன் உயிரையும் தன் கணவனின் உயிரோடு ஒருசேர விடுகிறாள் ஒருத்தி, அவளைப் பாருங்கள்!

தரைமகளும் தன் கொழுநன் உடலம் தன்னைத்
தாங்காமல் தன் கரத்தால் தாங்கி, விண்ணாட்டு
அரமகளிர் அவ் உயிரைப் புணரா முன்னம்,
ஆவிஒக்க விடுவாளைக் காண்மின், காண்மின்! 484

தரைமகள் - நிலமகள். கொழுநன் - கணவன். விண்நாடு - தேவருலகம். அரமகளிர்-தெய்வப் பெண்கள். புணரா முன்னம்- தழுவுவதற்கு முன்பே. ஆவி-உயிர். ஒக்க - சேர.

தலை பெற்ற மனைவி செயல்

போர்க்களத்தில் வீரச் சாவுற்றுக் கிடக்கிறான் வீரன் ஒருவன். களத்தில் அவனைத் தேடிவந்த அவன் மனைவிக்கு அவனது தலை

மட்டுமே கிடைத்தது. ஏனைய உறுப்புக்களைக் காணவில்லை. நாயோ நரியோ இழுத்துச் சென்றிருக்க வேண்டும். களத்தில் யோகினி என்னும் பெண் தெய்வம் ஒன்று இருந்தது. அதனைப் பார்த்து, அவள், 'என் கணவனுடைய போர்புரிந்த பெரிய கைகள் எங்கே? அக்கையில் பிடித்திருந்த வீரவாள் எங்கே? அழகிய மார்பு எங்கே? போரில் எத்தகைய வீரர்கள் எதிர்த்து வந்தாலும் முதுகு காட்டி ஓடாத பெரிய வல்லமை பொருந்திய தோள்கள் எங்கே? எங்கே?' என்று கேட்கிறாள், அதனைப் பாருங்கள்!

'பொரு தடக்கை வாள் எங்கே? மணி மார்பு எங்கே?
போர்முகத்தில் எவர் வரினும் புறங்கொடாத
பரு வயிரத் தோள் எங்கே, எங்கே?' என்று
பயிரவியைக் கேட்பாளைக் காண்மின், காண்மின்! 485

பொரு-போர் புரியும். தடம்-பெரிய. கை வாள்-கையும் வாளும். மணி - அழகிய. வயிரம் - உறுதியாக. பயிரவி - யோகினி என்னும் ஒரு பெண் தெய்வம்.

கருமேகம் செம்மேகத்தை ஒத்திருத்தல்

போர்களத்தில் வீரர்கள் குதிரைகளோடு குதிரையையும் வீரர் களோடு வீரர்களையும் பிடித்து மோதி அடித்தார்கள். அவ்வாறு அடிக்கும்போது, அவற்றினின்றும் பீறிட்டெழுந்த மிகுந்த இரத்தம் வானத்திலும் சிதறித் தெறிந்தது. அதனால், வானத்திலிருந்த கரிய மேகங்கள் எல்லாம் சிவந்த மேகங்களாகத் தெரிகின்றன. அவற்றைப் பாருங்கள்!

ஆடல் துரங்கம் பிடித்து, ஆளை ஆளோடு
அடித்துப் புடைத்து அவ் விரும புண்ணின் நீர்
ஓடித் தெறிக்க, கருங் கொண்டல் செங்கொண்டல்
ஒக்கின்ற இவ்வாறு காண்மின்களோ! 486

ஆடல்-போர். துரங்கம்-குதிரை. இரு-பெரிய. புண்ணின் நீர்-இரத்தம். கொண்டல் - மேகம். ஆறு-தன்மை.

கருங்காகம் வெண்காகத்தை ஒத்திருத்தல்

பிணங்கள் பெருவாரியாகக் கிடக்கின்ற, இரத்தம் பரவியிருக் கின்ற சிவந்த போர்களத்தில், கொழுப்புக்களும் நிறைய கிடக்கின்றன. பிணந் தின்ன வந்தவான காகங்கள், அந்த வெள்ளிய கொழுப்புக் களைப் போர்வையாக மூடிக் கொண்டுவிட்டன. அதனால், கரிய காகங்கள் வெண்ணிறக் காகங்களாகத் தோற்றமளிக்கின்றன. இத்தகைய வெண்காகங்களை நீங்கள் இதற்கு முன்பு பார்த்திருக்கவே முடியாது. ஆனால், இப்பொழுது நன்கு பாருங்கள்!

நெருங்கு ஆக வச் செங்களத்தே
தயங்கும் நிணப்போர்வை மூடிக் கொளக்
கருங்காகம் வெண் காகமாய் நின்றவா
முன்பு காணாத, காண்மின்களே! 487

நெருங்கு -பிணங்கள் நெருங்கிக் கிடக்கின்ற. ஆகவம்- போர். தயங்கும் - விளங்கும். நிணம்-கொழுப்பு. நின்ற(வாறு) - நின்ற தன்மை.

போர்களம் தாமரைக் குளத்தை ஒத்திருத்தல்

போர்களத்தில் தேரின் மொட்டுக்கள் தாமரை மொட்டுக்களைப் போலவும், இரத்தம் நீரைப்போலவும், வீரர்களுடைய மயிர்கள் பசிய இலைகளாகிய பாசியைப் போலவும் கிடக்கின்றன. இவை அனைத்தும் பொருந்திக் கிடக்கின்ற போர்க்களம். தாமரை மலர்களையுடைய குளத்தை ஒத்திருக்கின்றது. அதனைப் பாருங்கள்!

மிடையுற்ற தேர்மொட்டு மொட்டு ஒக்க,
வெம்சோரி நீர் ஒக்க, வீழ் தொங்கல்
பாசடை ஒக்க, அடுசெங் களம் பங்கயப்
பொய்கை ஆமாறு காண்மின்களோ! 488

மிடைஉற்ற - நெருங்கி இருக்கின்ற. மொட்டு - அரும்பு. சோரி - இரத்தம். தொங்கல்- மயிர். பாசு அடை- பசிய இலை. அடு - அட்ட. பங்கயம்- தாமரை. பொய்கை-குளம்.

வீரர் மூங்கிலை ஒத்திருத்தல்

போர்களத்தில் வீரர்கள் ஒளியும் கூர்மையும் உடைய வேல் கருவிகள் உடம்பு முழுமையும் தைக்கப்பெற்றும் நிலத்தில் வீழாது நிற்கிறார்கள். இந்தக் காட்சி, கழைக் கூத்தர்களால் அவர்களுடைய கயிற்றைக் கொண்டு இழுத்துக் கட்டப்பட்டுச் சாயாமல் நிலைத்து நிற்கும் மூங்கிலை ஒத்திருக்கின்றது, பாருங்கள்!

வெயில் தாரைவேல் சூழவும் தைக்க,
மண்மேல் விழாவீரர், வேழம்பர் தம்
கயிற்றால் இழுப்புண்டு, சாயாது நிற்கும்
கழாய் ஒத்தல் காண்மின்களோ! 489

வெயில்-ஒளி. தாரை-கூர்மை. சூழ- உடம்பெங்கும் சூழ. மண்-நிலம். விழா -விழாத. வேழம்பர்- கழைக் கூத்தாடிகள். கழாய்-மூங்கில்.

பருந்தும் கழுகும் துன்புறல்

போர்க்களத்தில் இறந்துபட்ட வீரர்களின் உடல் குறைகள் கிடக்கின்றன. அவற்றைத் தின்ன வந்தன கழுகு, பருந்து முதலிய

பறவைகள். வீரர்களின் உடலைப் பறவைகள் படிந்து கொத்தித் தின்னும் போது, அவர்களுடைய கைகளிலிருந்த இரும்பாலாகிய வேல்கள் அழுந்திக் குத்துகின்றன. குத்தின வலி பொறுக்க முடியாமல் துன்புற்று, பருந்தும் கழுகும் இறகுகளைப் பரப்பிக் கொண்டு சுழன்று சுழன்று ஆடுகின்றன. அதனைப் பாருங்கள்!

இருப்புக் கவந்தத்தின் மீது ஏறலும்
சூரர் எஃகம் புதைக்க இறகைப்
பரப்பிச் சுழன்று இங்கொர் பாறு ஆட,
ஈதுஓர் பருந்து ஆடல் காண்மின்களோ! 490

இருப்பு- இரும்பு. கவந்தம்-தலையற்ற உடல். சூரர்-வீரர். எஃகம் - வேல். புதைக்க - அழுந்த. பாறு-கழுகு.

படைத்தலைவர் கடனாற்றல்

வில்லையும் வாளையும் உடைய படைத் தலைவர்கள், போரில் எதிர்த்து வரும் பகைவர்பட தங்கள் படைமேல், வந்து அடைந்து அழிக்காமல் இருத்தற் பொருட்டு தாங்களே முன்னின்று, தங்கள் வாழ்நாள் அழியும்படி, கொடிய வீரச் செயல்களைப் புரிந்து, செஞ்சோற்றுக் கடன் கழித்துப் பதில் உதவியை நிறைவேற்றுகிறார்கள். அவர்களின் தன்மையைப் பாருங்கள்!

வரும் சேனைதம் சேனை மேல்வந்து உறாமே, வில்
வாள்வீரர் வாணாள் உகக்,
கருஞ் சேவகம் செய்து செஞ்சோறு அறச்செய்த
கைம்மாறு காண்மின்களோ! 491

உறாமே-அடைந்து அழிக்காமல். வாணாள்- வாழ் நாள். உக - அழிய. கரும் சேவகம் - வல்லமை காட்டும் கொடிய போர் செயல். செம் சோறு அறச்செய்து - வீரர்கள் அரசன் உணவை உண்பதனால் அவனுக்கு வஞ்சகம் செய்யாமல், போரில் தங்கள் உயிரை அளித்துத் தமது கடமையை நிறைவேற்றல்; செம்மையாகிய சோற்றுக் கடனைக் கழித்தல் என்பது பொருள். அற- அழிய. கைம்மாறு-பதில் உதவி.

எழுந்தாடும் வீரர் தலை

யானைமேல் இருந்து போர் புரியும் வீரர் ஒருவரை ஒருவர் எதிர்த்த போது அவர்களுடைய உடம்பினின்று வெட்டுண்ட தலைகள் மேலே கிளம்பித் துள்ளிக் குதித்துக் கீழே விழுகின்றன. இவ்வாறு துள்ளி விழும் தலைகள், பெருமையுடைய வீரமகள் அம்மானை ஆட்டத்தில் மேலே எறிந்து விளையாடும் விளையாட்டுக் கருவிகளை ஒத்திருக்கின்றன, பாருங்கள்!

> யானைப் படைச் சூரர் நேர் ஆன போழ்து,
> அற்று எறிந்து ஆடுகின்றார் தலை
> மானச் சயப்பாவை விட்டு ஆடும் அம்மானை
> வட்டு ஒத்தல் காண்மின்களோ! 492

சூரர்-வீரர். சூரர்-நேர் ஆன போழ்து-ஒருவரை ஒருவர் நேருக்கு நேராக நின்று எதிர்த்து போர் புரியும் போது. அற்று-நீங்கி. ஆடுதல்-குதித்தாடுதல் மானம்- பெருமை. சயப்பாவை - வீரமகள்; கொற்றவை. அம்மானை-பெண்கள் விளையாடும் ஒருவகை விளையாட்டு.

வானில் கண்ட காட்சி

தேவர்கள் விமானங்களில் வந்து வீரர்களை எதிர் கொண்டழைக்க, வீரர்கள் அவற்றில் ஏறிச் சென்றதும் அப்படிச் சென்ற வீரர்களை இவ்வளவு போர்தாம் என்று சொல்ல முடியவில்லை. அவ்வளவு வீரர்கள் சுவர்க்கம் சென்றனர். அதனால், இந்தக் கலிங்கத்துப் போர்க்களத்திலிருப்பதைக் காட்டிலும் மிகப்பெரிதாகிய ஒப்பற்ற வீரர்களின் கூட்டம், ஒளியுடைய தேவலோகத்திலும் தோன்றியுள்ளது, பாருங்கள்!

> எதிர் கொளும் சுரர் விமானங்களில் சுரர்களாய்
> ஏறு மானவர்கள் தாம் எண்ணுதற்கு அருமையின்,
> கதிர் விசும்பு அதனிலே இதனிலும் பெரியதோர்
> காளையம் விளையுமா காண்மினோ! 493

சுரர் -தேவர். மானவர்கள்-வீரபுருடர்கள். கதிர்-ஒளி. காளையம் - வீரர் அவை. விளையும் ஆ(று)- தோன்றும் வகை.

குருதிக் கடல்

போர் புரியும் கலிங்க வீரர்களின் உடம்பினின்றும் பெருகிய குறுதியாகிய கடலில், யானைகள் பொழிந்த மதநீர், கடற் கால்வாய்களைப் போலப் புகுந்து கலக்கவும், குதிரைகளாகிய அலைகள் வீசவும், சவரி என்னும் சாமரமாகிய வெள்ளிய நுரைகள் வரிசையாக மிதக்கவும், அக்குருதிக்கடல் எங்கும் பரவியோடுகின்றதனைப் பாருங்கள்!

> அவர் இபம் சொரி கதம்கழி எனப் புக மடுத்து
> அவர் பரித்திரை அலைத்து, அமர் செய் காலிங்கர் தம்
> கவரி வெண்நுரை நிரைத்து, அவர் உடல் குருதியின்
> கடல் பரந்து ஓடுமா காண்மினோ, காண்மினோ! 494

அவர்-கலிங்கர். இபம்-யானை. சொரி-பொழிந்த. கழி - கால்வாய். மடுத்து - கலந்து. பரி-குதிரை. திரை - அலை. அமர்-போர். கவரி - சாமரம். அவர் - கலிங்கர். ஓடும் ஆ(று) - ஓடும் தன்மை.

யானைகள் மலைகளை ஒத்தல்

உலகிலுள்ளவர்களைக் காத்து அருள் புரியும் முதற் குலோத் துங்க சோழன், முன்னொரு காலத்து - இராமனாக அவதரித்தபோது - பெரிய கடல் மீது அணை அமைக்க, அவனுடைய ஒப்பில்லாத வில்லை வளைத்தான். அப்போது குரங்குக் கூட்டங்கள் அக் கடலி னிடத்தே பெரியபெரயி மலைகளைக் குவித்தன. அப்படிக் குவிந்த மலைக்கூட்டத்தைப்போல கரிய யானைகளின் பிணங்கள் இரத்தக் கடலில் குவிந்து கிடக்கின்றன, அதனைப்பாருங்கள்!

புவிபுரந்து அருள் செயும் சயதரன், ஒரு முறைப்
புணரிமேல், அணைபடப் பொருவிலவில் குனிதலின்
கவிகுலம் கடலிடைச் சொரி பெருமகிரி எனக்
கரிகளின் பிணம்இதில் காண்மினோ, காண்மினோ! 495

புவி-உலகு. புரந்து-காத்து. சயதரன்-குலோத்துங்கன். ஒரு முறை-இராமனாய்ப் பிறந்தபோத. புணரி-கடல். பட-உண்டாக; அமைக்க. பொருவுஇல்-ஒப்பில்லாத. குனிதலில்- வளைதலினால். கவி-குரங்கு. கிரி-மலை.

வீரர் வியத்தல்

கருணாகரன் போர்க்களத்தில் விட்ட அம்புகள், கலிங்க வீரர் களுடைய கேடகத்தையும் கவசத்தையும் ஊடுருவிச் சென்று, அவர் களுடைய அகன்ற மார்பினையும் துளைத்துச் சென்றன. அதனால் கலிங்க வீரர், ‘கருணாகரன் வில்வித்தை கற்ற திறந்தான் என்னே என்னே!’ என்று புகழ்ந்து களத்தில் வீழ்கின்றனர். மேலும், தமது படைவீரர்களைப் போருக்கு செல்ல வேண்டாம்’ என்று தங்கள் கையா லேயே நிறுத்திக் கேட்டுக் கொள்கின்றனர். இதனையும் காணுங்கள்!

உற்ற வாய் அம்பி, தம் பரிசையும் கருவியும்
உருவி மார்பு அகலமும் உருவி, வீழ் செருநர் ‘வில்
கற்றவா, ஒருவன் வில் கற்றவா!’ என்று, தம்
கைம் மறித்தவரையும் காண்மினோ, காண்மினோ! 496

உற்ற-பொருந்திய. பரிசை-கேடகம். கருவி-கவசம். செறுநர்- வீரர். ஒருவன்- கருணாகரன். கற்று ஆ(று)- கற்ற தன்மை. மறித்தல்- விலக்குதல்.

வீரர்தம் உடலங்கள் தேவர்களை ஒத்தல்

போர்களத்தை நெருங்கி மேலே எழுந்து செல்கின்ற தேவர் களுடைய வானூர்திகளில், தேவர்களாகி விண்ணுலகத்துக்கு இப்போது போகும் வீரர்களுடைய உயிர்கள் மட்டுமல்லாமல், அவர்களின் உடம்பு களும் முகமலர்ச்சி கொண்டு கண்களை இமைக்காமல் இருந்தால், அவையும் தேவர்களை ஒத்திருக்கின்றன பாருங்கள்!

விண்ணின் மொய்த்து எழு விமானங்களில் சுரர்களாய்
மீதுபோம் உயிர்களே அன்றியே, இன்றுதம்
கண்இமைப்பு ஒழியவே முக மலர்ந்து, உடல்களும்
கடவுளோர் போலுமா காண்மினோ, காண்மினோ! 497

விண்-வானம். மொய்த்து-நெருங்கி. சுரர்-தேவர். உயிர்-வீரர் தம் உயிர். இன்று - இப்போது. இமைத்தல்- மூடுதல். ஒழிய-தவிர. உடல் - வீரர்தம் உடல். கடவுளோர்-தேவர்.

வெட்டுண்ட யானைத் தலைகள் சம்மட்டியை ஒத்தல்

மூன்றாம் பிறைச் சந்திரனைப் போன்ற பெரிய தந்தங்களை யுடைய, போரில் இறந்துபட்ட யானைகளினுடைய தலையாகிய முதற்பகுதியும், உடலாகிய பிற்பகுதியும் வெட்டப்பட்டு, நிலத்தில் வீழ்ந்து கிடக்கும், குறைந்த தலைகளாகிய துண்டுகள், கொல்லன் உலையில் இரும்புக் கருவிகளை அடிக்கும் சம்மட்டிகளை ஒத்திருக் கின்றன, பாருங்கள்!

விறைப் பெரும் பணை வேழம் முன்னொடு
பின் துணிந்து தரைப்படும்
குறைத்தலைத் துணி கொல்லன் எஃகு எறி
கூடம் ஒத்தமை காண்மினோ! 498

பணை-கொம்பு; தந்தம். வேழம்-யானை. துணிந்து- வெட்டுண்டு. தரை-நிலம். படும்- வீழ்ந்து கிடக்கும். துணி-துணிக்கப்பட்ட பகுதி; துண்டிக்கப்பட்ட பகுதி; துண்டுகள் . எஃகு-போர்கருவி. எறி - அடிக்கும். கூடம்-சம்மட்டி.

வேல் பறித்துக் சாயும் வீரர்

தங்கள் வாயில் புகுந்த வேல்கள் பறித்தெடுப்பதற்காக, அவற்றை வலைக்கையால் பிடித்த வண்ணம் களத்தில் சாய்ந்து கிடக்கும் வீரர்கள், ஊதுகொம்பை ஊதுகின்றவர்களை ஒத்திருக்கின் றார்கள், பாருங்கள்!

வாயினில் புகு வேல்கள் பற்று
வலக் கையோடு நிலத்திடைச்
சாயும் மற்றவர்கள் காளம் ஊதிகள்
தம்மை ஒத்தமை காண்மினோ! 499

பற்று-பிடித்து. காளம்- ஊதுகொம்பு. ஊதிகள்- ஊதுவோர்.

வீரர் படக்கோட்டிகளை ஒத்தல்

வீரர்கள் தம் மார்பிடத்து அழுந்தப் பாய்ந்த பெரிய வேல்களைப் பிடுங்கி, அதனை நிலத்தின் ஊன்றிக் குருதியாற்றில் தேர்மேல் நிற்கும்

தன்மை, படகோட்டிகள் படகுகளின் மேல் நின்று துடுப்புக்களால் ஊன்றி வலித்து ஆற்றில் செல்லுதலை ஒத்திருக்கின்றது, பாருங்கள்!

பட ஊன்று நெடுங் குந்தம் மார்பினின்றும்
பறித்து, அதனை நிலத்துஊன்றித் தேர்மேல் நிற்பார்
படவு ஊன்றி விடும் தொழிலோர் என்ன, முன்னம்
பசுங்குருதி நீர்த் தோன்றும் பரிசு காண்மின்! 500

பட -அழுந்த. குந்தம்-வேல். பறித்து-பிடுங்கி. படவு-படகு. முன்னம் - வீரர்களுக்கு முன்னால். பசும் குருதி- பச்சை இரத்தம்.

நிணமென அம்பு பற்றிய பருந்தின் நிலை

கொழுப்பால் மூடப்பெற்ற கூரிய அகன்ற ஓர் அம்பைக் களத்துள்ள இரத்த வெள்ளம் இழுத்துச் சென்றது. கூரிய நகங்களையுடைய பருந்து ஒன்று, அந்த அம்பைக் கொழுப்பு மூடிய அம்பென்று கருதாமல் கொழுப்பே எனக் கருதித், தனது கோணல் அலகால் கௌவிக் கொண்டு மேல்நோக்கிப் பறந்தது. இவ்வாறு அகன்ற ஆகாயத்தில் அது பறந்து செல்லும் போது அந்த அம்பு அதனுடைய வலிய வாயைப் பிளக்கச் செய்துவிட்டது. அந்த வேதனை தாங்காமல், அப்பருந்து நிலத்தில் வீழந்து கிடக்கிறது, பாருங்கள்!

வாய் அகல் அம்பு அரத்தமொடு நிணம் கொண்டுஓட
மற்று அதனை, வள் உகிரின் பருந்து கோணல்
வாய் அகல் அம்பரத்தினிடைக் கௌவி, வலவாய்
வகிர்ப்பட்டு, நிலம்பட்ட வண்ணம் காண்மின்! 501

வாய் - கூரிய முனை. அரத்தம்-இரத்தம். நிணம்-கொழுப்பு. வாள் - கூரிய. உகிர்-நகம். 'வள்உகிர் வான்' பருந்து, கொண்டால்' எனவும் பாடம். கோணல்- வளைந்த. வாய்- அலகு. அகல்-அகன்ற. அம்பரம்-வானம். வகிர்ப்பட்டு-நிணத்துள் ஒளித்திருந்த அம்பால் பிளவுண்டு. நிலம் படுதல்- நிலத்து வீழ்தல். வண்ணம்-தன்மை.

பிணந்தின்ற பூதம் வரும் தோற்றம்

போர்களத்துக்கு வந்த பருத்த வயிற்றையுடைய பூதமானது, நால்வகைப் படைகளுக்கும் தலைவனாகிய ஒருவனது உடலை வயிறு நிரம்ப நன்றாகத் தின்றுவிட்டு, மேலும் இறந்துபட்ட பெருவாரியான குதிரைகளைத் தலையில் சுமந்துகொண்டு வருவது, நிறை கருவுடைய ஒப்பற்ற சிறப்போடு தோன்றும் மேகம் வருவதுபோல் இருக்கின்றது பாருங்கள்!

சாதுரங்கத் தலைவனைப் போர்க் களத்தில் வந்த
தழை வயிற்றுப் பூதம்தான் அருந்தி, மிக்க
சாதுரங்கம் தலைசுமந்து, கமஞ்சூல் கொண்டு
தனிப்படும் கார் எனவரும்; அத்தன்மை காண்மின் 502

சாதுரங்கம் - நால்வகைப் படை. தழை-பருத்த. அருந்தி - உண்டு சாதுரங்கம்- சிறந்த குதிரைகள். கமம்-நிறைந்த. சூல்-கரு. தனிப்படும் - ஒப்பற்ற தன்மை பொருந்திய. கார்-மேகம்.

விழுப்புண் பட்ட யானை வீரர்

'பெரிய மலைகள் இப்படித்தான் இருக்கும்' என்று கண்டோர் வியந்து சொல்லும்படி நிற்கும். போர் புரியும் யானைகளையுடைய வீரர்கள், ஒருவரை ஒருவர் வெல்ல முந்தும் போர்க்களத்தில், 'தங்கள் முதுகில் காயம் உண்டாகுமோ?' என்ற பழிக்குப் பயந்து, முன்புற மாகிய மார்பில் காயமடைந்து வீழ்ந்து கிடக்கிறார்கள், பாருங்கள்!

'முது குவடு இப்படி இருக்கும்' என்ன நிற்கும்
முனைக் களிற்றோர், செருக்களத்து, முந்து 'தங்கள்
முதுகு வடுப்படும்! என்ற வடுவை அஞ்சி
முன்னம் வடுப் பட்டாரை, இன்னம் காண்மின்! 503

முது-பெரிய. குவடு-மலை. களிறு-யானை. செருக்களம்- போர்க் களம். வடு-காயம். வடுதலை-பழியை. முன்னம்-முன்னால் இருக்கும் மார்பு.

வாழ்விலே மட்டும் வீரர்களின் போர்மறம் பளிச்சிடவில்லை; அவர் எதிர்ப்படை மறவரோடு மோதிப் போரிடும் போதிலும், அப்படிப் போரிட்டுக் களத்திலே மடிந்து கிடக்கும் நிலையிலும்கூட, அவர் களுடைய மறமாண்பு பளிச்சிடுகின்றது! இந்தச் சிறந்த தியாகத் தையும் வீரச் செறிவையும் படம் பிடித்துக் காட்டும் சிறந்த பகுதி இது., தம் நாட்டிற்காகச் சாவதில் இன்பம் காணும் நாட்டுப் பற்றினை யும் இதிற் காணலாம்.

14. கூழ் அடுதல்

(பேய்கள் காளிக்குக் கூழிட்டுப் படைத்து வழிபடுதல்.)

கூழ் அடுமாறு கூறல்

'போர்க்களம் முழுவதையும் உங்களுக்குக் காட்டுவதென்பது முடியாத காரியம். களம் எங்கும் வீரரின் இரத்த வெள்ளம்; அதனுடன் மதம் பொழிய இறக்கும் யானைகளின் இரத்தமும் கலக்கின்றது. அதனால், குமிழிகள் உண்டாகக் கரை அழிந்தது போல் இரத்தம் பெருகி ஓடுகின்றது. அந்த இரத்த வெள்ளத்தில் அனைவரும் முழுகி விட்டுப்பிறகு நிணக்கூழைச் சமைத்து உண்ணுங்கள்!' என்று காளி பேய்களுக்குக் கட்டளையிட்டாள். உடனே, பேய்கள் காளியைக் கும்பிட்டுக் கூழ் சமைக்கத் தொடங்கின.

'களம் அடையக் காட்டுதற்கு முடிவ தன்று;
கவிழும் மதக்கரி சொரியக் குமிழி விட்டுக்

குளம் மடைப்பட்டது போலும் குருதி ஆடிக்

கூழடுமின்;' என்றருளக் கும்பிட்டு ஆங்கே. 504

அடைய-முற்றிலும். கவிழும்-இறந்து விழும். கரி யானை. மடை-நீரோடும் கால்வாய். பட்டது-அழிந்தது. குருதி - இரத்தம். ஆடி - குளித்து. கூழ்-உணவு. அடுமின்- சமையுங்கள்; 'என்று அணங்கு அருள்' எனவும் பாடம்.

பேய்கள் அழைத்தல்

குறுகிய வடிவத்தையுடைய மோடீ! நீண்ட வடிவத்தையுடைய கொழுப்பு மாலை அணிந்தவளே! இரத்த வெள்ளத்தில் மூழ்கி நீராடும் மூதேவியே! கூரிய பற்களையுடையவளே! நீலிக் கண்ணீர் வடிப்பவளே! ஆட்டை விழுங்கும் வாயை உடையவளே! நெற்குதிர் போன்ற வயிற்றை உடையவளே! எல்லோரும் உணவு சமைக்க வாருங்கள்! வாருங்கள்!

குறு மோடி! நெடு நிணமாலாய்! குடைகலதீ!

கூர் எயிறீ! நீலி!

மறி மாடி! குதிர் வயிறீ; கூழ்அட வாரீர்?

கூழ்அட வாரீரே! 505

நிணம்-கொழுப்பு. குடைதல்- நீரில் மூழ்குதல். சலதி-மூதேவி. எயிறு- பல். மறி-ஆடு. மடி-வயிறு.

பல் விளக்கல்

வெண்மையான யானைக் கொம்புகளைப் பறித்துக் கொண்டு பல்லை விளக்கிப் பற்குச்சிகளாகக் கொள்ளுங்கள்! ஆண் யானைகளின் விலா எலும்புகளைக் கொண்டு நாக்கை வழித்துக் கொள்ளுங்கள்!

பறிந்த மருப்பின் வெண் கோவால்

பல்லை விளக்கிக் கொள்ளீரே!

மறிந்த களிற்றின் பழு எலும்பை

வாங்கி நாக்கை வழியீரே! 506

பறித்த-நீங்கிய. மருப்பு-யானைத்தந்தம்; கொம்பு. மறித்த - இறந்து வீழ்ந்த. பழு-எலும்பு-விலா எலும்பு. வாங்கி-பறித்து.

நகம் நீக்கலும் எண்ணெய் தேய்த்தலும்

உரிய அம்புகளை உகிர் கொள்ளியாகக் கொண்டு நகங்களைக் களைந்து திருத்திக் கொள்ளுங்கள்! யானையினது மதநீரை எண்ணெயாகக் கொண்டு ஒழுகஒழுகத் தலையில் வார்த்துத் தேய்த்துக் கொள்ளுங்கள்.

வாய் அம்புகளாம் உகிர் கொள்ளி
வாங்கி உகிரை வாங்கீரே!
பாயும் களிற்றின் மதத் தயிலம்
பாயப் பாய வாரீரே! 507

வாய்-கூரிய உகிர் கொள்ளி- நகம் களையம் கருவி. உகிர்-நகம். பாயும்-பெருகும். தயிலம்-தைலம்; நல்வெண்ணெய்; திலம்-எள். வாரீர்-தலையில் ஊற்றுங்கள்.

இரத்தத்தில் குளித்தல்

எண்ணெய் போக, வெண்மூளை ஆகிய களிமண்ணைக் கொண்டு கூந்தலைக் கிளப்பித் தேய்த்து இரத்தத் தடாகத்தில் கூட்டமாகப் பாய்ந்து மூழ்கிநீந்தி விளையாடுங்கள்.

எண்ணெய் போக, வெண் மூளை
என்னும் களியால் மயிர் குழப்பிப்,
பண்ணை யாகக் குருதி மடுப்
பாய்ந்து நீந்தி ஆடிரே! 508

களி-சேறு; களிமண். குழப்பி- தேய்த்து., பண்ணை. கூட்டம். மடு-குளம்; இரத்த மடு.

இயலாதோர்க்கு எச்சரிக்கை!

இரத்தவெள்ளத்தில் அம்பு, வேல், ஈட்டி முதலிய போர்க் கருவிகள் பெரவாரியாகக் கிடக்கின்றன. ஆதலால், இயலாதவர்கள் அவற்றில் அகப்பட்டுக் கொள்ளாமல் கரைக் கருகிலேயே இருந்து கருத்தாய்க் குளியுங்கள்!

குருதிக் குட்டம் இத்தனையும்
கோலும் வேலும் குந்தமுமே!
கருவிக் கட்டு மாட்டாதீர்,
கரைக்கே இருந்து குளியீரே! 509

குட்டம் - குளம். கோல்-அம்பு. குத்தம்-ஈட்டி. ‘குருதிக் குட்டம் அத்தனையும், கருது இக்கட்டம்’ எனவும் பாடங்கள்.

ஆடை உடுத்தல்

இந்தக் குளம் மிகவும் ஆழமானது. அதில் நீந்தி நெடு நேரம் விளையாடி வருந்தாமல், உடனடியாகக் கரையேறிவிடுங்கள்! போர்க் களத்தில் இறந்துப்பட்ட கலிங்க வீரர்களுடைய கொழுப்பாகிய ஆடையை நன்றாய் விரித்து எடுத்து உடுத்துக் கொள்ளுங்கள்!

ஆழ்ந்த குருதி மடு நீந்தி,
அங்கே இனையாது இங்கேறி,

வீழ்ந்த கலிங்கர் நிணக் கலிங்கம்
விரித்து விரித்துப் புனையீரே! 510

ஆழ்ந்த-ஆழமான. இனையாது-வருந்தாமல்; திளையாது எனவும் பாடம். நிணம்-கொழுப்பு. குடைதல்-நீரில் மூழ்குதல். சலதி-மூதேவி. எயிறு-பல். மறி-ஆடு. மடி-வயிறு.

கைவளையும் காலணியும்

மதம்பொழியும் யானைகளின் கிம்புரிகளை அழகிய கை வளை யல்களாக அணிந்து கொள்ளுங்கள்! அறுகம் புல்லை உணவாகக் கொள்ளும் குதிரைகளின் மேல்சேணத்தோடு தொங்கும் கால்மிதி யாகிய அங்கவடிகளை, முத்துக்கள் பதித்த காலணிகளாகக் கோத்து அணிந்து கொள்ளுங்கள்!

மதம் கொள் கரியின் கோளகையை
மணிச் சூடகமாச் சூடீரே!
பதம்கொள் புரவிப் படி தரளம்
பொற் பாடகமாப் புனையீரே! 511

கோளகை-கிம்புரி; யானைத் தந்தத்தின் மேல் அணிவிக்கும் ஒரு வகைப் பூண். மணி-அழகிய. சூடகம்-கை வளையல். சூடீரே - இட்டுக் கொள்ளுங்கள்; 'செறியீரே எனவும் பாடம். பதம்-அறுகம் புல். புரவி-குதிரை. தரளம்-முத்து. பொன்-அழகிய. பாடகம்-காலணி. படி - சேணத்தோடு தொங்கும் கால்மிதியாகிய அங்கவடி.

காதணி

யானைகள் இறந்த போர்களத்தில் இறந்துபட்ட வீரர்கள், ஒருவர் மேல் ஒருவர் வீசி எறிந்த பெரிய வளை தடிகளை ஒன்று சேர்த்து, அவரவர்கட்கு வேண்டிய அளவில் வாயை அகற்றிக், காதணிகளாகப் புனைந்து கொள்ளுங்கள்.

ஈண்டும் செருவில் படுவீரர்
எறியும் பாராவளை அடுக்கி
வேண்டும் அளவு வாய் நெகிழ்த்து,
விடு கம்பிகளாப் புனையீரே! 512

ஈண்டுதல்- நிறைதல். செரு-போர். படு-பட்ட; 'பொருவளை' எனவும் பாடம். பாரா வளை-வளையம் போல் அமைந்த தடி. நெகிழ்த்து- அகற்றி. விடுகம்பி- காதணி.

காப்பணியும் காதணியும்

பருத்த கொடிய யானைகளின் பனைமரம் போன்ற துதிக்கை களை மிகக்கரிய காப்புக் கயிறாகக் கைகளிற் கட்டிக் கொள்ளுங்கள்.

இரட்டை முரசங்களை எடுத்து நடுவே வாளின் பிடியைச் செருகி, இரட்டை வாளி என்னும் காதணியாக அணிந்து கொள்ளுங்கள்!

பணைத்த பனை வெம் கரிக் கரத்தால்,
பரிய கரு நாண் கட்டீரே!
இணைத்த முரசம் வாள் காம்பிட்டு,
இரட்டை வாளி ஏற்றீரே! 513

பணைத்த-பருத்த. பனை-பனை மரம் போன்ற. கரத்தால் - துதிக் கையால். நாண்-காப்புக் கயிறு. இரட்டைவாளி- ஒருவகைக் காதணி.

தோளணியும் முத்துமாலையும்

இறந்து போன குதிரைகளின் கவிந்த குளம்புகளைத் தோள் வளையாக அணிந்துகொள்ளுங்கள்; இறந்துபோன வீரர்களால் வீசி விடப்பட்ட சுழிசுழியாக வளைந்துள்ள சங்குகளை எடுத்துக் கோத்து ஒற்றைச்சர முத்துமாலைகளாக அணிந்து கொள்ளுதல்.

பட்ட புரவிக் கவி குரத்தால்,
பரகு வலயம் சாத்தீரே!
இட்ட சுரி சங்கு எடுத்துக் கோத்து
ஏகா வலியும் சாத்தீரே! 514

பட்ட - இறந்த. கவி- கவிந்த. குரத்தால் - குளம்பால். வாகு வலயம் - தோள் வளை. இட்ட - வீரர் போட்டுவிட்ட. சுழி - சுழித்தலை யுடைய. ஏகாவலி - ஒற்றைச்சர முத்து மாலை.

வன்னசரம் அணிதல்

சினம் கொண்டு போர் புரிந்த வீரர்களுடைய கண்மணிகளையும், யானைகளின் தலைகளில் உள்ள அழகிய முத்துக்களையும் பறித்து, வரிசை அறிந்து நரம்பில் கோத்து, வன்னசரம் என்னும் அணியாக அணிந்து கொள்ளுங்கள்!

பொருசின வீரர் கண் மணியும்
புனை போதக மத்தக முத்தும்,
வரிசைய றிந்து, நரம்பிற் கோத்து
வன்ன சரங்கள் அணியீரே! 515

போதகம் - யானை. மத்தகம்- தலை. வாங்கி-பறித்து. வரிசை - முறை; நீலமும் - வெள்ளையுமாக மாற்றி மாற்றிக் கோத்தல். 'நரம்பிற் கோத்து, மயிர்க்கோத்து' எனவும் பாடம்.

உணவின் பொருட்டு எழுக

இன்னும் பலவாறாக அணிகளைச் சுமத்தி ஒப்பனையே செய்து கொண்டிருப்போமானால் பொழுது போய்விடும். பசித்தீ உள்ளும் புறமும் மிகுத்து வருத்தும். ஆதலால் அணி பூண்டு ஒப்பனை செய்து கொள்வதை இவ்வளவோடு நிறுத்திவிட்டு, கூழைச் சமைத்துண்ண யாவரும் உடன் பட்டு வாருங்கள்.

கொள்ளும் எனைப்பல கோலம் மென்மேல்
கொண்டிட, வேளையும் மீதூர,
உள்ளும் புறம்பும் வெதும்பும் காண்!
உண்பத னுக்கு ஒருப்படு வீரே! 516

எனை-ஏனை. மற்றும். கோலம்-ஒப்பனை; அலங்காரம். வேளை - காலம். மீதூர-மிகுந்துக்கொண்டே செல்லுதலால். வெதும்பும்-வருத்தும். ஒருப்படுவீர்-இணங்குவீர்.

சமையலறை அமைத்தல்

பெரிய உடலையுடைய மதயானைகளின் பிணங்களாகிய மலைகளின் மேலே, வலிய கழுகின் சிறகால் வேய்ந்த அழகிய பந்தரின் கீழே, சமையலறையை அமைத்து கொண்டு கூழைச் சமையுங்கள்.

மா காயம் மதமலையின் பிணமலைமேல்,
வன் கழுகின் சிறகால் செய்த
ஆகாய மேற்கட்டி, அதன் கீழே
அடுக்களை கொண்டு, அடுமின் அம்மா! 517

மா-பெரிய. காயம்-உடம்பு. மதமலை-யானை. மேல் கட்டி-விதானம்; பந்தர். அடுக்களை-சமையலறை. அடுமின்- சமையுங்கள்.

மெழுகல் - கோலமிடல் - அடுப்பமைத்தல்

யானைகள் பொழிந்த மதநீரால் நிலத்தை மெழுகி, பொடிப் பொடியாய் உதிர்ந்த முத்துத் தூளால் கோலம் இட்டு, அழிந்த மத யானைகளின் தலைகளை அடுப்புக்களாக அமைத்துக் கொண்டு, விரைவாகச் சமையுங்கள்.

பொழி மதத்தால், நில மெழுகிப், பொடிந்துதிர்ந்த
பொடித்தரளப பிண்டி தீட்டி
அழி மதத்த மத்தகங்கள் அடுப்பாகக்
கடுப்பாக் கொண்டு, அடுமின் அம்மா! 518

பொடி-தூள். தரளம்-முத்து. பிண்டி-கோசலம். மத்தகம்-யானைத்தலை. கடுப்பு-விரைவு.

பானையை அடுப்பில் ஏற்றல்

வெற்றியை உடைய வாட்களை வீரர்கள் போரில் வீசியமையால் குடல், தலை, கால், கால் முதலியவை அற்று வீழ்ந்த யானைகளின் வயிறுகளாகிய பானைகள் அடுப்பில் ஏற்றுங்கள்.

கொற்ற வாள் மறவர் ஓச்சக்
குடரொடு தலையும் காலும்
அற்று வீழ் ஆனைப் பானை
அடுப்பினில் ஏற்றும் அம்மா! 519

கொற்றம் - வெற்றி. ஒச்ச- எறிய. அற்று- நீங்கி. ஆனைப்பானை - ஆனையின் தனி உடலாகிய பானை.

உண்பொருள் கொணர்தல்

வெண்தயிரையும் செந்தயிரையும் கலந்து வைத்த கலம் போன்று, பெரிய பானைகள் அனைத்திலும் 'வீரர்களின் மூளையாகிய குளிர்ந்த தயிரையும், இறைச்சியாகிய செந்தயிரையும் நிரப்பிக் கொண்டு வந்து அடுப்பில் ஏற்றத் தாருங்கள்!

வெண் தயிரும் செந்தயிரும் விராய்க் கிடந்த
கிழான் போல, வீரர் மூளைத்
தண் தயிரும் மிடைவித்த புளிதமுமாத்
தாழிதொறும் தம்மின் அம்மா! 520

விராய்-கலந்து. கிழான்-கலம்; தாழி. மிடைவித்த - நிறைவித்த. புளிதம்-இறைச்சி; 'தயிருடன் ஈரற் புளிதம்' எனவும் பாடம். தம்மின்-தாருங்கள்.

உலைநீர் ஊற்றல்

கூழ் காய்ச்சுவதன் பொருட்டு, வீரர்களால் கெல்லப்பட்ட யானை வயிறுகளாகியப் பானைககளில், குதிரைகளின் இரத்தத்தைக் கொணர்ந்து உலைநீராக ஊற்றுங்கள்.

கொலையினுள் படு கரிக்
குழிசியுள், கூழினுக்கு
உலைஎனக், குதிரையின்!
உதிரமே சொரிமினோ! 521

குழிசி-பானை. உலை-உலைநீர். உதிரம்-இரத்தம். சொரிதல்-ஊற்றுதல்.

உப்பும் காயமும் இடல்

கொடிய போர்க்களத்தில் சிதறி வீழ்ந்த குதிரைகளின் வெண் பற்களாகிய பூண்டினைக் கிள்ளிப்போட்டு, வீரர்களின் நகங்களாகிய உப்பையும் இட்டு கூழைச் சமையுங்கள்.

துள்ளி வெங் களனில் வீழ்
துரக வெண் பல்
உள்ளியும் கிள்ளி யிட்டு,
உகிரின் உப்பு இடுமினோ! 522

களன்-களம். துரகம்-குதிரை. உள்ளி- பூண்டு. உகிர்-நகம்.

தீ மூட்டல்

ஒப்பற்ற விண்ணுலகு அடையினும், வீரர்களின் கண் களினின்றும் என்றுமே நீங்காத கோபம் என்னும் நெருப்பை இட்டு, நீங்கள் தீயினை மூட்டுங்கள்.

தனி விசும்பு அடையிலும்
படைஞர் கண் தவிர்கிலா
முனிவு எனும் கனலை நீர்,
மூள வைத் திடுமினோ! 523

விசும்பு - வானம். தவிர்கிலா - நீங்காத. முனிவு-கோபம். கனல் - தீ; கோபமாகிய தீ.

விறகு கொண்டு எரித்தல்

இறந்துபட்ட வீரர்களின் ஈட்டி, அம்பு, தடி, வேல் ஆகிய போர்க் கருவிகளை அடுப்பின் நடுவில் விறகாக நிரப்பி எரிய வையுங்கள்.

குந்தமும் பகழியும்
கோல்களும் வேலுமாம்
இந்தனம் பல எடுத்து,
இடை மடுத்து எரிமினோ! 524

குந்தம்-ஈட்டி, பகழி-அம்பு. இந்தனம்-விறகு. இடை - அடுப்பின் இடையே. மடுத்து- கொள்ள வைத்து.

பழைய அரிசி

கல்லைக் கடித்துப் பல் முறிந்து குப்புற வீழ்ந்த, கலிங்க வீரர் களுடைய பற்களைத் தகர்த்தெடுத்து, அவற்றைப் பழைய அரிசியாகச் செய்து கொள்ளுங்கள்.

கல்லைக் கறித்துப் பல் முறிந்து
கவிழ்ந்து வீழ்ந்த கலிங்கர் தம்
பல்லைத் தகர்த்துப், பழ அரிசி
ஆகப் பண்ணிக் கொள்ளீரே 525

கறித்து-கடித்து. தகர்த்து - பெயர்த்து எடுத்து. கல்லைக் கறித்து - கல்லைக் கடித்து; என்றது, தமிழரை எதிர்த்த மடமையை.

அரிசியும் குற்றும் உரலும்

சமைத்தபின் கடைசியில் சுவை பார்க்கும் கூழின் பொருட்டு, வெண்ணிறப் பற்களை உலையினில் போடும் அரிசியாகவும், சீர்கெட்டு ஒலி அடங்கிப் போர்களத்தில் கிடக்கும் முரசங்களை அரிசி குற்றும் உரல்களாகவும் எடுத்துக் கொள்ளுங்கள்.

சுவைக்கும் முடிவில் கூழினுக்குச்
சொரியும் அரிசி வரி எயிறா
அவைக்கும் உரல்கள் எனக் குரல்கள்
அவிந்த முரசம் கொள்ளீரா ! 526

வரி-நிறம்; 'வரி அறவே' எனவும் பாடம். அவைக்கும் - குற்றும். அவிந்த-அடங்கிய. குரல் அவிந்த முரசம்- மேல் தோல் கிழிந்து போன முரசம்.

அரிசி குற்றல்

முரசங்களாகிய உரல்களில், பற்களாகிய அரிசியைக் கொட்டி, கொல்லப்பட்ட யானைகளின் தந்தங்களாகிய உலக்கைகளால், 'சலுக்கு! மொலுக்கு!' என்னும் ஒலி உண்டாகுமாறு குற்றுங்கள்.

இந்த உரற்கண் இவ் அரிசி
எல்லாம் பெய்து,கொல் யானைத்
தந்த உலக்கை தனை ஓச்சிச்
'சலுக்கு! மொலுக்கு!' எனக் குற்றீரே! 527

தந்த உலக்கை- தந்தமாகிய உலக்கை.

காளியைப் பாடி அரிசி குற்றல்

நம்மைவிட்டு நீங்கிய தளர்ச்சி முற்றும் ஒழியவும், நமது பருத்த உடலினை வருத்தும் கொடிய பசி தீரவும், நமக்கப் பிணங்களை உணவாகத் தந்த காளிதேவியைப் பாடி அரிசி குற்றுங்கள். பெரிய செல்வங்களுக்கெல்லாம் தலைவியாகிய காளியைப் பாடுங்கள்!

தணந்த மெலிவு தான்தீரத்
தடித்த உடல்வெம் பசிதீரத்
பிணம்தரு நாச்சியைப் பாடீரே!
பெருந்திரு வாட்டியைப் பாடீரே! 528

தணந்த-நீங்கிய. தடித்த-பருத்த. நாச்சி-தலைவி; காளி. பாடீ - பாடுங்கள். 'மணந்தரு தார்ச் சயதுங்கம் எங்கோன் வாள் வலியால் நம் மெலிவு அகல' எனவும் பாடம்.

குலோத்துங்கனைப் பாடிக் குற்றல்

முதற் குலோத்துங்க சோழன் விரைந்து செல்லக் கூடிய உயர்ந்த குதிரைகளை உடையவன்; வீரம் பொருந்தியவன்; காவிரியாறு பாயும் வளநாட்டை யுடையவன். அவனுடைய இரண்டு தோள்களும் இவ் வுலகத்தைத் தாங்கியுள்ளன. அந்தப் புகழைப் பாடி நெல்லைக் குற்றுங்கள். அவன் உலகத்தைத் தாங்கியதால், இதுவரை உலகத் தைச் சுமந்து வந்த ஆதிசேடன் தனது சுமையை இழந்துவிட்டான்: அதனையும் பாடிக் குற்றுங்கள்!

கவன நெடும் பரி வீர தரன்;
காவிரி நாடுடையான், இருதோள்
அவனி சுமந்தமை பாடீரே!
அரவு தவிர்ந்தமை பாடீரே! 529

கவனம்-விரைவு. பரி-குதிரை. வீரதரன்- வீரம் பொருந்தியவன்; குலோத்துங்கன். அவனி-உலகம். அரவு- ஆதிசேடன். தவிர்ந்தமை - சுமையின் பழுவைக் குறைத்தமை.

சேர பாண்டியரை வென்றமை கூறிக் குற்றல்

முதற் குலோத்துங்க சோழன் அரசர்களில் இந்திரன் போன்றவன்: வாளாயுதத்தை உடையவன். அவனுடைய யானை மதம்பாட்டால் உறுதியாகப் பகைவேந்தரைத் தானே சென்று அழித்துவரக் கூடியது அப்படிப்பட்ட யானை மதங்கொள்ளவே, பாண்டியர் தோற்றோடி விட்டார்கள்; அதனைப் பாடுங்கள்! சேரர்களும் தோற்றோடி விட்டார் கள்: அதனையும் பாடுங்கள்!

மன்னர் புரந்தரன் வாள் அபயன்
வாரணம் இங்கு மதம் படவே
தென்னர் உடைந்தமை பாடீரே!
சேரர் இரிந்தமை பாடீரே! 530

புரந்தரன் - இந்திரன். வாரணம்-யானை. தென்னர்-பாண்டியர். இரிந்தமை - உடைந்தமை; தோற்று ஓடியமை.

சேர பாண்டியர் வணங்கியமை கூறிக் குற்றல்

சேர வேந்தருடைய மணிபதித்த முடியும், பாண்டியருடைய மணிமுடியும் வணங்கியமையால், நெருங்கிச் சிவந்தன, முதற் குலோத் துங்க சோழனுடைய பாதங்கள். அவற்றின் புகழைப் பாடுங்கள்! பெருமையிற் சிறந்தவனாகிய முதற் குலோத்துங்கனுடைய அழகிய அடிகளின் புகழைப் பாடுங்கள்!

வணங்கிய சேரர் மணிமுடியும்
வழுதியர் தங்கள் திரு முடியும்
பிணங்கிய சேவடி பாடீரே!
பெருமான் திருவடி பாடீரே! 531

மணி- இரத்தினம். முடி-கீரிடம். வழுதியர்-பாண்டியர். பிணங் கிய - நெருங்கிய. சேவடி- சிவந்த பாதம்.

வடவேந்தரை வென்றமை கூறிக் குற்றல்

ஒளிவீசி விளங்குகின்ற நீண்ட வாட்படையினரையுடைய முதற் குலோத்துங்க சோழனுக்கு, வடக்கிலுள்ள பூமியை ஆளும் அரசர்கள் செலுத்திய திறைப் பொருள்களைச் சுமந்து வரும் யானைகளின் தன்மையைப் பாடுங்கள். அப்படி வருகின்ற யானைகளின் மத நாற்றம் வீசுவது பற்றியும் சிறப்பித்துப் பாடுங்கள்!

ஒளிரு நெடும்படை வாள் அபயற்கு
உத்தர பூமியர் இட்ட திறைக்
களிறு வரும்படி பாடீரே!
கட மதம் நாறுவ பாடீரே! 532

ஒளிறு - விளங்கிடன்ற. அபயன்-சோழன். உத்தரம் - வடக்கு. இட்ட - செலுத்திய. திறை-கப்பம்; மிகுதிப் பொருள். வரும்படி - வரும் தன்மை. கடம் - யானைக் கூட்டம்.

பகைவர் பணிந்தமை கூறிக் குற்றல்

நிலவுலகத்தை மட்டுமல்லாமல், கடற் பகுதிகள் முழுமையை யும் கட்டியாண்டவன் பண்டித சோழன் என்னும் பெயரையுடைய முதற் குலோத்துங்க சோழனாவான். அவனுடைய தாமரை மலர் போன்ற திருவடிகளில் பகைவர்கள் வணங்கிய தன்மையைப் பாடுங் கள்! மேலும், அவன் தன் வில்லால் போர் செய்து வெற்றிக்கொண்ட வல்லமையையும் பாடுங்கள்.

பௌவம் அடங்க வளைந்த குடைப்
பண்டித சோழன் மலர்க் கழலில்
தெவ்வர் பணிந்தமை பாடீரே!
சிலைஆ டியவலி பாடீரே! 533

பௌவம்- கடல். அடங்க-முற்றும். பண்டித சோழன். குலோத் துங்கனின் மறுபெயர். கழல்-திருவடி. தெவ்வர்- பகைவர். சிலைவலி, வாள் வலி எனவும் பாடம்.

உலகம் இன்புற ஆண்டமை கூறிக் குற்றல்

முதற் குலோத்துங்க சோழன் பிறந்த நாளில் உலகம் மகிழ்ந் தமைபோல, எந்த நாளிலும் பெரிய நிலமகளுக்குத் துன்பம் நீக்கி இன்பம் தரும் நிழலாகப் பொருந்திய, அவனுடைய வெண்கொற்றக் குடையின் சிறப்பைப் பாடுங்கள்!

எற்றைப் பகலினும், வெள்ளணி நாள்,
இருநிலப் பாவை நிழலற்ற
கொற்றக் குடையினைப் பாடீரே!
குலோத்துங்க சோழனைப் பாடீரே! 534

எற்றை - எந்த. பகல்- நாள். வெள்ளணிநாள் - பிறந்த நாள். இரு - பெரிய. நிலப்பாவை-நிலமகள். உற்ற- பொருந்திய. 'பாவை தனை நிழற்றும்' எனவும் பாடம்.

கருணாகரனைப் பாடிக் குற்றல்

படைத் தலைவனான கருணாகரனுடைய ஊரான வண்டை என்னும் செழும்பதியையும், அவனுடைய ஆட்சிக்குட்பட்டிருந்த மாமல்லபுரம், காஞ்சிபுரம், பழமையாகிய மயிலை ஆகிய நகர்களையும் சிறப்பித்துப் பாடுங்கள்; பல்லவர் மரபில் தோன்றியவனாகிய கருணா கரத் தொண்டை மானின் சிறப்பையும் பாடுங்கள்!

வண்டை வளம் பதி பாடீரே!
மல்லையும் கச்சியும் பாடீரே!
பண்டை மயிலையும் பாடீரே!
பல்லவர் தோன்றலைப் பாடீரே! 535

வண்டை - கருணாகரன் ஊர். மல்லை-மாமல்லபுரம். கச்சி- காஞ்சிபுரம். பல்லவர் தோன்றல்-கருணாகரன்.

தொண்டையர் வேந்தனைப் பாடிக் குற்றல்

போர்க்களத்தில் தம் வல்லமைகளைக் காட்டிய யானைகளைக் கொள்ளை கொண்டு, நமது அரசனாகிய முதற் குலோத்துங்கன் மேல், 'கலிங்கத்துப் பரணி' என்னும் பாமாலையை அணிவித்ததர்க்குக்

காரணமாயிருந்த கருணாகரனைப் பாடுங்கள். தொண்டை நாட்டுக்கு அரசனாகிய கருணாகரனைப் பாடுங்கள்!

காட்டிய வேழ அணி வாரிக்
கலிங்க பரணி நம் காவலன்மேல்
சூட்டிய தோன்றலைப் பாடீரே!
தொண்டையர் வேந்தனைப் பாடீரே! 536

வேழம் -யானை. அணி-கூட்டம். வாரி - கொள்ளைகொண்டு. காவலன்- குலோத்துங்கன். தோன்றல், தொண்டையர் வேந்தன்- கருணாகரன்.

குலோத்துங்கன் புகழ் பாடிக் குற்றல்

முதற் குலோத்துங்க சோழனுக்குச் சமயமறிந்து திறைப் பொருள்களைச் செலுத்திவிட்டு, காளியின் அழகிய கடைக்கண் நோக்காகிய திருவருளைப் பார்த்துத் தலைதாழ்த்தும் ஒளியுடைய முடிகளை அணிந்த சிற்றரசர் மிகப் பலராவர்.

இடை பார்த்துத் திறை காட்டி,
இறைவி திருப் புருவத்தின்
கடை பார்த்துத், தலை வணங்கும்
கதிர் முடி நூறாயிரமே! 537

இடை - சமயம். காட்டி- செலுத்தி. இறைவி - காளி இறைவனிரு புருவத்தின்' எனவும் பாடம். கதிர்-ஒளி.

பலவேந்தர் அடி வணங்கல் கூறி குற்றல்

முதற் குலோத்துங்க சோழனாகிய எம் அரசன் தலை ஒரு முடியே சூடுவதாகும். ஆனால், அவன் அடிகளில் விழுந்து வணங் கும் அரசர் தம் தலைகளோ கணக்கிலடங்கா மிகப் பலவாகும்; அதனால் அவன் அடிசூடும் முடிகளோ பலவாகும்.

முடி சூடும் முடி ஒன்றே;
முதல் அபயன் எம் கோமான்
அடி சூடும் முடி எண்ணில்,
ஆயிரம் நூறாயிரமே! 538

முடி-தலை. சூடும்-அணியும். முடி-கீரிடம். அடி- பாதம். எண்ணில்- கணக்கிட்டால்; ஆராய்ந்தால்.

திறைதரா வேந்தர் அழிந்தமை கூறிக் குற்றல்

முதற் குலோத்துங்க சோழன் சொன்ன திறைப் பொருளைத் தலையால் வணங்கிச் செலுத்தாத சிற்றரசர்களின் அடிகள், மலை களில் ஒளிந்து கொள்வதன் பொருட்டு மிதித்தோடிய அரிய மலைகள் மிகப் பலவாகும்.

முடியினால் வழிப்பட்டு,
மொழிந்ததிறை இடா வேந்தர்
அடியினால் மிதிப்பட்ட
அருவரை நூறாயிரமே! 539

முடி-தலை. வழிப்பட்டு-வணங்கி. மொழிந்த-சொன்ன. இடா-செலுத்தாத. அடி-பாதம். வரை-மலை.

பார்வேந்தர் படும் சிறுமை கூறிக் குற்றல்

வெற்றிமாலை அணிந்த தோள்களையுடையவன் முதற் குலோத்துங்கசோழன் அவனுடைய அமைச்சர்கள் இருக்கும் தலைவாயிலில், போரில் தோல்வியுற்றோர் சமாதானத்தை நாடியும், பகைவேந்தரை எதிர்க்க வேண்டுவோர் உதவியை விழைந்தும், பிறவற்றின், பொருட்டும், அவர்கள் வரவை நாடிநின்று குறையிரக்கும் மாற்றரசர்கள் அடைகின்ற வேதனையால் மிகப்பலவாகும்.

தார் வேய்ந்த புயத்து அபயன்
தன் அமைச்சர் கடைத்தலையில்
பார் வேந்தர் படுகின்ற
பரிபவம் நூறாயிரமே! 540

தார்-மாலை. வேய்ந்த-அணிந்த. புயம்-தோள். அபயன்-சோழன். கடைத்தலை-வாயில். பார்-பூமி. பரிபவம்-வேதனை; சிறுமை, பெருமைக்குறைவு; துன்பம்.

மறை ஓம்பியமை கூறிக் குற்றல்

வெற்றிமாலை அணிந்த தோள்களையுடையவன் முதற் குலோத்துங்க சோழன். அவனது குளிர் கருணையினால் பருவமழை தவறாது பெய்யச் செய்விக்கும்,ஒப்பில்லாததாகிய 'ஓம்' என்னும் பிரணவ மந்திரத்திர கோஷங்களும் மிகப் பலவாகும்.

தாங்கு ஆரப் புயத்து அபயன்
தண் அளியால் புயல் வளர்க்கும்
ஓங்கார மந்திரமும்
உலப்பில் நூறாயிரமே! 541

ஆர்-மலை. அளி-கருணை. புயன்-மழை. ஓங்கார-மந்திரம் 'ஓம்' என்னும் பிரணவ மந்திரம். உலப்பில-ஓய்வில்லாதன.

பார் ஆண்ட புகழ் பாடிக் குற்றல்

போர் புரியும் களிறுகளையுடையவன் முதற் குலோத்துங்க சோழன் அவனுடைய இரு தோள்களும் எக்காலத்தும் உலகைத் தாங்குதலால், சுமை நீங்கிய ஆதிசேடன் தலைகள் மிகப் பலவாகும்.

போர் தாங்கும் களிற்று அபயன்
புயம் இரண்டும் எந்நாளும்
பார் தாங்கப் பாம் தீர்ந்த
பணிப் பணங்கள் ஆயிரமே! 542

தாங்கும்-புரியும். களிறு-யானை. புயம்-தோள்; 'புயமிரண்டும் பார்தாங்க' எனவும் பாடம். பார்-உலகம். பரம்-பாரம்; சுமை. தீர்ந்த - தவிர்ந்த. பணி-பாம்பு; ஆதிசேடன். பணம்-படம்-தலை.

திருமால் எனப் பாடிக் குற்றல்

நான்கு கடல்களையும் போர்த்திய வெண்கொற்றக் குடையை யுடைய மக்களில் சிறந்தவனான முதற் குலோத்துங்கன், அமுதம் உண்டாகும்படி திருப்பாற்கடலைக் கடைந்தருளிய பருத்த தோள்கள் மிகப் பலவாகும்.

நாற்கடலைக் கவித்த குடை
நரத்துங்கன் அமுதம் எழப்
பாற்கடலைக் கடைந்து அருளும்
பணைப்புயம் நூறாயிரமே! 543

கவித்த-போர்த்த. நரதுங்கன்-மக்களிற் சிறந்தவன்; குலோத் துங்கன். எழ-தோன்ற. பணை-பருத்த. புயம்-தோள், 'பனைத்தோள்' எனவும் பாடம் (இவனே திருமால் என்பது இது.)

தோள் இரண்டாம் துணித்தமை

இரண்டு திருவடிகளால் நாட்டுச் சிற்றரசர்களுடைய முடிகளைத் தாங்குகிற முதற் குலோத்துங்க சோழன், இரண்டு கைகளால் வாணா சுரனை முன்பு வெட்டிய தோள்கள் மிகப் பலவாகும். (இதுவும் அபயனே திருமால் என்பது.)

தாள் இரண்டால் நிலவேந்தர்
தலை தாங்கும் சய துங்கன்
தோள் இரண்டால் வாணனைமுன்
துணிந்தன தோள் ஆயிரமே! 544

தாள்-திருவடி. வாணன்-ஓர் அசுரன். துணித்த-வெட்டிய.

தூது நடந்தான்

முகபாடம் அணிந்த யானைகளயுடைய முதற் குலோத்துங்க சோழன், பாண்டவர்களைத் துரியோதனனிடம் தூது சென்றபோது, சக்கரம் முதலான படைக்கலங்களைப் பிடித்த அழகிய கைகள் மிகப் பலவாகும்.

குழி முகக் களிற்று அபயன்
தூது நடந் தருளிய நாள்

ஆழி முதல் படை எடுத்த
அணி நெடுந்தோள் ஆயிரமே! 545

சூழி-முகபடாம். ஆழி-சக்கரம். படை-படைக்கலக் கருவிகள். அணி - அழகிய. (கண்ணனும் இவனே என்றனர்.)

அரிசி புடைத்தல்

கலிங்க வீரர்களின் பற்களாகிய அரிசிகள் எல்லாம் கூழுக்கு இடத்தக்க மிகப்பழைய அரிசிகள் ஆயின், அவற்றைச் சல்லவட்டம் என்னும் முறத்தால் தவிடு நீங்கும்படி புடையுங்கள்.

பல் அரிசி யாவும் மிகப்
பழ அரிசி தாம் ஆகச்
சல்ல வட்டம் எனும் சுளகால்
தவிடுபடப் புடையீரே! 546

சல்லவட்டம்-ஒரு வகைக் கேடகம். சுளகு-முறம். பட-நீங்கும் படி; 'விட' எனவும் பாடம். 'பல்லரிசியான வெலாம் பழவரிசி ஆன, இனி' எனவும் பாடம்.

அரிசியை அளத்தல்

கைகளினால் நிலத்தை தூய்மை செய்து, போர்க் கருவிகளைக் கையிலே பிடித்த கலிங்க வீரர்கள் முதுகில் அணிந்த அம்பறாத் துணிகளையே, தூணி என்னும் நான்கு மரக்கால் கொண்ட படியாகிய அளவு கருவியாகக் கொண்டு, அரிசியை அளத்தல் செய்யுங்கள்.

பாணிகளால் நிலம் திருத்திப்
படைக் கலிங்கர் அணி பகழித்
தூணிகளே நாழி எனாத்
தூணிமா அளவீரோ! 547

பாணி-கை. திருத்தி-தூய்மை செய்து. அணி- அணிந்த; பகழித் தூணி - அம்பறாத் தூணி. தூணிமா நாழி-நான்கு மரக்கால் கொண்ட பெரிய படியாகிய ஓர் அளவு கருவி.

உலையில் இடல்

வீரர்கள் தம் கைவிரல் கவசமாக அணிந்துள்ள உறைகள் மிக மிகச் சிறியன. ஆகையால், பெரியனவாகிய அம்பறாத் தூணிகளையே கைகளில் கொண்டு, உரலில் குற்றப்பட்ட அரிசிகளை அள்ளி, எல்லா உலைகளிலும் கொட்டுங்கள்.

விரல் புட்டில் இவை சிறிய;
வில்கூடை பெரியன கொண்டு,
உரல்பட்ட அரிசி முகந்து,
உலை தோறும் சொரியீரே! 548

புட்டில் - உறை; விரல்களுக்கு கவசமாக அணியப் பெறும் உறை. வில்கூடை - அம்பறாத்தூணி. முகந்து - அள்ளி.

துடுப்பும் அகப்பையும்

கலிங்கப் போர்களத்தில் பரணிநாளில் சமைத்த கூழானது பொங்கி வழியாவண்ணம், வீரர் கைகளைத் துப்புக்களாகவும், அள விட்டுச் சொல்வதற்கியலாத குதிரைகளின் குளம்பையுடைய கால் களை அகப்பைகளாகவும் கொண்டு துழாவுங்கள்.

களப் பரணிக் கூழ பொங்கி
   வழியாமல், கை துடுப்பா
அளப்பரிய குளப்புக் கால்
   அகப்பைகளாகக் கொள்ளீரே!   549

பரணிக் கூழ் - பரணி நாளில் சமைக்கப்பெறும் கூழ். குளம்புக் கால் - குதிரைகளின் குளம்பையுடைய கால்.

கூழைச் சுவை பார்த்தல்

நாம் சமைத்த கூழிலிருந்து, ஒரு துளி கூழை உள்ளங்கையிற் கொண்டு சுவை பார்க்க எல்லாரும் இன்று நமக்கு இக்கூழ், சேமித்து வைத்த பொருள்போல் மிகமிக இனியதாகும்.

வைப்புக் காணும் நமக்கு இன்று!
   வாரீர், கூழை, எல்லீரும்
உப்புப் பார்க்க ஒரு துள்ளி
   உள்ளங் கையிற் கொள்ளீரே!   550

வைப்பு - சேமித்து வைத்த பொருள். உப்புப் பார்க்க - சுவை பார்க்க; 'உப்புக் காண' எனவும் பாடம். துள்ளி - துளி.

கூழை நன்கு கிண்டுதல்

கைகளில் நெருப்புப் பற்றிக் கொள்ளாதிருப்பதன் பொருட்டு, அடுப்பிலுள்ள நெருப்பை நன்கு அணைத்து விட்டு, கைகளாகிய துடுப்புகளால், கூழ் பானையில் பிடித்துத் தீய்ந்து போகாவண்ணம், பானையின் எல்லாப் பக்கங்களிலும் நன்றாய்ச் சுழலும்படி கிண்டிக் கிண்டி நன்கு கிளறுங்கள்.

அழலைக் கையில் கொள்ளாமே,
   அடுப்பை அவித்துக், கைத் துடுப்பால்,
சுழலச் சுழலப் புடை எங்கும்
   துழாவித் துழாவிக் கொள்ளீரே!   551

அழல் - தீ. கொள்ளாமே - கொள்ளாதிருத்தற் பொருட்டு. புடை - பக்கம். துழாவி - கிண்டி.

பதம் பார்த்துக் கூழ் இறக்கல்

இனி, இந்தக் கூழை கையால் தொட்டுப் பாருங்கள். பதமும், சுவையும் நாம் முன்பு மதுரை, மணலூர், சக்கரக் கோட்டம், முதலிய களங்களில் குடித்த கூழ்களைக் காட்டிலும் மிக நன்றாக இருக்கின்றன. ஆகவே, அடுப்பிலிருந்து இறக்க அனைவரும் வாருங்கள்.

பற்றிப் பாரீர், இக் கூழின்
பதமும் சுவையும், பண்டு உண்ட
மற்றைக் கூழின் மிக நன்று;
வாரீர் இழிச்ச வாரீரே! 552

பற்றி-தொட்டு. பதம்- பக்குவம். சுவை-இனிமை. இழிச்ச-இறக்க.

பானை பிடித்து இறக்கல்

அடுப்பிலிருந்த கூழை இறக்கும்போது, கைகளில் கவிழ்ந்து கைகள் வெந்து போகவும் கூடும். வெந்துபோகாதிருப்பதற்காகக், குதிரைகளின் இறைச்சியைச் சூடுபொறுக்க பிடித்திருக்கும் கைத்துணி யாகக் கொண்டு, பானையின் இருபுறத்திலும் வைத்துச் சேர்த்துப் பிடித்து, அடுப்பிலிருந்து மெல்ல இறக்குங்கள்.

எடுத்துக் கையில் கவிழாமே
இவுளித் துணியிட்டு, இருமருங்கும்
அடுத்துப் பிடித்து, மெத்தெனவே
அடுப்பில் நின்று இழிச்சீரே! 553

இவுளி-குதிரை, அடுத்து- சேர்த்து. மெத்தன-மெல்ல.

கூழின் மிகுதி

'ஒரு வாயால் இந்தக் கூழ் முழுவதையும் உண்ண முடியாது' என்று பலவாறாகச் சொல்லி, கூழ் மிகுதி கண்டு பயப்படுகின்றீர்கள். இதைக் குடிக்க ஆயிரம் வாய்கள் வேண்டுமோ? வேண்டியதில்லையே!

'ஒரு வாய் கொண்டே இது தொலைய
உண்ண ஒண்ணாது' என்று என்று,
வெருவா நின்றீர்; ஆயிரம் வாய்
வேண்டுமோ இக்கூழ் உணவே? 554

தொலைய - தீர்ந்துபோகும்படி. ஒண்ணாது-இயலாது. வெருவா நின்றீர் - அஞ்சுகின்றீர்.

நாத் தோய்க்கின் கூழ் சுவறும்

கொடி நெருப்புப் போன்ற பசியால் வெந்து எரிகின்ற பிளவுபட்ட நாவானது சிறிது நனைந்தாலும்கூட, நெருப்பில் பழுக்கக் காய்ச்சிய

இரும்பில் பட்டு மறையும் நீர்போல, இந்தக் கூழ் முழுமையும் ஒரு சிறிதுமின்றி வறண்டு போகாதோ? போகுமே!

வெந்த இரும்பில் புகும் புனல்போல்,
வெந்தீப் பசியால் வெந்து எரியும்
இந்த விடம்பை நாத் தோய்க்கில்
இக்கூழ் எல்லாம் சுவறாதோ? 555

வெந்த - பழுக்கக் காய்ச்சிய. புனல் - நீர். விடம்பை - பிளவை யுடைய. சுவறாதோ - வறண்டு போகாதோ.

உண்டு மிகுமோ?

நாம் முன்பு சமைத்த கூழ்களெல்லாம் இந்தப் பரணி நாளில் சமைத்த கூழைவிட மிகுதியாமோ? இதனை நாம் உலகத்தில் அறிய மாட்டமோ? இக் கூழை நாம் உண்ட பின்னும் மிகுதியாயிருக்குமோ? அப்படி மிகுதியானால், நீங்கள் சற்று முன்பு சொன்ன உபாயமாகிய நாலைக் கூழில் தோய்த்தலையும் செய்வோமே!

பண்டு மிகுமோர் பரணிக் கூழ்
பார கத்தில் அறியேமோ?
உண்டும் மிகுமோ நீர் சொன்ன
உபாயம் இதுவும் செய்குவமே! 556

பாரகம் - உலகம்; பாரதம் எனவும் பாடம்; அது பாரதப் போரில் கூழட்டு உண்ட செய்தியைக் குறிக்கும். உபாயம் - நாவைக் கூழி தோய்த்தல் என்னும் வழி; ‘உபாயம்’ எதுவும் செயல் நன்றே’ எனவும் பாடம்.

உணவுக்கு முன் நீர் வைத்துக் கொள்ளல்

உங்கள் ஒவ்வொருவருக்கும் வேண்டிய தண்ணீரை, சூடுடைய இரத்தமாகிய பெரிய ஆற்றில், யானைகளின் மத்தகங்களாகிய குடங் களில் மொண்டு வந்து, குளிர வைத்துக் கொள்ளுங்கள்.

வெம்பும் குருதிப் பேரா ஆற்றில்,
வேண்டும் தண்ணீர் வேழத்தின
கும்பங்களிலே முகந்து எடுத்துக்
குளிர வைத்துக் கொள்ளீரே!

வெம்பும்-வெப்பம் கொள்ளும். குருதி-இரத்தம். வேழம்-யானை. கும்பம்- மத்தகங்களாகிய குடம். முகந்து-மொண்டு.

நிலத்தை தூய்மை செய்தல்

இறந்து சோர்ந்து கிடக்கும் யானைகளில் வால்களாகிய விளக்கு மாற்றால் எங்கும் பெருக்கி, அலைகளால் அலைத்துக் கொண்டிருக் கும் செந்நீராகிய தண்ணீரைத் தெளித்து, உண்கலங்களை வைக்க இடத்தை ஏற்படுத்திக் கொள்ளுங்கள்.

சோருங் களிற்றின் வாலதியால்
சூழ அலகிட்டு, அலை குருதி
நீரும் தெளித்துக் கலம் வைக்க
நிலமும் சமைத்துக் கொள்ளீரே! 558

சோரும்-சோர்ந்து கிடக்கும். வாலதி-வால். அலகிட்டு-பெருக்கி. கலம்- ஏனம். சமைத்து- ஏற்படுத்தி.

உண்கலம் அமைத்தல்

போர் புரியும் அரசர்களின் கேடகங்கங்களைச் சோற்றுத் தட்டுக் களாகப் பரப்பி வையுங்கள்! உலகாளும் அரசர்களின் தலை ஓடுகளை உண்ணும் மட்கலங்கள் பலவாக அமைத்துக் கொள்ளுங்கள்.

போர் மண்டலிகர் கேடகத்தின்
புளகச் சின்னம் பரப்பீரே,
பார் மண்டலிகர் தலை மண்டை
பல மண்டைகளாக் கொள்ளீரே! 559

மண்டலிகர்- மண்டலத்தை ஆள்பவர்; அரசர் - புளகம் சோறு. சின்னம் - உண்கலத் தட்டுகள். பார்-உலகம். மண்டை-மண்டை ஓடு. மண்டை- மட்கலம்.

பொன் வெள்ளிக் கலங்கள்

போரில் இறந்தழிந்த கலிங்க வீரர்களின் அழகிய கேடகங் களைப் பொற் பாத்திரங்களாகக் கொள்ளுங்கள். சிதைந்து விழுந்த வெண்கொற்றக் குடைகளை ஒளிவீசும் வெள்ளிப் பாத்திரங்களாகக் கொள்ளுங்கள்.

அழிந்த கலிங்கர் பொற் பரிசை
அவை பொற் கலமாக் கொள்ளீரே!
விழுந்த தவளக் குடை மின்னும்
வெள்ளிக் கலமாக் கொள்ளீரே! 560

பரிசை - கேடகம். கலம் - ஏனம்; பாத்திரம். தவளக் குடை - வெண்கொற்றக் குடை. மின்னும் - ஒளி வீசும்.

கூழ் பங்கிடக் கருவி கொள்ளல்

உண்பதற்கேற்ற இடத்தை உண்டாக்கிக் கொள்ளுங்கள். நீண்ட கைகளையுடைய யானைகளின் பருத்த கால்களாகிய பாத்திரத்தினுங் காட்டினும், கொள்ளக் குறையாத கலங்களைக் கூழ் வார்க்க மிகவும் அதிகமாகச் செய்து கொள்ளுங்கள்.

நிலத்தைச் சமைத்துக் கொள்ளீரே!
நெடுங்கைக் களிற்றின் பணைக் காலாம்
கலத்தில் கொள்ளக் குறையாத
கலங்கள் பெருக்கிக் கொள்ளீரே. 561

சமைத்து - திருத்தி. கலம் பன்னிரண்டு மரக்கால் கொண்ட ஓர் அளவு கருவி. கலம்-பாத்திரம். பெருக்கிக் கொள்ளீர் - பெருவாரியாக அமைத்துக் கொள்ளுங்கள்.

பகல் விளக்கும் பா ஆடையும்

காளி தேவியினிடத்தில் உயர்பதம் பெற்றவர் பொருட்டுப் போரில் சினமடைந்து ஆராவாரம் செய்யும் வீரர்களுடைய கண் களின்றும் வரும் கோபத்தீயை ஞாயிறு போன்ற விளக்காகவும், வீரர் களின் கொழுப்பை நிலத்தில் உணவு படைக்க விரிக்கும் துணியாக வும் அமைத்துக் கொள்ளுங்கள்.

கதம் பெற்று ஆர்க்கும் செறுநர் விழிக்
கனலும் நிணமும், அணங்கின் பால்
பதம் பெற்றார்க்குப், பகல் விளக்கும்
பாவா டையுமாக் கொள்ளீரே! 562

கதம்-கோபம். ஆர்க்கும்-ஆரவாரம் செய்யும் செறுநர்-வீரர். விழிக் கனல்-கண்களிலிருந்து பெருகும் தீ. நிணம் -கொழுப்பு. அணங்கு - காளி. பதம் - உயர்பதவி. பகல் விளக்கு - ஞாயிறு போன்ற விளக்கு. பாஆடை- உணவு படைக்க விரிக்கப்படும் வெள்ளைத்துணி.

உணவுண்ண அழைத்தல்

உண்கலங்களை அவரவர் தகுதிகளுக்கேற்ப ஒரே வகையாகப் பரப்பி வைத்து, அவரவர் மேன்மைக்கேற்ப வரிசையாக இருந்து உண்ண அனைவரும் வாருங்கள்! இனி, கூழை ஊற்றுங்கள்.

பரிசு படவே கலம் பரப்பிப்,
பத்தி பந்தி பட, உங்கள்
வரிசையுடனே இருந்துண்ண,
வாரீர் கூழை வாரீரே! 563

பரிசு-வகை. கலம்- ஏனம்; பாத்திரம். வரிசை - மேன்மைக்குத் தக. வாரீ-வாருங்கள். வாரீர் - ஊற்றுங்கள் ஊற்றுங்கள்.

தலைகளை அகப்பைகளாகக் கொள்ளல்

கங்கை கொண்ட சோழபுரத்தின் மதிலுக்கு அப்பாலே, பகைவர் களாகிய கலிங்கருடைய தலைகள் போய் மிகுதியாய் விழுவது போல், அந்தக் கலிங்கப் போர்க்களத்தில் விழுந்து கிடக்கும் வேல்களாகிய காம்புகள் பதித்த தலைகளை அகப்பைகளாகக் கொள்ளுங்கள்.

கங்கா புரியின் மதிற் புறத்துக்
கருதார் சிரம்போய் மிக, வீழ,
இங்கே தலையின் வேல் பாய்ந்த
இவை மூழைகளாக் கொள்ளீரே! 564

கங்கா புரி - கங்கை கொண்ட சோழபுரம். புறத்து - வெளியே; அப்பால். கருதார் - பகைவர்களாகிய கலிங்கர். சிரம் - தலை. மூழை - அகப்பை.

மடைப்பேய்களுக்கு ஆணை

முதற் குலோத்துங்க சோழன் மணலூரில் பகைவரோடு போரிட்ட காலத்தில், பரணி நாளில் சமைத்த கூழை எல்லாப் பேய்

களுக்கும் பரிமாறிப் பழகிய சமையல் தொழிலில் வல்ல பேய்களே! பந்தி பந்தியாய் அமர்ந்திருக்கும் பேய்களுக்குக் கூழ் ஊற்றுங்கள்.

கிடைக்கப் பொருது மணலூரில்,
கீழ்நாள் அட்ட பரணிக் கூழ்
படைத்துப் பயின்ற மடைப் பேய்கள்
பந்தி தோறும் வாரீரே! 565

கிடைக்க-போர் கிடைக்க. பொருது-குலோத்துங்கள் போர் செய்து; 'பொழுது' எனவும் பாடம். கீழ்நாள் - முன்னாளில். அட்ட - சமைத்த. படைத்து -பரிமாறி. பயின்ற-பழகிய. மடைப்பேய் - சமையல் தொழில் திறமுடைய பேய்.

பார்ப்பனப் பேய்க்குக் கூழ் வார்த்தல்

அளவில்லாத நிறைந்த சுவையுடைய கூழைப் பார்த்து, வாயை மிகுதியாகத் திறந்து, 'அம்மா! பிச்சை போடுங்கள்!' என்று அடிக்கடி கேட்கும் பார்ப்பனப் பேய்கட்குக் கூழை ஊற்றுங்கள்.

அவதி இல்லாச் சுவைக்கூழ் கண்டு
அங்காந்து அங்காந்து அடிக்கடியும்
''பவதி; பிட்சாந் தேகி!'' எனும்
பனவப் பேய்க்கு வாரீரே. 566

அவதி - அளவு. அங்காந்து -வாய் திறந்து. பவதி- அம்மையே. பிட்சாம் - பிச்சையை. தேகி- கொடு. பனவன்-பார்ப்பனன். பார்ப்பனப் பேய் ஆதலால், பிச்சையேற்றே உண்ணும் தன் இயல்போடு 'பவதி, பிட்சாந் தேகி' என்றது.,

சமணப் பேய்களுக்குக் கூழ் வார்த்தல்

சமண சமயத்தைச் சார்ந்த பேய்கள் பிற உயிர்களைக் கொல் லாதவை; ஒரு நாளில் ஒருவேளை மட்டுமே உண்ணக் கூடியவை. இப்படிப்பட்ட சமணப் பேய்களுக்கு, அவை உண்ணும்படி கொழுப் பாகிய சீலையால் கூழில் கலந்திருக்கும் மயிரை வடிகட்டி, மயிர் இல்லாதவாறு நன்கு பார்த்துக் கூழை ஊற்றுங்கள்.

உயிரைக் கொல்லாச் சமண் பேய்கள்
ஒரு போழ்து உண்ணும்; அவை உண்ண,
மயிரைப் பார்த்து; நிணத்துகிலால்
வடித்துக் கூழை வாரீரே' 567

மயிரைப் பார்த்து-மயிர் இல்லாமல் பார்த்து. நிணம் - கொழுப்பு. துகில் - சீலை. 'வடித்துப் போத வாரீரே' எனவும் பாடம்.

புத்தப் பேய்க்குக் கூழ் வார்த்தல்

முழுத்தோலை ஆடையாகப் போர்த்துக் கொண்டிருக்கும் பேய்க்கு, அதன் நாக்குத் தடுமாறவும், கழுத்தளவு கூழ் நிரம்பவுமாக,

புலால் நாற்றம் நீங்காத மூலையால் ஆகிய கூழைக் கஞ்சியாக ஊற்றுங்கள்.

முழுத்தோல் போர்க்கும் புத்தப் பேய்
மூளைக் கூழை, நாக் குழறக்;
கழுத்தே கிட்ட, மணம் திரியாக்
கஞ்சி யாக வாரீரே! 568

போர்க்கும் - ஆடையாகப் போர்த்துக் கொண்டிருக்கும். குழற - தடுமாற. கிட்ட-நெருங்க. திரயாத-நீங்காத.

பார்வைப் பேய்க்குக் கூழை வார்த்தல்

வெள்ளாட்டினுடைய முற்றாத மாமிசத்தைத் தின்று, அது போதாமையால் உடல் மெலிந்துள்ள மேற்பார்வை செய்யும் பேய்க்கு, போரில் இறந்துபட்ட யானை, குதிரை முதலியவற்றின் உறுப்புக்கள் எல்லாவற்றையும் அறுத்த இறைச்சியால் சமைத்துக் கொண்ட கூழை ஊற்றுங்கள்.

கொய்த இறைச்சி உறுப்பனைத்தும்
கொள்ளும் கூழை, வெள்ளாட்டின்
பைதல் இறைச்சி தின்று உவர்ந்த
பார்வைப் பேய்க்கு வாரீரே! 569

கொய்த-அறுக்க. கொள்ளும்-சமைத்துக் கொண்ட. பைதல் - இளமையான. உலர்ந்த- வாடிய. பார்வைப் பேய்- மேற்பார்வை செய்யும் பேய்.

குருட்டுப் பேய்க்குக் கூழை வார்த்தல்

குருட்டுப் பேயிடம் கூழைக் கொள்ளும் பாத்திரம் ஒன்று இருந்தது. அதனை, உணவை மிகுதியாக விரும்பும் திருட்டுப் பேய் ஒன்று எடுத்து மறைத்து வைத்துக்கொண்டுவிட்டது. இந்நிலையில் குருட்டுப்பேய் பாத்திரத்தைக் கைகளால் தடவிப் பார்த்தது, பாத்திரம் அகப்படவில்லை. உடனே, அது 'ஓ' என வாய்விட்டுக் கதறி அழத் தொடங்கி விட்டது. இத்தகைய குருட்டுப் பேய்க்கு, அதன் கைகளில் கூழை ஊற்றுங்கள்.

ஊண் ஆதரிக்கும் கள்ளப் பேய்
ஒளித்துக் கொண்ட கலம் தடவீக்
காணாது அரற்றும் குருட்டுப் பேய்
கைக்கே கூழை வாரீரே! 570

ஊண்-உணவு. ஆதரிக்கும்-மிகுதியாக விரும்பும். கலம் - பாத்திரம். அரற்றும் - வாய்விட்டுக் கதறி அழும். கைக்கே - கைகளில்.

ஊமைப் பேய்க்குக் கூழ் வார்த்தல்

துன்பத்தோடு தன் பசியை உணர்த்தியும், தன் கைப் பானையில் நிறைந்துள்ள கூழைக் காட்டியும், கைகளால் பேசி அறிவிக்கும் வாய் பேசா ஊமைப் பேய்களுக்கு, அவற்றின் கைகளில் மேலும் கூழை ஊற்றுங்கள்.

பையாப் போடு பசி காட்டிப்
பதலை நிறைந்த கூழ் காட்டிக்
கையால் உரைக்கும் ஊமைப் பேய்
கைக்கே கூழை வாரீரே! 571

பையாப்போடு - துன்பத்தோடு. பதலை-பானை; 'கலத்தை நிறைக்க வாரீரே' எனவும் பாடம்.

கருவுற்ற பேய்க்குக் கூழ் வார்த்தல்

'அடியவளாகிய எனக்குப் பசியின் கொடுமையால் அடைபட்ட செவிகள், கூழ்கண்ட மகிழ்ச்சியால் திறந்தன' என்று சொல்லி, வாயில் நீர் ஊறினமையால் கடைவாய்ப் பகுதியை நாக்கினால் நக்கித் துடைத்துக் கொண்டு சுவைபார்க்கும் கர்ப்பமுற்ற பேய்க்கு மேலும் கூழ் ஊற்றுங்கள்.

'அடைத்த செவிகள் திறந்தனவால்
அடியேற்கு' என்று, கடைவாயைத்
துடைத்து நக்கிச் சுவை காணும்
சூற்பேய்க்கு இன்னும் சொரியீரே! 572

அடியேற்கு-அடியவளாகிய எனக்கு; கர்ப்பமுற்ற பேய்க்கு. சூல் - கர்ப்பம். சொரியீர்- ஊற்றுங்கள்.

மூடப்பேய்க்குக் கூழ் வார்த்தல்

ஒன்றுக்கும் உதவாத ஓட்டைப் பாத்திரத்தில் உற்றிய கூழ், வெளிப்பக்கத்து ஒழுகுதலைத் தலைகீழாகத் திருப்பிப் பார்த்து, கூழ் முழுவதையும் கவிழ்த்துவிட்டு, ஒன்றும் செய்யத் தோன்றாமல் திகைப் படைந்திருக்கும், மூடத் தன்மையுடைய அறிவற்ற பேய்க்குக் கூழை ஊற்றுங்கள்.

பொல்லா ஓட்டைக் கலத்துக் கூழ்
புறத்தே ஒழுக, மறித்துப் பார்த்து,
எல்லாம் கவிழத்துத், திகைத்திருக்கும்
இழுதைப் பேய்க்கு வாரீரே! 573

பொல்லா - உதவாத. புறத்தே- வெளியே. மறித்து - தலைகீழாகத் திருப்பி. இழுதைப் பேய்-அறிவற்ற மூடத்தன்மையுடைய பேய்.

நோக்கப் பேய்க்குக் கூழ் வார்த்தல்

நோக்கப் பேய் என்பது ஒருவகைக் குலத்தைச் சார்ந்தது. அது இறந்தார் வீட்டின்முன் நின்று, தாரை என்னும் ஒருவகை வாத்தியத்தை ஊதும் தொழிலையுடையது. அதற்குக் கீழ் வாங்கப் பாத்திரம் கிடைக்கவில்லை. அதனால், அது போரில் வெட்டுண்டிறந்த யானையினது தும்பிக்கைத் துண்டத்தில் ஒன்றை எடுத்து வாயில் வைத்துப் பற்களால் பற்றிக் கொண்டு, 'தும்பிக்கையின் நுனியில் கூழை ஊற்று' என்று சொல்லிக்கொண்டிருக்கிறது. இத்தகைய எளிய பேய்க்குக் கூழை ஊற்றுங்கள்.

துதிக்கைத் துணியைப் பல்லின்மேல்
செவ்வே நிறுத்தித், 'துதிக்கையின்
நுதிக்கே கூழை வார்' என்னும்
நோக்கப் பேய்க்கு வாரீரே! 574

துணி -துண்டம். செவ்வே-செவ்வையாய். நுதி-நுணி. வார்-ஊற்று. நோக்கப்பேய்-எளிய பேய்; அல்லது இறந்தார் வீட்டின் முன் நின்று, தாரை என்னும் ஒருவகை வாத்தியத்தை ஊதும் தொழிலைப் புரியும் குலத்தைச் சேர்ந்த பேய்.

கூத்திப் பேய்க்கு கூழ் வார்த்தல்

தனது பாத்திரத்திலிருந்து வழியும் கூழ் எல்லாவற்றையும் தன் தசையால் அமிழ்த்திவிட்டு, தான் மாத்திரம் குடித்து, 'தன் கணவன் கூழ் குடிக்கமாட்டான்' என்று சொல்லி, அவனுக்கென வாங்கிய கூழையும் அவனுக்குக் கொடுக்காமல் தன் குழந்தைகளுக்கும் கொடுக்காமல், தானே குடித்துக் குலுக்கடிக்கும் கூத்திப் பேய்க்கு, இன்னும் கூழை ஊற்றுங்கள்.

தடியால் மடுத்துக் கூழ் எல்லாம்
தானே பருகித், தன் கணவன்
குடியான் என்று தான் குடிக்கும்
கூத்திப் பேய்க்கு வாரீரே! 575

தடி-தசை. மடுத்து-அமிழ்த்தி. பருகி-குடித்து. 'குடியான் என்னக் குலுங்கடிக்கும்' எனவும் பாடம்.

விருந்துப் பேய்க்கும் ஊர்ப்பேய்க்கும் கூழ் வார்த்தல்

'போர்க்களத்தில் பரணி நாளில பலர்க்கும் உணவு கிடைக்கும்' என்பதை அறிந்து விருந்தினராய் வந்த பேய்களுக்கு, முதலில் கூழ் வார்த்து உண்ணச் செய்து உபசரியுங்கள்! பிறகு,நாம் வசிக்கும் ஊரிலுள்ள பேய்களுக்கும் ஒப்பற்ற கூழைப் பாத்திரத்தில் ஊற்றுங்கள்!

வருகூழ்ப் பரணிக் களம் கண்டு,
வந்த பேயை முன் ஊட்டி,
ஒருகூழ்ப் பரணி நாம் இருக்கும்
ஊர்க்கண் பேய்க்கு வாரீரே! 576

வரும்-கிடைக்கும். ஊட்டி- உண்ணச் செய்து. ஒரு-ஒப்பற்ற. பரணி-பாத்திரம்; உண்கலம். ஊர்க்கண் பேய்-ஊரிலுள்ள பேய்.

கனாக்கண்டு உரைத்த பேய்க்குக் கூழ் வார்த்தல்

'கலிங்கப் போர் நிகழும்' என்று இரவில் கனவு கண்டு சொன்ன பேய்க்கு, இன்றைக்கு மாத்திரம் அல்லாமல், நாளைக்கும் ஆகும் படியாகக் குதிரை தோலால் ஆகிய தொன்மையில் கூழை நிரப்பி வையுங்கள்.

இரவு கனவு கண்ட பேய்க்கு
இற்றைக்கு அன்றி நாளைக்கும்
புரவி உரித்தோல் பட்டைக்கே
கூழைப் பொதிந்து வையீரே! 577

புரவி-குதிரை. உரி-உரித்த. பட்டை-தொன்னை. பொதிந்து - நிரப்பி. வையீர்-வையுங்கள்; 'பொதிக்கூழ் பொதிந்து வையீரே!' எனவும் பாடம்.

கணக்கப் பேய்க்குக் கூழ் வார்த்தல்

மகிழ்ச்சியின்றி ஒன்றுகூடி வாழாதிருந்த நம்மையெல்லாம் எண்ணி, 'சோதிடத்தால் இப் பரணி அறிந்தேன்' என்று கூறி, ஒன்று கூடி மகிழ்ந்திருக்கச் செய்த, கணக்கிட்டு உரைக்கும் தொழிலுடைய பேய்க்குக், கூழைக் கையால் எடுத்து உள்ளம் மகிழ ஊற்றுங்கள்.

இணக்கம் இல்லா நமை எல்லாம்,
எண்ணிக் 'கண்டோம்' என்று உரைக்கும்
கணக்கப் பேய்க்கு அகம் களிக்கக்,
கையால் எடுத்து வாரீரே! 578

இணக்கம்-சோர்ந்து வாழல். அகம்-உள்ளம்.

பேய்கள் உண்ணல்

வெள்ளை நிறத்தையுடைய மெல்லிய குடர்களைய குதப்புங் கள்! வீரர்களின் மெல்லிய விரல்களாகிய இஞ்சியை அதக்குங்கள்! முன் கையிலுள்ள எலும்புகளை மெல்லுங்கள்! மூளையை அள்ளி விழுங்குங்கள்.

ஒருவருக்கொருவர் அருகருகே இருந்து கூழை அள்ளி உண் ணுங்கள். துண்டு துண்டாக அரிந்த தாமரை மொட்டுக்களாகிய

காயத்தைக் கடித்துக் கொண்டு கூழை உண்ணுங்கள். கூழைச் சூடு தணியும்படி வாயால் ஊதி வாரிக்கொண்டு உண்ணுங்கள்.

தனக்கு ஒரு வாயோடு மேலும் மூன்று வாய்களை உண்டாக்கிக் கொண்டு, நமக்கு ஒரே ஒரு வாயைப்படைத்த நான்கு முகங்களை யுடைய பிரமன் வெட்கமடையும்படி களிப்போடு உண்ணுங்கள்.

உடலில் வேர்வை உண்டாக நன்கு ஓடிவந்து கூழை உண்ணுங்கள். ஆடி ஆடி, அசைந்து அசைந்து உண்ணுங்கள். இதுவரை உண்ட உணவு சரிவரச் செரித்தமையை நன்கு அறிந்த பிறகு, மேலும் மேலும் உண்ணுங்கள்.

மென்குடர் வெள்ளை குதட்டிரே!
மெல்விரல் இஞ்சி அதுக்கீரே!
முன்கை எலும்பினை மெல்லீரே!
மூளையை வாரி விழுங்கீரே! 579

அள்ளி அருகிலிருந்து உண்ணீரே
அரிந்திடு தாமரை மொட்டு என்னும்
உள்ளி கறித்துக் கொண்டு உண்ணீரே!
ஊதி வரன்றிக்கொண்டு உண்ணீரே! 580

தமக்கு ஒரு வாயொடு வாய் மூன்றும்
தாம் இனிதாப் படைத்துக் கொண்டு
நமக்கு ஒரு வாய் தந்த நான்முகனார்
நாணும்படி, களித்து உண்ணீரே! 581

ஓடி உடல் வியர்த்து உண்ணீரே!
உந்தி பறந்து இளைத்து உண்ணீரே!
ஆடி அசைந்து அசைந்து உண்ணீரே!
அற்றது அற அறிந்து உண்ணீரே! 582

குதட்டுதல் - குதப்புதல்; மெல்லுதல். அதுக்குதல் - அதக்குதல்; மெல்லுதல். வாரி-அள்ளி.

அரிந்திடு- அரிந்திட்ட. மொட்டு-அரும்பு. உள்ளி-காயம். கறித்து - கடித்து. வரன்றி-முழுக்க வாரி.

நான்முகன்-பிரமன். நாணும்படி-வெட்கமுறும்படி. களித்து - மகிழ்ந்து.

இளைத்து-மெலிந்து. அற்றது-செறித்தது. அற-முற்றும்.

வாய் கழுவல்

சினங்கொண்ட யானைகளின் தலைகளாகிய குடங்களில் அம்பால் துளைத்த துளைகளின் வழியாகக் குளிர்ந்த நீரை நன்றாய்ப் பருகும்படி மொண்டு நிரப்பிக் கூழ்குடித்த வாயைக் கழுவுங்கள்.

கொதித்த கரியின் கும்பத்துக்
குளிர்ந்த தண்ணீர் தனை மொண்டு,
பொதுத்த தொளையால் புகமடுத்துப்
புசித்த வாயைப் பூசிரே! 583

கொதித்த-கோபமுற்ற. கரி-யானை. கும்பம்-தலையாகிய-குடம். பொதுத்த-அம்பால் பொத்த. மடுத்து - நிரப்பி. புசித்த -உண்ட. பூசீர் - கழுவுங்கள்.

வெற்றிலை போடுங்கள்

அலங்கரிக்கப்பட்டுப் போரில் இறந்த குதிரைகளின் காதுகளாகிய வெற்றிலையையும், அவற்றின் கணைக்கால் குளம்புகளாகிய வெட்டுப் பாக்குகளையும், போரில் இறந்து போன கலிங்க வீரர்களுடைய கண்களிலுள்ள வெண்மணியாகிய சுண்ணாம்பையும் ஒன்று சேர்த்து மடித்துத் தின்னுங்கள்.

பண்ணும் இவுளிச் செவிச் சுருளும்
பரட்டின் பிளவும், படு கலிங்கர்
கண்ணின் மணியின் சுண்ணாம்பும்
கலந்து மடித்துத் தின்னீரே! 584

பண்ணும்-ஒப்பனை பண்ணிய. இவுளி-குதிரை. செவி - காது. சுருள் -வெற்றிலை. பரடு- கணைக்கால்; குளம்பு. பிளவு-வெட்டுப்பாக்கு.

புரையேற்றம் நீங்குவதற்கு மருந்து

உணவை மிகுதியாகத் தீன்றீர்கள். அவ்வாறு பேருணவு கொண்ட குற்றத்தினின்றும் பிழைக்க வெற்றிலைபாக்குப் போட்டுக் கொண்டீர்கள். ஆனால், அது மாறாகப் புரையேறும்படியாகச் செய்து விட்டது. களிப்புடைய பேய்களே! பூதத்தின் தலையிலுள்ள மயிரை மோந்து பாருங்கள்; அதனால் புரை நீங்கும்; பிழைத்து விடுவீர்கள்.

பெருக்கத் தின்றீர் தாம்பூலம்;
பிழைக்கச் செய்தீர்! பிழைப்பீரே!
செருக்கப் பேய்காள்! பூதத்தின்
சிரத்தின் மயிரை மோவீரே 585

பெருக்க - மிகுதியாக. தாம்பூலம்-வெற்றிலை பாக்கு. பிழைக்க - பெருந்தீனி தின்ற குற்றத்தினின்றும் பிழைக்க. செருக்கும் - களிக்கும். சிரம் - தலை, மோவீர் -மோந்து பாருங்கள்.

பேய்கள் களிப்பு மிகுதியால் கூத்தாடல்

இவ்வாறு ஒன்றுக்கொன்று சொல்லி மகிழ்ச்சியடைந்து தெவிட்டி, ஏப்பம் விட்டுப் பருத்த நின்ற பேய்கள், மலைகள் கூத்தாடுதலைப் போலப் போர்க்களத்திலே நின்று காளியைக் கும்பிட்டுக் கூத்தாடின.

என்று களித்துக் குமண்டை யிட்டே,
ஏப்பம் விட்டுப் பருத்து நின்ற
குன்று குனிப்பன போல் களத்துக்
கும்பிட்டே நடம் இட்டனவே, 586

களித்து - மகிழ்ந்து. குமண்டையிட்டு- தெவிட்டுதல் செய்து. குன்று - மலை. குனித்தல்-கூத்தாடுதல். நடம் - நடனம்; கூத்து.

பாடி நின்று ஆடின

தாம் ஏறிவந்த குதிரைகளைக் களத்தே வீழந்து கிடக்க விட்டு விட்டு கலிங்க வீரர்கள் ஓடும்படியாக, முதற் குலோத்துங்க சோழனால் ஏவப்பட்ட படை வீரர்களுடைய முன்னிணிப் படை எழுந்த தண்மை யைப் பாடிக்கொண்டும், மகிழ்ச்சியால் தங்கள் மேலாடையை வீசி எறிந்துக் கொண்டும் பேய்கள் போர்க்களத்தில் நின்று கூத்தாடின.

வாசி கிடக்கக், கலிங்கர் ஓட
மானதன் ஏவிய சேனைவீரர்
தூசி எழுந்தமை பாடி நின்று,
தூசியும் இட்டு நின்று ஆடினவே. 587

வாசி -குதிரை. கிடக்க-போர்க்களத்தில் இறந்து கிடக்க. மானதன் - குலோத்துங்கன். சேனை- படை. தூசி-முன்னணிப் படை; கொடிப் படை. தூசி-மேலாடை.

வென்றி பாடி ஆடின!

பன்வகைச் செல்வ நுகர்ச்சிகளையுடைய இந்திரன் போன்ற குலோத்துங்க சோழன் ஏவிய படைகளால் கலிங்க வீரர்கள் போர் புரிதலை விட்டு ஓடும்படி, குலோத்துங்கனுடைய முன்னணி பின்னணிப் படைகளாகிய இருவகைப்படை வகுப்புகளும், வெற்றிபெற்ற ஒப்பற்ற வென்றித் தன்மையைப் புகழ்ந்து பாடிக்கொண்டும், தங்க ளுடைய இரு கைகளை வீசிக்கொண்டும், பேய்கள் போர்க்களத்தில் நின்று கூத்தாடின.

பொருகை தவிர்ந்து கலிங்கர் ஓடப்
போக புரந்தரன் விட்ட தண்டின்
இருகையும் வென்றது ஓர் வென்றிபாடி,
இரு கையும் வீசி நின்று ஆடினவே 588

பொருகை - போர்புரிதல். தவிர்த்து - விட்டு. போகம் - பல்வகைச் செல்வ நுகர்ச்சிகளையுடைய. புரந்தரன் - இந்திரன் போன்ற குலோத் துங்கன். தண்டு - சேனை. இருகையும் - இரண்டு அணிவகுப்புகள்; முன்னணிபின்னணிப் படைகள். இரு கையும் - இரண்டு கைகளையும்.

பேய்கள் களிப்பு மிகுதியால் விளையாடல்

பாண்டியர் மலைக்குகைகளில் நுழைவது போல், சில பேய்கள் மதயானைகளின் வயிறுகளில் புகுந்து விளையாடின. விற்கொடியுடைய சேரர்கள் நீர் நிறைந்த கடலில் விழுவது போல், சில பேய்கள் பெருகியோடும் இரத்த வெள்ளத்தில் வீழ்ந்து விளையாடின.

'வழுதியர் வரைமுழை நுழை வடிவு இது' என,
மத கரி வயிறுகள் புக நுழைவன சில!
'எழுதிய சிலையவர் செறிகடல் விழும் அவை.,
இவை' என வழி குருதியின் விழுவன அவை. 589

வழுதியர்-பாண்டியர். வரை-மலை. முழை-குகை. கரி - யானை. சிலையவர்- விற்கொடியையுடைய சேரர். செறி - நீர் நிறைந்த. வழி-வழிந்த; பெருகிய. குருதி-இரத்தம்.

உருள்வன சில! மறிவன சில!

'உருவிய உடைவாள், உயரிய அம்புகள் முதலியனவும், பிற பல்வகைப்போர்க் கருவிகளும் நிலத்தில் புரண்ட தோற்றம் இப்படித் தான் இருந்தது' எனக் காட்டுவன போலச், சிற்சில பேய்கள் நிலத்தில் விழுந்து புரண்டு விளையாடின. 'போருக்குப் பயந்த கலிங்க வீரர்கள் தலைவிரி கோலமாய்த் தோற்றோடிய தன்மை இப்படித்தான் இருந்தது' என்று காட்டுவனபோலச், சிற்சில பேய்கள் தலைவிரி கோலத்தோடு களிப்பின் மிகுதியால் முதுகு காட்டித் திரும்பி ஓடலாயின.

'உருவிய சுரிகையொடு உயர்கணை விடுபடை
உருள் வடிவு இதுஎன, உருள்வன சிலசில;
வெருவிய அடுநர் தம்முடை வடிவு இது' என;
விரி தலை அதனொடு மறிவன, சிலசில. 590

சுரிகை-உடைவாள். கணை - அம்பு. படை - பிற போர்க்கருவிகள். உருள் வடிவு-நிலத்தில் புரளும் தோற்றம். வெருவிய - அஞ்சிய. அடுநர்-கலிங்க வீரர். உடைவடிவு- தோற்றோடிய தன்மை. மறிவன-திரும்பி ஓடுவன.

ஆடின! ஆடின!

'முரசு, குடை, கவரி, தொங்கல், நீண்ட கொடிகள், ஒலிக்கும் வரியுடைய சங்குகள் ஆகியவை எல்லாம் சுமந்து கொண்டு, எந்நாளும் அரசர்கள் நாம் இடும் திறைப் பொருள்களைச் சுமந்து கொண்டு சென்று கொடுத்து, அபயனின் திருவடிகளிலே புகலிடமாக அடைவார்கள். 'அடிகாள் அதற்கு அருளுக' என்று சொல்லிச் சில பேய்கள் கூத்தாடின.

முரசு, குடை, கவரி, தொங்கல், நெடுங்கொடி,
முரலும் வரிவளை சுமந்து, 'நிரந்தரம்
அரசர் இடுதிறை சுமந்து, அபயன் கழல்
அடைய, அடிகள் அருள்க!'' என்பவும் சில. 591

தொங்கல் - திரைச் சீலைகள். வளை - சங்கு. அபயன்-சோழன்; குலோத்துங்கன்.

புகழ் பாடுவோம்!

இப்படிப் பேய்கள் எல்லாம களித்துக் கூத்தாடின. அது ஒருவாறு முடிந்தது. அதன் பின், 'சூரிய குலத்திலே வந்த காவலன் புரந்தரன்; அவனைப் போன்றே சிறப்புடையவன் குலோத்துங்கன்; அவன் குற்ற மற்றவன், மிகவும் சிறந்தவன், அளவற்ற அவனுடைய புகழைப் பாடு வோம்' என்று பேய்கள் எல்லாம் குலோத்துங்கனின் புகழைப் போற்றிப் பாடத் தொடங்கின.

இனைய இனைய நடகங்கள் முடிந்தபின்,
'இரவி திரு மரபின் வந்த புரந்தரன்
அனைய அபயன், அகளங்கன், அரிந்தமன்,
அளவில் புகழ் புகழ்ந்தும்! என்று தொடங்கியே- 592

நடகங்கள்- கூத்துக்கள். அளவில் புகழ்-அளவிட்டு உரைக்க வியலாத பெரும் புகழ்.

பேய்கள் குலோத்துங்கனை வாழ்த்துதல்

இரு பிறப்பாளர்களாகிய பார்ப்பனர் புகழும் வண்ணம் சிறப் பித்துக் சொல்லப்பட்ட கலிங்க வீரர்கள் வெற்றி கொண்ட முதற் குலோத்துங்க சோழனுடைய கருணையின் திறத்தைச் சில பேய்கள் வாழ்த்தின.

'உபயம் எனும் பிறப்பாளர் ஏத்த
உரைத்த கலிங்கர் தமைவென்ற
அபயன் அருளினைப் பாடினவே!
அணிசெறி தோளினை வாழ்த்தினவே. 593

உபயம்-இரண்டு. உபயம் என்னும் பிறப்பாளர்-இரு பிறப்பாளர்; பார்ப்பனர். அபயன் -குலோத்துங்க சோழன். அணி-அழகு.

வயப் புகழ் வாழ்த்தின!

பேய்கள் எட்டுத் திக்குகளிலுமுள்ள நாடுகளை ஆளும் பல அரசர்களுக்கு எதிரில், பொய்க்குற்றங்களை அறிந்துரைக்கும் சிசுபாலன் என்பவன் வைத குற்றமில்லாத வெற்றி நிறைந்த புகழை வாழ்த்தின. சோழர் குலத்தைவிளங்க வைத்தனவாகிய முதற் குலோத் துங்கனை வாழ்த்தின!

'திசையில் பல நரபாலர் முன்னே.

தெரிந்து உரைக்கும் சிசுபாலன் வைத

வசைஇல் வயப்புகழ் வாழ்த்தினவே!

மனுகுல தீபனை வாழ்த்தினவே. 594

திசை-எட்டுத் திக்கு. நரபாலர்-அரசர். வசை-குற்றம், இகழ்ச்சி. வயம்-வெற்றி. மனுகுலம்-சோழகுலம். தீபன்-விளங்க வைத்தவன்; குலோத்துங்கன்.

பொன்னித் துறைவனை வாழ்த்தின!

பேய்கள், காவிரியாற்றுத் துறையை யுடையவனும், தாமிரபரணி யாற்றுக் கரையையுடையவனும், கன்னியாகுமரியாற்றுக் கணவனும், கங்கையாற்றுக்குக் கணவனும் ஆகிய முதற் குலோத்துங்க சோழனை வாழ்த்தின.

பொன்னித் துறைவனை வாழ்த்தினவே;

பொருநைக் கரையனை வாழ்த்தினவே;

கன்னிக் கொழுநனை வாழ்த்தினவே;

கங்கை மணாளனை வாழ்த்தினவே. 595

பொன்னி-காவிரி. பொருநை-தாமிரபரணி. கன்னி- கன்னியா குமரி. கங்கை-கங்கையாறு. கொழுநன்- மணாளன்; கணவன். முதற் குலோத்துங்க சோழன் தெற்கே குமரியாறு முதல் வடக்கே கங்கை யாறு வரை ஆண்டான் என்பது இப்பாட்டால் தெரியவருகிறது.

உலகுய்ய வந்தானை வாழ்த்தின

பேய்கள், ஏழு கடல்களையும், அக்கடல் சூழ்ந்த நிலப்பகுதி களையும் தனது ஒப்பற்ற ஆணைச் சக்கரத்தின்கீழ் அடங்கும்படி தனக்கு உரிமையாகக் கிடைத்த அகன்ற உலகத்தைப் பன்னெடும் காலமும் காத்து அருள் செய்யும் முதற் குலோத்துங்கனை வாழ்த்தின.

ஆழிகள் ஏழும் ஓர் ஆழியின் கீழ்

அடிப்பட வந்த அகலிடத்தை

ஊழிதொ றூழியும் காத்தளிக்கும்

உலகுய்ய வந்தானை வாழ்த்தினவே. 596

---

[1]பாடபேதம்:

உபயம் எனும் பிறப்பாளர் உள்ளிட்டு

உரைத்த உயிர்கள் அத்தனையும்;

'அபயம்'' எனப் புகுந்து, 'அஞ்சல்' என்ற

அபயன் தாளிணை வாழ்த்தினவே.

பாடபேதம்:

தெழித்து உரப்பு சிசுபாலன் வைத

வசையைப் பொறுத்தானை வாழ்த்தினவே.

ஆழி-கடல் ஓர் ஆழி-ஒப்பற்ற ஆணைச் சக்கரம். அடிப்பட-அடங்க. அகல் இடம்- அகன்ற உலகம். ஊழி-யுகம். அளிக்கும் - அருள் செய்யும். உலகு உய்ய வந்தான்- உலகத்திலுள்ள உயிர்களனைத்தும் பிழைத்து வாழும்படி இவ்வுலகிடைத்துத் தோன்றியவன்; முதற் குலோத்துங்கன்.

கரிகாலனொடு ஒப்பிட்டு வாழ்த்தின

பேய்கள், 'அழகிய செந்தாமரை மலரில், அமர்ந்திருக்கும் பிரமன் படைத்தமைத்த இந்த உலகத்தை, இரண்டாம் முறையும் படைத்து மக்களை ஒழுக்கநெறியில் நிற்கச் செய்து காப்பாற்றுவதும் எனது கடமையே ஆகும்' என்று கருதி, உலக மக்களைக் காப்பாற்றியே கரிகாற் சோழனையும் வாழ்த்தின.

'பூத் பதுமத்தன் படைத்து அமைத்த
புவியை இரண்டாவது படைத்துக்
காப்பதும் என் கடன்' என்று காத்த
கரிகாலச் சோழனை வாழ்த்தினவே! 597

பூ- அழகு. பதுமம்-தாமரை. பதுமத்தன்-பிரமன். புவி -உலகம். கடன்-கடமை.

வாழ்த்து

எல்லாரும் மகிழ்ச்சியால் சிறப்படைக! அறம் எங்கும் எப்போதும் நிலைத்திருப்பதாகுக! தேவர்களின் இனிய அருள் பெருகுக! முனிவர் கள் செய்யும் தவத்தின் பயன் உயிர்களுக்கு நன்மை செய்வதாகுக!

மறை நூல்களில் கூறப்பெற்றுள்ள நல்லொழுக்கங்கள் எங்கும் பரவுக! முதற் குலோத்துங்கன் வென்ற பசி, பிணி, பகை முதலிய கொடிய துன்பங்கள் மீண்டும் தலை காட்டாமல் மறைவனவாக! உலகில் புகழ்ச்செயல்கள் பரவுக! உலகத்திலுள்ள உயிர்கள் கலங்காமல் நிலைபெறுக!பருவ மழை தவறாது பெய்க!

யாவரும் களி சிறக்கவே; தருமம்
எங்கும என்றும் உளதாகவே;
தேவர் இன்னருள் தழைக்கவே! முனிவர்
செய்தவம் பயன் விளைக்கவே! 598

வேத நன்னெறி பரக்கவே! அபயன்
வென்ற வெம் கலிகாகவே! புவி
பூதலர் புகழ் பரக்கவே! புவி
நிலைக்கவே! புயல் சுரக்கவே! 599

களி-மகிழ்ச்சி. விளைக்க உயிர்களுக்கு நன்மை தருவதாக.

பரக்க - பரவுக. வெம் கலி - கொடிய துன்பம். கரக்க-மறைக. புவி - உலகம். புயல்- மழை-புயல் சுரக்க -மழை குறையாது பருவத்திற் பெய்வதாக.

**கலிங்கத்துப் பரணியும்
புலியூர்க் கேசிகன் தெளிவுரையும்
முற்றுப் பெற்றன.**

* * *

முதற் குலோத்துங்கன் மெய்க்கீர்த்திகள்

1

*திருமன்னி விளங்கும் இருகுவடு அனையதன்
தோளும் வாளும் துணைஎனக் கேளலர்
வஞ்சனை கடந்து வயிரா கரத்துக்
குஞ்சரக் குழாம்பல வாரி எஞ்சலில்
சக்கரக் கோட்டத்துத் தாரா வாசனைத்
திக்கு நிகழத் திறைகொண்டு அருளி
அருக்கன் உதயத்து ஆசையில் இருக்கும்
கமலம் அனைய நிலமகள் தன்னை
முந்நீர்க் குளித்த அந்நாள் ஆதிக்
கேழல் ஆகி எடுத்த திருமால்
யாதும் சலியா வகை இனிது எடுத்துத்
தன்குடை நிழற்கீழ் இன்புற இருத்தித்
திகிரியும் புலியும் திசைதொறும் நடாத்திப்
புகழும் தருமமும் புவிதொறும் நிறுத்தி
வீரமும் தியாகமும் மானமும் கருணையும்
உரிமைச் சுற்றம் ஆகப் பிரியத்
தலைநிகழ் சயமும் சூடச் செங்கோல்
குலமணி மகுடம் முறைமையிற் சூடித்
தன்கழல் தராதிபர் சூடச் செங்கோல்
நாவலம் புவிதொறும் நடாத்திய கோ இராசகேசரிவன்மரான
உடையார் ஸ்ரீராஜேந்திர சோழதேவர்க்கு யாண்டு -*

2

*புகழ்சூழ்ந்த புணரி அகம்சூழ்ந்த புவியிற்
சொன்மேனி அளவும் தன்நேமி நடப்ப
விளங்குசய மகளை இளங்கோப் பருவத்துச்*

சக்கரக் கோட்டத்து விக்ரமத் தொழிலாற்
புதுமணம் புணர்ந்து மதவரை ஈட்டம்
வயிரா சுரத்து வாரி அயிர்முனைக்
கொந்தள வரசர் தந்தளம் இரிய
வாள்உறைக் கழித்துத் தோள்வலி காட்டிப்
போர்ப்பரி நடாத்திக் கீர்த்தியை நிறுத்தி
வடதிசை வாகை சூடித் தென்திசை
தேமரு கமலப் பூமகள் பொதுமையும்
பொன்னி ஆடை நன்னிலப் பாவையின்
தனிமையும் தவிரப் புனிதத் திருமணி
மகுடம் உரிமையிற் சூடித்
தன்னடி இரண்டும் தடமுடி ஆகத்
தொன்நில வேந்தர் சூட, முன்னை
மனுஆறு பெருகக் கலியாறு வறப்பச்
செங்கோல் திசைதொறும் செல்ல,வெண்குடை
இருநில வளாகம் எங்கணும் தனாது
திருநிழல் வெண்ணிலாத் திகழ, ஒருதனி
மேருவிற் புலிவிளை ஆட வார்கடற்
தீபாந் தரத்துப் பூபாலர் திறைவிடு
கலம்சொரி களிறுமுறை நிற்ப இலங்கிய
தென்னவன் கருந்தலை பருத்து அலைத் திடத்தன்
பொன்னாகப் புறத்து இடைக் கிடப்ப இந்நாள்
பிற்குலப் பிறைபோல் நிற்பிழை என்னும்
சொல்எதிர் கோடிற்று அல்லது தன்கை
வில்வது கோடா வேள்குலத்து அரசர்
அளத்தியில் இட்ட களிற்றினது ஈட்டமும்
பட்டவெம் பரியும் விட்டதன் மானமும்
கூறின வீரமும் கிடப்ப, ஏறின
மலைகளும் முதுகு நெளிப்ப, இழிந்த
நதிகளும் சுழன்று உடைத்து ஓட, விழுந்த
கடல்களும் தலைவிரித்து அலமரக், குடதிசைத்
தந்தாள் உகந்து தானும் தானையும்
பன்னாள் இட்ட பலபல முதுகும்
பயத்து எதிர் மாறிய சயப்பெரும் திருவும்
பழி இகந்து கொடுத்த புகழின் செவ்வியும்
வாள்ஆர் ஒண்கண் மடந்தையர் ஈட்டமும்
மீளாது கொடுத்த வெங்கரி நிரையும்
கங்கமண் டலமும் சிங்களம் என்னும்

பாணி இரண்டும் ஒரு விசைக் கைக்கொண்டு
ஈண்டிய புகழொட பாண்டி மண்டலம்
கொள்ளத் திருவுள்ளத்து அடைத்து, வெள்ளம்
வரிபரி தரங்கமும் பொருபரிக் கலங்கமும்
தந்திர வாரியும் உடைத்தாய் வந்து
வடகடல் தென்கடல் படர்வது போலத்
தன்பெரும் சேனையை ஏவிப் பஞ்சவர்
ஐவரும் பொருத போர்களத்து அஞ்சி
வெரி நளித்து ஓடி அரண்எனப் புக்க
காடு அறத் துடைத்து நாடு அடிப் படுத்து
மற்றவர் தம்மை வனசரர் திரியும்
பொற்றை வெம்சுரம் ஏற்றிக் கொற்றை
விசயத் தம்பம் திசைதொறும் நிறுத்தி
முத்தின் சலாபமும் முத்தமிழ்ப் பொதியிலும்
மத்தவெம் கரிபடு மய்யச் சையமும்
கன்னியும் கைக்கொண்டு அருளித் தென்னாட்டு
எல்லைக் காட்டிக் கடல்மலை நாட்டுஉள
சாவேறு எல்லாம் தனிவிசும்பு ஏற
மாஏ றியதன் வருதனித் தலைவரைக்
குறுகலர் குலையக் கோட்டாறு உட்பட
நெறிதோறும் நிலைகள் இட்டுஅருளித் திறல்கொள்
வீரசிம் மாசனம் திரியவிட்டு அருளி
வடதிசை, வேங்கை மண்டலம் கடந்து, தாங்கலர்
கலிங்கம் ஏழும் கனல்எரி பரப்ப
விலங்கல் போல விலங்கிய வேந்தர்
விட்டவெம் களிற்றொடு பட்டுமுன் புரளப்
பொருகோ பத்தொடு போர்முகம் அதிர
வருகோ மட்டையன் மாதவன் எதிர்பட
எங்க ராயன் இகலவ ரேச்சணன்
மாப் பிறளா மதகரி இராசணன்
தண்டுபதி ஆகிய தலைச்சே னாதிபதி
மண்டலிக தாமயன் எண்மர்த் திசைமுகன்
போத்தயன் கேத்தணன் செருச்சே னாதிபதி
என்று இவர் அனைவரும்
வென்றவே ழத்தொடு பட்டு மற்றவர்
கருந்தலை யொடுவெண் நிணம்கழு கொடு
பருந்தலைத்து எங்கணும் பரப்ப உயர்த்துக்
கருங்கடல் அடைய தராதலம் சிறந்து

கலிங்கம் ஏழும் கைக்கொண்டு அலங்கல்
ஆரமும் திருப்புயத்து அலங்கலும் போல,
வீரமும் தியாகமும் விளங்கப் பார்தொழச்
சிவனிடத்து உமையெனத் தியாக வல்லி
உலக முடையாள் இருப்ப, அவளுடன்
சுங்கைவீற் றிருந்து என மங்கையர் திலகம்
ஏழிசை வல்லபி ஏழுலகம் உடையாள்
வாழி மலர்ந்தினிது இருப்ப, ஊழியும்
திருமால் ஆகத்துப் பிரியாது என்றும்
திருமகல் இருந்துஎன வீரசிம் மாசனத்து
வீற்றிருந்து அருளின கோஇராசகேசரி வன்மரான
திரிபுவன சக்கரவர்த்திகள்
ஸ்ரீ குலோத்துங்க சோழதேவர்க்கு யாண்டு....

3

புகழ்மாது விளங்கச் செயமாது விரும்ப
நிலமகள் நிலவ மலர்மகள் புணர
உரிமையிற் சிறந்த மணிமுடி சூடி
மீனவர் நிலைகெட வில்லவர் குலைதர
ஏனை மன்னவர் இரியல் உற்று இழிதர
விக்கலன் சிங்கணன் மேல்கடல் பாயத்
திக்கனைத் தும்தன் சக்கரம் நடாத்தி
விசயாபி டேகம் பண்ணி வீரசிம் மாசனத்துப்
புவனமுழு துடையாளொடும் வீற்றிருந்து அருளிய
கோ இராசகேசரி வன்மரான சக்கரவர்த்திகள்
ஸ்ரீகுலோத்துங்க சோழதேவர்க்கு யாண்டு.....

4

புகழ் மாது விளங்கச் செயமாது விரும்ப
நாமகள் நிலவ மலர்மகள் புணர
உரிமையிற் சிறந்த மணிமுடி சூடி
மீனவர் நிலைகெட வில்லவர் குலைதர
ஏனை மன்னவர் இரியல் உற்று இழிதரத்
திக்கு அனைத்தும்தன் சக்கரம் நடாத்தி
வீர சிங்காசனத்து அவனி முழுவதுடையாளோடும்
வீற்றிருந்து அருளிய கோஇராஜகேசரி வர்மரான

திரிபுவன சக்கரவர்த்தியின் ஸ்ரீகுலோத்துங்க சோழ தேவர்க்கு யாண்டு....

5

பூமன்னு பாவை காமுற்று முயங்க
இருநிலக் கிழத்தியைத் திருணம் புணர்ந்து
கலையின் செல்வி தலைமை ஓங்கப்
போர்மகள் காப்பச் சீர்மகள் போற்ற
மரகதப் புரவிகுலம் விளங்கப்
பாற்கடல் தெய்வப் பள்ளி நீங்கி
நாற்கடல் வட்ட நாடொறும் தாங்கி
எண்டிசை யானை தண்டுவிடை நிற்பக்
காவல் தேவர்கள் ஏவல் கேட்பக்
கலிப்பகை ஓட்டிப் புலிக்கொடி படுத்துத்
தென்னவர் கேரளர் சிங்களர் தெலுங்கர்
கன்னடர் இலாடர் கலிங்கர் முதலாக்
கொற்றவர் வந்து குடிமை செய்ய
ஒற்றை வெண்குடை உலகுதனி கவிப்ப
ஊழிபல கோடி ஆழி நடாத்திச்
செம்பொன் வீர சிம்மாசனத்துத்
திரிபுவனம் உடையாளொடும் வீற்றிருந்தருளிய
கோவிராசகேசரி வன்மரான திரிபுவன சக்கரவர்த்திகள்
ஸ்ரீ குலோத்துங்க சோழதேவர்க்கு யாண்டு...

நான்காவது மெய்க்கீர்த்தியாக இதனைக் கொள்வார்கள் சிலர். இரண்டாம் குலோத்துங்கனைக் குறிப்பதற்காகவும் உரைப்பர் சிலர்.

கலிங்கத்துப் போரைக் குறித்து

வேறு சில செய்யுட்கள்

1. ஒருவர் ஒருவர்மேல் வீழ்ந்து வடநாடர்
அருவர் அருவரென அஞ்சி-வெருவந்து
தீத்தீத்தி என்றலைவர் சென்னி படைவீரர்
போர்க்கலிங்கம் மீதெழுந்த போது.

(தண்டி 160, மேற்கோள்)

2. கோட்டந் திருப்புருவங் கொள்ளா அவர்செங்கோல்
கோட்டம் புரிந்த கொடைச்சென்னி-நாட்டஞ்
சிவந்தன வில்லைத் திருத்தார் கலிங்கம்
சிவந்தன செந்தீத் தெற.

(தண்டி 79, மேற்கோள்)

3. கரடத்தான் மாரியும் கண்ணால் வெயிலும்
நிரைவயிரக் கோட்டான் நிலவும்-சொரியுமால்
நீளார்த் தொடையதுலன் நேரார் கலிங்கத்து
வாளாற் கவர்ந்த வளம்.

(தண்டி 59, மேற்கோள்)

4 தடங்குலவு நாண்மாலைத் தாமத்தன் கையில்
விலங்குலவு வெள்வாள் விதிர்ப்ப-நடுங்கியதே
கோண்மேவு பாம்பின் கொடுமுடிய தல்லவோ
வாண்மே வியகலிங்கர் மண்.

5. வாட்டாறு கொங்கம் வடகலிங்கம் தென்மதுரை
கோட்டாறு கொண்ட குலதீபன்-ஏட்டில்
எழுத்திருபத் தெட்டிட்டான் என்றரசர் கேட்டுக்
கழுத்திருபத் தெட்டிட்டார் காண்!

கருணாகரத் தொண்டைமானைக் குறித்த தனிப்பாடல்

6. சரநிரைத் தாலன்ன தண்பணி
தூங்கத் தலைமிசைச் செங்
கரநிரைத் தாரையும் காண்பன்கொ
லோகலிங் கத்து வெம்போர்
பொரநிரைத் தார்விட்ட வேழமெல்
லாம்பொன்னி நாட் டளவும்
வரநிரைத் தான் தொண்டை
மான்வண்டை மாநகர் மன்னவனே!

(இந்த மேற்கோள் பாக்கள் சிந்தனைக்கு உரியன. வெண்பாக் களில் அமைந்து, கலிங்கப்போரை வியந்து கூறும் நூல் ஒன்றும் அக்காலத்தில் இருந்திருக்கலாம் என்பதை இவை நினைவுபடுத்து கின்றன.)

கலிங்கத்துப் பரணி

பாட்டு முதற்குறிப்பு அகரவரிசை

(எண் - தாழிசை எண்)

அக்கணம் ஆளும்	174
அக்கிரி குலங்கள்	299
அகளங்கன் நமக்கு	219
அகில வெற்பும்	349
அங்கண் ஞாலம்	319
அசைய உரத்து	438
அஞ்சியே கழல்	32
அட்டம் இட்ட	143
அட்டகம் அன்று	165
அடல் நாக	157
அடிக்கழுத்தின்	111
அடியொடு	424
அடுசிலை பகழி	422
அடைத்த செவிகள்	572
அடைய அத்திசைப்	344
அண்டம் உறு	132
அணிகள் ஒருமுக	446
அணிகொண்ட	96
அதன் முதற்கண்	183
அதிர்ந்தன நாலு	361
அந்த நாள்	147
அந்நெடுமால்	4
அந்தம் உட்பட	184
அந்தரம் ஒன்று	377
அப்படிக் கலிங்கர்	456
அப் பேயின்	159
அம்பொன் மேரு	316
அமர்புரி	443
அரசர் அஞ்சல்	339
அரசர் சீறுவர்	381
அரணி வேள்வியில்	186
அரவொடு	123
அரன் உறையும்படி	269
அரிதுயிலும்படி	270
அரிந்த தலை	118
அரியுமிடற்றலை இட்டு	128
அருத்தியின் பிழை	161
அருமறையின்	2
அருமறை ஒத்த	131
அலகுஇல் கண்தழல்	348
அலகுஇல் செருமுதிர்	444
அலகில் வெற்றியும்	355
அலகினொடு அலகுகள்	399
அலர் மழைப்போல்	237
அலை நாடிய புனல்	41
அலை படை நிரைகள்	420
அவ் அருக்கன்	188
அவசமுற்று	33
அவதி இல்லையா	566
அவர் இபம்	494
அவனியர்க்குப்	238
அழகின் மேல்	281
அழலைக் கையில்	551
அழிந்த கலிங்கர்	560
அழைக்க என்றாலும்	160
அள்ளி அருகிருந்து	560
அளக பாரம்	53
அற்ற தோள் இவை	167
அறிஞர் தம்பிரான்	100
அறியும் முழைகளி	400
அறைகழல் இளையவர்	402
அறைகழல் அரசர்	265
அன்று இலங்கை	233
அனக தானம்	232
ஆடல் துரங்கம்	466
ஆடி இரைத்து	231
ஆடிவரு பேய்களின்	312
ஆடுகின்ற சிறை	30
ஆதவம் பருகும்	81
ஆதிமால் அமல	187
ஆர்காப்பார் எங்களை	214
ஆரம் இவை	335
ஆழ்ந்த குருதி	510
ஆழிகள் ஏழும்	596
ஆளும் கொழுநர்	38
ஆளைச் சீறு களிற்று	146
ஆறு அலை தரங்கம்	297
ஆறுடைய	213
ஆனை சாய அடுபரி	150
இக்கரித் தலையின்	164
இக்குவாகுவின்	189
இகல் இழந்து	29
இசையுடன் எடுத்த	250
இட்டவண்ணங்கள்	427
இடத்திடை வலத்திடை	414
இடை இடை	398
இடிக்கின்ற மதில்	374
இடை பார்த்துத்	537
இடை இடை	398
இடையின் நிலை	57
இணக்கம் இல்லா	578
இத்துயில்	28

இந்த உரற்கண்	527	எண்ணெய்ப் போக	508
இந் நிலத்துள்ளோர்	84	எண் மடங்கு	14
இப்புறத்து	209	எதிர் கொள்ளும் சுரர்	493
இரவு கனவு	577	எதிர்பொருந	418
இரு தொடை	439	எதிர்கொல் இத	415
இரு நிலத்திடர்	353	எந்நகரங்களும்	334
இருப்புக் கவந்தத்தின்	490	எயிறுகள் உடைய	415
இருபொழுதும் இரவி	85	எவ் அணங்கும்	135
இருவர் உரத்தின்	440	எவ்வளவும்	208
இருள் முழுவதும்	235	எழுதி, மற்று	210
இலங்கை எறிந்த	64	எழுதுளி	364
இவ்வண்ணத்த	154	எழுந்தது சேனை	360
இவர்கள்மேல்	471	எளியன் என்றிடினும்	342
இவை கவர்ந்தபின்	461	எற்றைப் பகலினும்	534
இவையும் இவையும்	336	எறி கடலொடு	407
இற்றை வரையும்	247	என்செயப் பாவிகாள்	305
இறை மொழிந்த	343	என்ற போதில்	169
இணைய இணைய	592	என்ற ஒசை	308
இன்று சீறினும்	391	என்று இவை	392
ஈண்டு செருவில்	513	என்று கூறலும்	380
ஈர் இரு மருப்பு	246	என்று களித்துக	586
உகத்தின் முடிவினில்	357	என்றுபல கூளிகள்	221
உகம் நான்கும்	5	என்று மற்று	197
உங்கள் குறியும்	227	என்னுடைய	394
உடலின் மேல்	476	என்னே ஒரு	475
உணங்கள் வயிறு	304	என்னும் இத	302
உதிர்ந்த வெள்ளில்	77	எனது அடங்க	26
உந்திச் சுழியின்	39	என எடுத்துரைத்து	351
உபய தனம்	58	எனா உரைத்த	311
உபய பலமும்	445	எனா உரை முடித்தனை	226
உபயம் எனும்	593	ஏறநின் இரு	163
உய்ந்து போயினம்	162	ஏறி அருள	338
உயிரைக் கொல்லாச்	567	ஏனை வேந்தை	382
உருகுதல் உற்று	130	ஒட்டங்கள்	434
உருவிய சுரிகை	590	ஒட்டுஅறப்பட்ட	458
உரைகள் பிறபடும்	462	ஒரு கலிங்கம்	455
உரைசெய் பல	249	ஒரு களிற்றின் மேல்	205
உரையிற் குழறீயும்	376	ஒரு துணி கருதும்	423
உலைக்கு ஒரு முதல்	375	ஒரு துறைப்புனல்	190
உலகை எலாம்	212	ஒரு மலைமத்து	122
உவை இவை	121	ஒரு வயிற்றில்	3
உழந்து தாம்	389	ஒருவர் ஒருவரின்	453
உள ஒடுங்கி	139	ஒருவர்க்கு ஒருவாய்	314
உற்றவாய் அம்பு தம்	496	ஒருவர்தம் உடலினில்	403
உறுவது என்கொல்	341	ஒருவர் முன்னோர் நாள்	200
உன்னுடைய	178	ஒருவரை ஒருவர்	261
ஊடுவீர் கொழுநீர்	70	ஒரு வலம்புரி	282
ஊண் ஆதரிக்கும்	570	ஒரு வாய்கொண்டே	554
எக்குவடும்	464	ஒளிறு நெடும் படை	532
எங்கும் உள	296	ஒகை சொன்ன	309
எடுத்துக் கையில்	553	ஓங்காரத்து	134
எடும் எடும்	405	ஓடி உடல் வியர்த்து	582

ஓதி வந்த	97		காலம் முழுமையும்	180
ஓய்கின்றோம்	215		காலனுக்கு இது	193
ஓர் இரண்டு	12		காலால் தண்டலை	279
கங்கர் கராளர்	331		கான் அரணும்	379
கங்கா நதி	372		கிடைக்கப் பொருது	565
கங்கா புரி	564		குடிசை புகக்	252
கடல் கலக்கல் கொல்	345		குடை நிரைத்தலின்	347
கடல் கலக்க எழும்	191		குந்தமும் பகழியும்	524
கடல்களைச் சொரி	352		குந்தளரைக்	207
கடலில் விடம் என	48		குருதிக் குட்டம்	509
கடவதம் திறை	340		குருதியின் நதி வெளி	411
கடற் கலிங்கம்	472		குவி கைகொடு அரசர்	269
கடன் அமைந்தது	113		குளம் உதிர மெத்திய	254
கடிது அழிந்து	101		குறியாகக் குருதி	469
கடுத்த விசை	359		குறுமோடி	505
கடையில் புடைபெயர்	371		கூடிய இன் கனவு	24
கண்டு காண் உன்	390		கூடும் இளம் பிறை	62
கதங்களில் பொருது	275		கெடாதபடி	156
கதம் பெற்று	562		கெண்டை	294
கம்பிலிச் சயத்	204		கேழல் மேழி	18
கமல யோனி	185		கைதொழுது	222
கயிற்று உறி	172		கைம்மலர்மேல்	133
கரிகள் கருவி	448		கொட்டும் மேழியம்	142
கருணையொடும்	272		கொதித்த கரியின்	583
கல்லைக் கறித்து	525		கொய்த இறைச்சி	569
கலக்கம் அற்ற	424		கொல்வாய் ஒரி	119
கல்விக் கனியின்	38		கொலையினுள் படு	521
கலிங்கம் அவை	393		கொள்ளிவாய்ப் பேய்	104
கலிங்கர் குருதி	302		கொள்ளும் எனைப் பல	516
கலி இருள் பரந்த	23		கொற்றவர் கோன்	175
கலையினொடும்	276		கொற்ற வாள்	519
கலைவளர் உத்தமனைக்	126		கோதாவரி நதி	371
கவந்தம் ஆட	433		சக்கரம் முதல் படை	248
கவள மதக்	127		சதயநாள் விழா	202
கவன நெடும்பரி	529		சயமகள் களப	419
கழப்பு இல் வெளில்	358		சரி களம் தொறும்	256
களப்பரணி	549		சலியாத தனி ஆண்மை	109
களப்போர்	75		சாதிகள் ஒன்றோடு	260
களப வண்டல்	60		சாதுரங்கத்	502
களம் அடையக்	504		சாம் அளவும்	479
களம் உறு	417		சாய்ந்து விழும்	481
களித்த வீரர்	432		சாவத்தான்	217
களிறு கங்கை நீர்	203		சிங்கனத் தொடு	153
கறுத்த செழியன்	16		சிங்களர் வங்களர்	332
கனவரையோடு	408		சிதைத்த உடல்	91
காஞ்சி இருக்க	63		சிமைய வரைக் கனக	129
காட்டிய வேழ அணி	536		சிரமலை விழுங்க	307
காடு இதனைக் கடத்தும்	86		சினப்புலி	241
காப்பு எலாம் உடைய	263		சுரகுருவின்	158
காரண காரியங்களின்	9		சுராதிராசன்	192
கார் இரும்பின்	105		சுரிகுழல் அசைவுற	23
காலக் களம்	474		சுவடு பெற்றிலம்	463

புலியூர்க் கேசிகன் 245

சுவைக்கும் முடிவில்	526	துள்ளி வெங்களனில்	522
சுற்ற நிணத் துகில்	171	தூங்கு மூன்று எயில்	195
சூதர் மாகதர்	323	தென்திசையில் நின்று	300
சூதலவு அளவெனும்	21	தென்னர் ஆதி	327
சூழி முகக் களிற்று	545	தென்னவர் வில்லவர்	330
செக்கச் சிவந்த	74	தேரின் மீது வரு	291
செண்டு கொண்டு	179	தேவர் எலாம் குறை	234
செந் நெருப்பினைத்	82	தேவாசுரம்	473
செம்மலையால்	465	தொடைகள்	295
செய்ய திருமேனி	15	தொண்டையர்க்கு	366
செருவிள நீர்ப்பட	52	தொழுது மன்னரே	198
சேனை மடி களம்	470	தொளைமுக மத மலை	397
சொருகு கொந்தளகம்	46	தோலாத களிற்று	465
சொல் அரிய ஓமத் தீ	110	நக் காஞ்சிக்கும்	73
சோரும் களிற்றின்	558	நடை வயப்பரி	460
தம் கணவருடன்	482	நனவினில்	35
தங்கு கண் வேல்	55	நனவினில் சயதரன்	322
தடித்தனம் எனத்	229	நாடகாதி நிருத்தம்	543
தடியால் மடுத்துக்	575	நாற் கடலைக்	168
தண்கொடை மானதன்	31	நிணமும் தசையும்	120
தண்ட நாயகர்	388	நிரைமணிபல	266
தண் ஆரின் மலர்த்	365	நிலத்தைச் சமைத்	561
தணந்த மெலிவு	528	நிலந்தரு தூளி	362
தணி தவளப்பிறை	124	நிலம் நான்கும்	6
தத்துநீர் வரால்	199	நிலம் புடைப்பேர்ந்து	88
தமக்கு ஒரு வாயொடு	581	நிருபர் அணி	228
தருமங்கள்	115	நிழலில் அடைந்தன	271
தயங்கு ஒளி	363	நிழல்கொடி	413
தரு மடங்க	321	நிறை சரம்	425
தரைமகளும் தன்	484	நிறை வாழ்வைப்	245
தலம் முதல் உள	20	நின்முனிவும்	177
தழல்படு கழைவனம்	421	நீண்ட பலி பீடத்தில்	112
தழுவும் கொழுநர்	44	நீல மா மணி	293
தளத்தொடும் பொரு	387	நெடுங் குதிரை	477
தளவு அழிக்கும்	196	நெருங்கு ஆக	487
தனித்தனியே	10	நேயக் கலவி	67
தனி விசும்பு	523	நேர் முனையில்	437
தாங்கு ஆரப் புயத்து	541	பகடு இடந்து	114
தாயர் தருபால் முலை	242	பட்ட புரவி	514
தார் வேய்ந்த	540	படஉன்று	500
தாளமும் செலவும்	325	படை வலங்கொடு	116
தாள் இரண்டால்	544	பண்டு தென்னவர்	151
திங்களின் இளங்குழவி	239	பண்டு பாரதம்	181
திசையில் பலநர	594	பண்டு மிகுமோர்	556
திருமார்பின் மலர்	243	பண்டு வசுதேவன்	240
தீய அக் கொடிய	79	பண்ணுக வயக்களிறு	395
தீயின் வாயின் நீர்	83	பண்ணும் இவுளி	584
துங்கபத்திரைச்	103	பண்படு கிளவியை	71
துஞ்சலுக்கு அணித்தாம்	145	பணிப் பணத்து	320
துஞ்சிவீழ் துரகராசி	166	பணியாத வமுழியார்	107
துதிக்கைத் துணியைப்	574	பணைத்த பனை	513
துவர்ந்திறக் களிற்று	99	பதடிகளாய்	218

பரக்கும் ஓதக் கடாரம்	152	பொழி மதத்தால்	518
பரிசில் சுமந்தன	273	பொன்னித் துறைவனை	395
பரிசு படவே	563	பொன் இரண்டு	11
பரிவு அகலத்	125	பொன்னின் மாலை	237
பரிவிருத்தி	108	போக அமளிக்	37
பல்கால் திண்திரை	94	போதம் கொள்	244
பல் அரிசி யாவும்	546	போதும் போதாது	232
பற்றிப் பாரீர்	552	போர் தாங்கும்	542
பறிந்த மருப்பின்	506	போர் மண்டலிகர்	559
பனி ஆழி உலகு	8	போரின் மேல்	384
பனுவலுக்கு முதல்	206	பௌவம் அடங்க	533
பாணிகளால் நிலம்	547	மண்டலீகரும்	328
பாந்தள் நால்வன	141	மண்டொடி அறவறந்து	92
பார் சிறுத்தலின்	350	மத்த யானையின்	429
பாரதத்தின் உள	182	மதக் கரி மருப்பு	223
பார் எலாம் உடை	315	மதம் கொள்	511
பாலாறு குசைத்தலை	369	மதுரமான மொழி	54
பிடியின் மேல் வரு	288	மயிற் கழுத்தும்	106
பிண மெத்தை	155	மருப்பொடு மருப்பு	412
பிழைக்க உடை	393	மழலைத் திரு	43
பிழை நினைந்து	72	மழைகள் அதிர்வன	454
பிள்ளை வீழ	310	மற்ற வெங்கட	283
பிறங்கு சோரி	435	மறித்துஒடி	368
பீறைப்பெரும்	498	மறிந்த கேடகம்	431
புடைப்பட இளமுலை	22	மறையவர் வேள்வி	259
புண்தரு குருதி	457	மன்னர் சீர் சயம்	285
புயல் வண்ணன்	1	மன்னர் புரந்தரன்	530
புயல் அளிப்பதன்	144	மனுக் கோட்டம்	255
புரசை மத மலை	449	மா காயம் மதமலை	517
புரம் எரி மடுத்த	253	மா மழை போல	480
புலி எனக் கொடியில்	194	மா ஆயிரமும்	313
புவி புரந்து	495	மா உகைத்து	258
பூப் பதுமத்தன்	597	மாறுபட்டு ஏழு	386
பூமாதும் சயமாதும்	13	மிடையுற்ற தேர்	488
பூவிரி மதுகரம்	59	மீளிமா உகைத்து	102
பூவிரியும் மாலைகள்	225	மீனம் புகு கொடி	40
பெருக்கத் தின்றீர்	585	முகிலின்மேல் முகில்	290
பெரு நெடும் பசி	136	முடி குடும் முடி	538
பேணும் கொழுநர்	65	முடியினால் வழிபட்டு	539
பேர் ஆழி உலகு	7	முடுகிய பவன	416
பையாப்போடு	571	முத்து வடம் சேர்	30
பொங்கும் மதிக்கே	68	முதுகு வடு	503
பொது அற உலகு	267	முரசு அறைக	280
பொரிந்த காரை	76	முரசு குடை	591
பொருகை தவிர்த்து	583	முருகிற் சிவந்த	50
பொரும் கண் வேல்	56	முலைமீது கொழுநர்	47
பொருசின வீரர்	515	முழுத்தோல் போர்க்	568
பொரு தடக்கை	485	முள்ளாறும் கல்லாறும்	95
பொரு நராதிபர்	257	முரம் பல போல	173
பொருநர்கள்	441	முறுவல் மாலையொடு	49
பொருபுலி புலியொடு	409	முறையிடத்	339
பொல்லா ஒட்டைக்	573	முனிபவர் ஒத்திலராய்	27

புலியூர்க் கேசிகன்   247

முனைகள் ஓட்டினர்	353		வாளில் வெட்டி	436
மூக்கு அருகே	220		விசைபெற விடு பரி	400
மெய்யில் அணைத்து	52		விட்ட அதிகைப்பதி	301
மெய்யே கொழுநீர்	36		விட்ட தண்டினின்	383
மென் கலாம்	276		விடவிகள் மொடு	401
மென் குடர்	579		விடுத்த வீரர்	426
மேதி புள் அலகை	17		விடுபடை பெறுகிலர்	442
மேல் கவித்த	318		விடுமின் எங்கள் துகில்	25
மொய்த்த இலங்கிய	317		விண்ணின் மொய்த்து	497
யாவரும் களி	598		விதிமறையவர்	19
யானைப் படைச்	492		விம்முகடு	87
யானைமீது வரும்	289		விரல் புட்டில்	548
யானைமேல் இளம்	292		விரித்த வாள் உகிர்	274
வட்ட வெண்குடைச்	93		விரிபுனல் வேலை	264
வண்டல்பாய் பொன்னி	149		விருதர் இரு துணி	447
வண்டினுக்கும்	378		விருதராச பயங்கரன்	148
வண்டை வளம்பதி	535		விருந்தினமும்	478
வணங்கியசேரர்	531		விலக்குக! விலக்குக!	230
வணங்குதலும்	176		விலை இலாத வடம்	42
வத்தவர் மத்திரர்	333		விழி சுழல வருபேய்	90
வந்தருளி	236		விழித்த விழி கனல்	356
வயலாறு புகுந்த	370		விழுந்து கொழுங்	170
வயிறுகள் என்னில்	306		விளை கனல்	410
வருகூழ் பரணி	576		விறைப் பெரும்	498
வருசெரு ஒன்று	277		வீங்கு தலை	117
வரும் சேனை	491		வீணையாழ்குழல்	324
வருவார் கொழுநர்	69		வெங்களிற்றின் மத்த	430
வரைக் கலிங்கர்	467		வெங்களிற்றில்	326
வரை சில புலி	459		வெடித்த கழை	93
வழிவர் சிலர் கடல்	452		வெண் தயிரும்	520
வழுதியர் வரைமுழை	589		வெந்த இரும்பில்	555
வளர்வதோர்	251		வெம்பும் குருதி	557
வளை கலிப்பவும்	346		வெயில் தாரை	489
வற்றல் வாகை	78		வெருவர வரிசிலை	406
வற்றலாக உலர்ந்த	140		வெளி அரிது என	404
வற்றிய பேய்	89		வெற்றெலும்பை	138
வன்பிலத்தோடு	137		வேகம் விளைய வரும்	45
வாசமூர் முலைகள்	66		வேகைக்கு விறகு	216
வாகி கிடக்க	587		வேடத்தால்	468
வாசி கொண்டு	367		வேத நன்னெறி	599
வாய் மடித்து	483		வேலை கொண்டு	385
வாய் அகல் அம்பு	501		வேழம் நிரை	293
வாண் அம்புகளாம்	507		வேழம் இரதம்	395
வாயின் சிவப்பை	61		வேழம் ஒன்று	201
வாயினில் புகு	499		வைப்புக் காணும்	550
வார் முரசு இருந்து	224		வையகமாம்	211
வாழி சோழ	286